மெல்லச் சுழலுது காலம்

அயலகத் தமிழனின் அனுபவக் குறிப்புகள்

இரா. செல்வராசு

வடலி

மெல்லச் சுழலுது காலம்

கட்டுரைகள்

உரிமை: இரா. செல்வராசு

முதல் பதிப்பு: ஆகஸ்ட் 2010

பக்கம்: 208

விலை ரூ.150

Mella Suzhaluthu Kalam

Essays

© R. Selvaraj

First Edition: August 2010

Pages: 208

Price: Rs. 150

ISBN: 978-81-908405-5-2

வடலி

54/13, 10வது தெரு,
டிரஸ்டு புரம், கோடம்பாக்கம்,
சென்னை - 600 024
தொலைபேசி: 044 - 43540358
மின்னஞ்சல்: sales.vadali@gmail.com

54/13, 10th Cross Street,
Trust Puram, Kodambakkam,
Chennai-600 024
Phone: 044-43540358
email: sales.vadali@gmail.com

❖

ஆசிரியர் குறிப்பு

கடந்த சுமார் இருபது வருடங்களாக அமெரிக்காவில் வசித்து வரும் இரா. செல்வராசு, தமிழகத்தில் ஈரோட்டைச் சேர்ந்தவர். அடிப்படையில் ஒரு வேதிப் பொறிஞர். சென்னை அண்ணா பல்கலைக்கழகத்திலும் (அழகப்பர் நுட்பியல் கல்லூரி), அமெரிக்காவில் கெண்டக்கி மாநிலத்தின் லூயிவில் பல்கலைக்கழகத்திலும் படித்து வேதிப் பொறியியல் துறையில் முனைவர் பட்டம் பெற்றவர்.

தொண்ணூறுகளின் ஆரம்பத்தில் இருந்து தமிழ் இணையத்தில் செய்திக்குழுமங்கள், மடலாடற்குழுக்கள், இணைய இதழ்கள் என்று பலவற்றில் எழுதி இருக்கும் இவர், தற்போது 'விரிவெளித் தடங்கள்' என்னும் வலைப்பதிவில் (http://blog.selvaraj.US) சமூகம், அனுபவங்கள், பயணங்கள், நுட்பக் கட்டுரைகள், என்று பலதரப்பட்ட வகைகளில் எழுதி வருகிறார். இவரது எழுத்துக்கள் ஒரு முனையில் கொங்கு வட்டார வழக்குகளில் இருந்து, மறுமுனையில் கணிநுட்பம், வேதிப்பொறியியல் என்று துறைசார்ந்தும் ஒரு அகன்ற வீச்சில் அமைந்திருக்கின்றன.

தமிழின் முதல் வலைப்பதிவுத் திரட்டியான தமிழ்மணம் (http://tamilmanam.NET) தளத்தில் ஆரம்ப காலம் முதல் இன்று வரை நிர்வாகக் குழுவிலும், நுட்பக் குழுவிலும் பங்கு கொண்டிருப்பவர். தமிழ்மணத்தினை நடத்தி வரும் தமிழ் மீடியா இண்டர்நேசனல் என்னும் இலாப நோக்கற்ற அமெரிக்க அமைப்பின் முன்னாள் பொருளாளராகவும் தற்போதைய தலைவராகவும் இருக்கிறார்.

வாசிங்டன் டிசி அருகே வர்ஜீனியாவில் உள்ள ஃபேர்ஃபேக்சு நகரில் தற்போது மனைவி, இரு மகள்களுடன் வசித்து வருகிறார். ஒரு பன்னாட்டுப் பாறைநெய் நிறுவனத்தின் நடுவண் ஆய்வு மற்றும் பொறியியல் பிரிவில் வேதிப்பொறிஞராகப் பணி புரிந்து வருகிறார்.

வாழ்வின் மொழி

எழுத்து ஒரு தவம் என்றும், எழுத்து ஒரு வேள்வி என்றும் புகழின் வெளிச்சத்தில் நிற்கிற எழுத்தாளன், ஒருவன் கூறுகையில் அவனை இப்போது அதாவது ஆயிரம் வாட்ஸ் பிரகாசம் அவன்மீது அடிக்கப்படுகிற காலகட்டத்தில் கூடிநிற்கிற கூட்டமும் ஆமோதித்து ஆரவாரித்தபடி இருக்கும். ஆனால் அவனே கையிலிருந்த காசு முழுதும் தபால்தலையாக்கித் தன் படைப்புகளை விடாது ஊடகங்களுக்கு அனுப்புவதும், பின்பு அவை பிரசுரமாகாமலே திருப்பி அனுப்பப்படுவதுமான காலமொன்றில் அக்கம்பக்கத்தினரால் கூட உதாசீனப்படுத்தப்பட்டவனாக இருந்திருப்பான். நல்லெழுத்து, வல்லெழுத்து என்று பின்னால் உச்சியில் வைக்கப்படுகிற பல எழுத்துக்களுக்கும்கூட துவக்ககால இலக்கணம் இப்படியாக இருந்து மிருக்கிறது. எழுத்துக்களுக்கான கதவுகளும், வாசல்களும் அவ்வளவு எளிதில் தமிழ்ச்சூழலில் திறந்திருக்கப்பட்டதில்லை. எழுத நினைப்பவனுக்கு எழுதமுடிவது மட்டுமல்ல, நல்ல படைப்புகளை, நூல்களை வாசிக்க நினைக்கும் தாகம் உள்ளவனுக்கு அவற்றை வாங்கிப் படிக்கிற வசதியும்கூடப் பலநேரங்களில் கைகூடிவிடு வதில்லைதான். ஒரு அரசுப்பள்ளியில் அது இலவசமானது என்பதாலேயே சேரமுடிந்து கல்வியில் மேலேறிக்கொண்டிருந்த எனக்கு எப்படியோ தொற்றிக்கொண்ட வாசிப்புமோகத்தின் பொருட்டுத் தேடியலைந்த புத்தகங்கள் வாங்கிப்படிக்க முடிந்த தில்லை. அந்தச் சோர்ந்து கிடந்த சிறு உள்ளூர் நூலகச் சுவர்களில் ஒட்டியிருந்த புத்தகங்கள் தாண்டி அப்போது வேறெதையும் வாசிக்க வாய்ப்பிருந்ததில்லை. எத்தனையோ பேருக்கும் இதுதான் நிலையென்றும் இருந்திருக்கலாம். எழுத நினைத்தும் எழுதப்படாத கதைகளும், வாசிக்க நினைத்தும் வாசிக்கப்படாத எழுத்துக்களும் வடிக்கும் பள்ளங்கள் இருந்தபோதும் ஒவ்வொருவருக்கும் சொல்ல இருக்கும் கதைகள் குறைந்துபோவதில்லை. ஒரு அம்மிக்கல் கொத்த வருபவரும், கோடாலிக்கொண்டை முடிந்த ரப்பர்வளையல் பெண்ணும் பேசிக்கொண்டிருக்கும் உரையாடல்கூட அத்தனை

உணர்வுகளோடும், நுணுக்கங்களோடும் ஒரு சிறுகதையைக் காற்றில் எழுதிச்செல்கிறது.

இப்படிச் சாமானியர்களின் வாழ்வும், அனுபவமும், ஆதங்கங்களும், அக்கறையும் அவர்களாலேயே அவர்களின் மொழியிலேயே எழுத்தில் பதிவுசெய்யப்படப் போதிய வாய்ப்புகள் அற்ற குறையை இந்த நூற்றாண்டில் இணையம் கொஞ்சம் போக்கியிருக்கிறது. கணினியில் தமிழும், அத்தமிழில் படைப்புகளும் செய்வது இலகுவான காலம்தொட்டே எழுதிவந்தவர்களில் ஒருவராக இந்நூலாசிரியர் செல்வராசு இருந்திருக்கிறார். புலம்பெயர்ந்த தமிழனும், தாயகத் தமிழனும் ஒரு சிறு பெட்டி வழியே தம் மொழியில் எழுதிப் பரவசமடைகிற தருணங்கள் அழகானவை. அதிலும் வேர்விட்டு விலகி வேறொரு தேசத்தில் விழுதூன்ற வரும் தமிழருக்கு இவ்விணைய எழுத்து ஊடகங்கள் அற்புதமானவை. அப்படியான விரிவெளி வழியேதான் செல்வராசு அவர்களைச் சந்திக்க நேர்ந்தது. தனக்கென்று ஒரு மொழியும், நடையும், இயல்பும் கொண்டு எழுதிவந்த இவரிடம் அவரின் மண்வாசனை எழுத்துக்கள் இழுத்துச் சென்றன.

இணைய ஊடகத்தின் இன்னொரு சிறப்பம்சம் எழுதுபவர்களுக்கும், வாசகர்களுக்குமான இடைவெளியற்ற தன்மை. எழுதிப் பிரசுரிக்கும் பத்தாவது நிமிடத்தில் உலகின் வேறொரு மூலையிலிருக்கும் தமிழர் வாசித்து முடித்துக் கருத்து பரிமாற்றமோ, உரையாடலோ நிகழ்த்திவிடமுடியும் எழுதியவருடன். அதேசமயம் அந்த உரையாடல் பயனுள்ளதாக இருக்கும் ஒன்றாக வேண்டுமென்றால் எழுதுபவரும், வாசிப்பவரும் கருத்துரீதியான முரண்பாடுகளையும் தாண்டி உரையாடலுக்கான நெகிழ்வுத்தன்மையோடு இருக்கும்போது மட்டுமே சாத்தியம். அப்படியொரு நெகிழ்வுத் தன்மையை எப்போதும் கொண்டிருப்பவர் செல்வராசு. அது அவர் எழுத்தில் ஒலிக்கும் வாழ்வுமீதான தீராக்காதலின் இன்னொரு பரிமாணம். பேரண்டம் என்பதை பெரியதொரு அன்புப் பிண்டமாய் உருவகப்படுத்தினால் அதிலிருந்து தெறித்து விழுந்த சிறு பகுதியாய் தனிமனித வாழ்வைக் கொள்ளலாம். ஒரு வலைபின்னும் சிலந்தியைப் போல் ஒவ்வொரு மனித உயிரும்கூடத் தன்னைச் சுற்றித் தனக்கென்று மனிதர்களைச் சேர்த்துவைத்துக்கொள்ளவே என்றும் பிரியப்படுகிறது. இதன் சூட்சுமங்களைத் தன் அனுபவங்களையே சோதனைக்கூடமாக்கித் தெளிவுபடுத்திக்கொண்டே செல்கின்றன இந்நூலாசிரியரின் வாழ்வியல் குறிப்புகள். சுற்றியுள்ள மனிதர்கள் வேறுவேறானாலும் அடிப்படையில் ஆதாரமான முடிச்சுகள் பொதுவென்றே இருப்பதால் ஆசிரியரின் அனுபவங்களோடு தானும் ஒருவராய்ப் பயணிப்பது படிக்கும் எல்லோருக்குமே சாத்தியம்தான்.

ஒரு சின்ன மழை பெய்து முடித்திருக்கிறது. அந்த வரிசையில் உள்ள அத்தனைவீடுகளிலும் கதவுகள் சாத்தியிருக்க ஒருத்தி மட்டும் தன் பிள்ளைகளை அழைத்துக்கொண்டு வெளியில் வந்து நிலம் ஏந்தியிருக்கும் மழையின் ஒவ்வொரு துளி ஈரத்திலும் கைதொட்டும் கால் வைத்தும் பேரானந்தம் சுகிப்பவளாய் ஓடிக்கொண்டிருக்கிறாள். இதை அப்படியே வாழ்வுக்கும் பொருத்திப் பார்க்கலாம். அவசரகதியில் ராட்சத சக்கரங்களுடன் அனாயாசமாகத் திசைமாற்றி வைத்துவிடும் வாழ்வை அதற்கு வெளியே வந்து அதைப் பார்த்துக் கைதட்டியும், கொட்டியும் சிரிக்குமொரு மனநிலை வாய்த்துவிட்டால் பிறகு அது பேரானந்தப் பெருவாழ்வுதான். அதன் சக்கரங்கள் எதிலும் சிக்கிக்கொள்ளாமல் நாம் அதன்மீது சவாரி செய்யலாம். வாழ்வின் ஒவ்வொரு சிறு நிகழ்வையும் நினைவுகளில் தேக்கிப் பின் நிதானமாய் அசைபோடும் செல்வராசின் இத்தொகுப்பு பலருக்கும் அவர்கள் சுவைத்த அல்லது சுவைக்க மறந்த கணங்களைத் திரும்பப் பெற்றுக்கொடுக்கிறது.

தான் குழந்தையாய்த் தவழ்ந்த தன் ஆத்தாவின்(அம்மாவின் அம்மா) கைரேகைகளின் வளைவுகளைக்கூடப் பத்திரமாக எழுத்தில் சேகரித்து ஒரு பாமரத் தாய்மையை, அதன் பொங்கும் பிரவாகத்தை எழுத்தில் வடித்தெடுப்பதும், இப்போது தன் கைகளில் குழந்தை களாய்த் துள்ளும் தன் மகள்களின் விழிகளில் இருந்து தன்மீது சொரியும் குழந்தமைத் தாய்மையை விசும்பும் நன்றியோடு பதிந்து வைப்பதும் செல்வராசுவின் திகட்டாத மொழியில் வரிசையாய் நகர்கின்றன. அவரின் குழந்தைகள் சார்ந்த அனைத்துப் பதிவுகளுமே புதிதாய்ப் பெற்றோர் ஆனவர்களுக்கும், ஆக இருப்பவர்களுக்கும் ஒரு அழகான கையேடு என்பேன். ஆனால் அவை யாருக்கும் அறிவுரைகள் அல்ல, செய்முறை விளக்கங்களும் அல்ல. சில கவிதைகள் அவை. உள்ளே தோய்ந்து அதன் ஈரத்தில் நனைந்து மெல்லிய புன்னகையைக் கசியவிட்டு நமக்குத் தேவையான எதையும் அள்ளிக்கொள்ள விரிந்துகிடக்கும் அனுபவங்கள் அவை.

"நீ விளையாடப் போகையிலே
விரல் அழுந்தும் என்று சொல்லி
வெள்ளியிலே சிறு செருப்புச்
செய்திடுவார் உன் மாமா
நீ பச்சைக் குடைப் பிடிச்சுப்
பயிர்பார்க்கப் போகையிலே
பாதம் நோகுமின்னு
பவுனால் ஒரு செருப்புச்
செய்திடுவார் உன் மாமா"

என்று கொங்குச் சீமையிலே தாய்மார்கள் பாடுவதாய் நாட்டுப்புறத் தாலாட்டுப் பாடல்கள் கேட்டதுண்டு. ஒன்றரை ஏக்கர் வறக்காடும், ஒன்பது ஆடுகளும் வைத்துக் கஷ்ட சீவனம் செய்வதுதான் நிதர்சனம் என்றாலும் கனவுகளில், பாடல்களில் வசந்தங்களை வாரியிறைத்துக் குழந்தைகளை வளர்க்கும் தன் சொந்தச் சீமைவிட்டு அந்நியச் சீமையிலே அகப்பட்டுக்கொண்ட தன் குழந்தைகளுக்குத் தான் தாலாட்டுப் பாடித் தூங்கவைத்த கதையை நகைச்சுவை ததும்ப இயல்பாக எழுதியிருக்கிரார். ஆனால் வாசிப்பவருக்கு அது தரும் இன்பம் அதிகம். தமிழ்கேட்கா தூரத்தில் தன் குழந்தைகளுக்குத் தமிழ்த்தாய்வாழ்த்துப்பாடித் தூங்கவைக்கும் தந்தை செல்வராசு.

“கண்ணையுங் காதையும் மட்டும் உட்டுப்போட்டு நீங்க தோலையே உரிச்சாலுஞ் சேரீங்க, பையன் நல்லாப் படிச்சாப் போதுமுங்க” என்று பாமர வெகுளித்தனத்தோடு பிள்ளைகளை ஆசிரியர்களிடம் ஒப்படைத்துவிடும் ஊர்ச்சூழல் ஒன்றில்தான் இந்நூலாசிரியரும் பிறந்து வளர்ந்திருக்கிறார். தான் பெற்ற கல்வியும், மேன்மையும், உழைப்பும், அர்ப்பணிப்பும் இன்று தந்திருக்கும் இடத்திலிருந்து கொண்டு தன் பிள்ளைகளிடம் தன்னை மாணவனாக ஒப்படைத்துப் பாடம் கேட்கிறார். குழந்தைகளைச் சக்தியற்றவர்களாய்ச் செய்யும் எந்தவொரு மிரட்டல் வழிமுறையையும் அவர்களை ஒழுங்குபடுத்தக் கையாளக்கூடாது என்பதை ஒரு பக்குவமான நிலையிலிருந்து எடுத்துச் சொல்கிறார். அந்தப் பிள்ளைகள் அவருக்குச் சொல்லும் கதைகளையும், அவர் பிள்ளைகளுக்குச் சொல்லும் கதைகளையும் சலிப்புகளற்றுக் கேட்டுக்கொண்டேயிருக்கலாம். ஒவ்வொரு எழுத்திலும், சொல்லிலும் உயிர் இருக்கிறது.

புலம்பெயர் தேச வாழ்வு புதிய அனுபவங்களை மட்டும் தருவதில்லை. அது விட்டுவந்த சுவடுகளை நினைத்தும் ஏங்க வைக்கிறது. எந்தக் குளிரூட்டியும் ஈடாவதில்லை ஒரு மரநிழலுக்கு. அந்த இதந்தரும் மரநிழல்களாய்க் கூடவந்த மனிதர்கள் சிலரையும் பிரிய நேர்ந்திருப்பதும், அடிக்கடி சந்திக்க இயலாதிருப்பதும் விதைக்கும் பெருமூச்சும் சில கட்டுரைகளாக இந்நூலில் எழுதப் பட்டிருக்கின்றன. பிரிவுத்துயர் இல்லாத இலக்கியங்கள் ஏது தமிழில்? பெருங்குரலெடுத்து ஆவேசமான கோபத்தை எதன்மீதும் காட்டுவதில்லை செல்வராசின் எழுத்துகள். ஆனால் மென்மையாகச் சொல்லப்பட்டாலும் உயிர்வரை தைக்கும் வலியை அது தரவே செய்கிறது. நீதித்துறை ஊழியராகப் பணிபுரிந்த தன் தந்தையைப் பற்றிய நினைவுகூறல்களிலும், அவரைத் தன்னோடு அழைத்துவந்து வைத்துக்கொள்வதற்காய் விசா ஏற்பாடுகளைச் செய்தபோது நமது

அரசாங்க நடைமுறைகள் அவரைத் துவள துவள அலைக் கழித்ததையும் நுட்பமாக எழுதியிருக்கிறார். அவை அவரின் தந்தை தாண்டிய எத்தனையோ விடயங்கள் குறித்து நமது கவனத்தைக் கோருகின்றன.

செல்வராசுவின் இடுகைகளைத் தனித்தனியாகத் தொடர்ச்சியற்று நான் இணையத்தில் வாசித்தபோது அறியாத ஒன்றை இப்போது தொகுப்பாக வாசித்தபோது அறிந்துகொண்டேன். அது அவரின் எழுத்துக்களில் குடிகொண்டிருக்கும் நகைச்சுவை நடை. ஆழமான அனுபவம் ஒன்றை எழுதும்போதும் படிப்பவனை விலகி ஓடவைக்காத, இழுத்துப் பிடித்துக்கொள்கிற மெல்லிய நகைச்சுவை எல்லா இடங்களிலும் இழையோடுகிறது. இது தொடர்ந்து எழுதுகிறபோது எழுத்தில் இன்னும் பலதூரங்களை இவரைக் கடக்க வைக்கும். "கண்கள் சொல்லும் கதை" பல இடங்களில் வாய்விட்டுச் சிரிக்க வைக்கிறது ஆசிரியரின் சுய எள்ளல் பாணி நகைச்சுவை.

ஓரளவிற்கு நூலைப்பற்றிச் சொல்லியிருக்கிறேன். இன்னும் இந்த முன்னுரையில் நான் குறிப்பிடாத கதைகளிலும், கட்டுரைகளிலும் நிறைந்து கிடக்கின்றன வாசிப்பவரை அவற்றைப் பற்றிப் பேசிக்கொண்டிருக்கச் செய்யும் சிறப்புகள்.

மொத்தமாகச் சொல்வதென்றால் குழந்தைகளைச் சுண்டியிழுத்து அவர்களை வாங்கவைத்து வாயில் இட்டதும் கரைந்து பிறகு முடிந்தபிறகும் தன் சுவையை அவர்கள் மூலம் சப்புக் கொட்டவைக்கும் பஞ்சுமிட்டாயைப் போல இத்தொகுப்பு. எளிய மொழியில் தனிமனித வாழ்வை அழகான கதைகளாகக் காட்டிக் கொண்டே போகிறது. அதற்காகப் பஞ்சு மிட்டாய் குழந்தைகளுக் கானது என்பதுபோல இந்நூலும் ஒருசாராருக்கானது என்று எடுத்துக்கொள்ள வேண்டியதில்லை. ஒவ்வொருவருக்கும் உள்ளே ஒளிந்திருக்கும் துள்ளல் குழந்தையொன்றின் மனநிலை போதும் இத்தொகுப்பின் பல பகுதிகளை உள்வாங்க. அப்படியொன்றில்லை தொலைந்துபோனது என்பவருக்கும் அப்படியான மனநிலையை இத்தொகுப்பே தோற்றுவித்தும் கொடுக்கும் என்பது மிகையில்லை.

நிறைய எழுதிக்கொண்டிருங்கள் செல்வராசு உங்களுக்கான பயணங்களோடு. அன்போடு வாழ்த்துகிறேன்.

செல்வநாயகி,

ஜூலை 2010.

(http://selvanayaki.blogspot.com)

என்னுரை

எழுத்தைத் தொழிலாகக் கொண்ட முழுநேர எழுத்தாளன் அல்லன் நான். ஏன், ஒரு பகுதிநேர எழுத்தாளன் என்றுங்கூடச் சொல்லிவிட முடியாது. இருப்பினும், என்னிடமும் சொல்லச் சில கதைகள் இருந்தன. இருக்கின்றன. எழுத ஆர்வமும், மொழியில் பற்றும், சற்று முனைப்பும் கொண்ட யாரும் தங்களை எழுத்தாளராக அடையாளப்படுத்திக் கொள்ளலாம். அத்தகைய ஆர்வமும், பற்றும், முனைப்பும் கொண்டு செயல்பட்ட கடந்த சில ஆண்டுகளின் விளைவாக 'மெல்லச் சுழலுது காலம்' என்னும் இத்தொகுப்பின் வழியே உங்களோடு உரையாடிக் கொண்டிருப்பதில் பெருமகிழ்வு அடைகிறேன்.

தொண்ணூறுகளின் ஆரம்பத்தில் இருந்து அங்கொன்றும் இங்கொன்றுமாய் இணையத்தில் எழுதி வந்தாலும், கடந்த சில ஆண்டுகளாக வலைப்பதிவு வழியாக எழுதி வருகிறேன். அங்கு எழுதிய இடுகைகளின் தெரிவு செய்த தொகுப்பே இது. இதில் உள்ள கட்டுரைகள் பெரும்பாலும் என்னையும் என் அனுபவங்களையும் சுற்றி இருந்தாலும் பொதுவில் பலரும் தத்தம் வாழ்வோடும் இணைத்துக் கொண்டு பார்க்க முடியும் என எண்ணுகிறேன். அவ்வகையில் இப்பதிவுகள் உங்களையும் ஈர்க்கும் எனவும், சில வகைகளில் அவை உங்களுக்கும் பயனுள்ளவையாக இருக்கும் எனவும் நம்புகிறேன்.

எழுத்து வேறு, வாழ்க்கை வேறு எனப் பிரித்துப் பார்க்க முடிவதில்லை என்னால். எழுத்து ஒரு கண்ணாடியாக இருந்து வாழ்க்கையைப் பிரதிபலிப்பதோடு, அவ்வப்போது கோணல் ஏற்படும் வாய்ப்புக்களின் போதும் நிசத்துக்கும் நிழலுக்குமான வேறுபாட்டைக் காட்டிச் சீர் செய்துகொள்ளவும் உதவும் ஒன்று என்றும் உணர்கிறேன். அவையிரண்டும் இயைந்து செல்லும்போது ஒன்றிற்கொன்று கொண்டாட்டமாய் அமைந்து விடுகிறது என்பதும் என் எண்ணம்.

எழுத்தை வாழ்வினில் இருந்து பிரிப்பது இயலாது எனும்போது, எப்போது எழுதத் தொடங்கினீர்கள் என்னும் கேள்விக்கும் விடைசொல்வதும் சற்றே இயலாததாகிறது. எனது எழுத்துக்கள் அறியாத சிறுபருவத்தில் ஏதோ ஒரு கல்லூரி மலரில் வந்த துணுக்கை அப்படியே நகல் எடுத்து அனுப்பியதில் ஆரம்பித்திருக்கலாம். 'அது தப்புப்பா, நீ சொந்தமா எழுதுனாத் தான் உன் பேரப் போடனும்' என்னும் கல்வியைக் கற்றுத் தந்த அனுபவம் அது.

பள்ளி ஆண்டிறுதி விடுப்பில் வேற்றூர் சென்ற நண்பனுக்கு வேனில்காலம் முழுதும் எழுதித் தள்ளிய கடிதங்களில் எனது எழுத்து ஆரம்பித்திருக்கலாம். எனது பள்ளிக்கல்வியில் குறுக்கிட்ட காரணத்தால் பிடிக்காது போன ஒரு ஆசிரியையைத் திட்டித் தீர்த்துக் கடிதம் எழுதி, பின் 'அஞ்சலில் சேராத கடிதம்' என்று தலைப்பிட்டு (இன்னும் கூட பத்திரமாய் வைத்திருக்கிறேன்) அனுப்பாமல் வைத்துக் கொண்ட நிகழ்விலும் கூடக் கொந்தளிக்கும் உணர்ச்சிகளை வார்த்தைகளுக்குள் சிக்க வைக்க நான் கற்றுக் கொண்டிருக்கலாம்.

இன்னும், கல்லூரி 'ராகிங்' காலத்தில் தமக்குக் கொடுக்கப்பட்ட வீட்டுப்பாடத்து எழுத்து வேலையை மாங்கு மாங்கு என்று எழுதித்தர வைத்தவர்களின் இடையில், 'வாழ்க்கைன்னா என்ன?' என்ற தலைப்பில் எழுது எனப் பணித்துப் பின் அதனைச் சிலாகித்த சில மூத்த நட்புக்களும் இந்தப் பாதையில் எனை வளர்த்திருக்கலாம். புலம்பெயர் வாழ்வின் சில தனிமையான நேரங்களைத் தவிர்க்க அந்நாளைய தமிழ் செய்திக்குழுமங்களில் (soc.culture.tamil) கிடந்த போது, கற்பனையில் ஒரு தோழியைப் படைத்து 'இனிய தோழி சுனந்தாவிற்கு' என்று கடிதத் தொடர் எழுதப் போகிறேன் என்று சொன்னவுடன், 'செல்வா' என்றழைத்து மின்னஞ்சல் அனுப்பி வரவேற்ற, இன்னும் கூட முகம் பார்க்காத நட்புக்கள் சிலவும் இப்பாதையில் தொடர்ந்து என்னைப் பயணிக்க ஊக்குவித்தனவாக அமைந்திருக்கலாம்.

இப்படி ஒவ்வொருவருக்கும் ஒரு கதையும், நினைவுகளும், அனுபவங்களும் அவரவர் எழுத்துக்கு ஊற்றுக் கண்ணாய் இருக்கக் கூடும். சற்றே முனைப்புக் கொண்டு அவற்றைத் தொலைத்துவிடாது உருவி எடுக்க எல்லோராலும் இயலும். தமிழ் இணையத்தில் அண்மைய வலைப்பதிவு வடிவம் இந்த எழுத்து முயற்சிகளுக்குத் தக்கதொரு வாய்ப்பை அளிக்கிறது.

அம்மா வளர்ந்த புதுப்பாளையத்துக் கிராமத்தில் ஓலைக் கூரையில் சொருகி வைக்கப்பட்டிருந்த வளைந்த கம்பியும், அதில் நிறையக் குத்தி வைக்கப்பட்டிருந்த அஞ்சல் அட்டைக் கடிதங்களும் எங்கோ

நினைவுப் புதையலில் இருந்து இன்னும் கூடச் சில சமயம் என்னுள் எட்டிப் பார்க்கின்றன.

மண்ணில் இருந்து ஒரு மனிதனை எடுத்து விடலாம்; ஆனால், ஒரு மனிதனில் இருந்து மண்ணை எடுக்க முடியாது என்பார்கள். அதுபோல, புலம்பெயர்ந்து ஏறத்தாழ இருபது ஆண்டுகள் ஆனபோதும், என்னுள் மறைந்து கிடக்கும் மண்ணும், மனமும், நினைவுகளும் அவற்றின் மிச்சங்கள் சிலவும் இன்னும் இருக்கின்றன. இங்கே வெளிப்பட்டிருக்கின்றன.

புலம்பெயர் வாழ்வினில் என்னைச் சுற்றி நிகழ்வன சிலவும், ஊர்வாழ்வின் நினைவுகள் சிலவுமாகக் கலந்து அமைந்திருக்கிற இப்பதிவுகள் அங்கிருப்போர்க்கு இதுவும் இங்கிருப்போர்க்கு அதுவுமாக ஒரு பாலம் பின்னும் முயற்சியாகவும் கூட அமைந்திருக்கும் என எண்ணுகிறேன்.

என்னைச் சுற்றி நிகழ்வதாம் பல பதிவுகளில், முக்கியமாக நான் கருதுவது எங்கள் குழந்தைகளுடனான ஊடாடல் மற்றும் அனுபவப் பதிவுகளை. இவற்றை எழுதியது நல்லூழ் என்பதை இன்று பல நாட்களுக்குப் பின் படித்துப் பார்க்கும் போது உண்டாகும் மகிழ்ச்சி உரைக்கிறது. காலப்போக்கில் இவை மறைந்தும் மறந்தும் போகின்றன என்பதால் இவற்றைப் பதிவாக்கி ஆவணப்படுத்தி இருப்பதில் சில நினைவுகளைத் தக்க வைத்துக் கொண்டது ஒரு பாக்கியமே. இன்னும் எழுத நினைத்துப் பல காரணங்களால் எழுதாது விட்டவை இழப்பே என்றாலும், இவையாவது மிஞ்சியதே என்பதில் எனக்கு மகிழ்ச்சி. இவற்றைப் படிக்கும் போது அவரவர் வாழ்வில் நிகழ்ந்த இது போன்ற அனுபவங்களையும் இவை வெளிக்கொணர வாய்ப்பிருக்கிறது.

தொடர்ந்தும் என்னை நானே ஊக்கப்படுத்தி இத்தொகுப்பைக் கொண்டு வருவதற்கும் என் மகள்கள் ஒரு காரணம். அவர்கள் தரும் உற்சாகம் ஒரு புறம். அவர்கள் தாண்ட இன்னும் ஒரு உயர்ந்த இலக்கை நிர்ணயிக்க வேண்டும் என்று நான் நினைப்பதும் இன்னொரு காரணம். பள்ளியில் சிறப்பாக எழுதுவது எப்படி என்று தாங்கள் படிக்கும் பாடத்தை என்னிடமும் பகிர்ந்து கொண்டு இவர்கள் எனக்கும் ஆசிரியைகளாக மாறும் காலங்களும் உண்டு. தொடர்ந்து எழுது என்று அவர்களையும் ஊக்கப்படுத்திக் கொண்டிருக்கிறேன். எழுத்து இவர்கள் வாழ்விலும் நல்ல அனுபவத்தைத் தர வேண்டும் என்பது என் விருப்பம். காரணம் வாழ்க்கை வேறு எழுத்து வேறு என்று நான் பார்ப்பதில்லை என்பதும். செல்ல மகள்கள் நிவேதிதா, நந்திதாவிற்கு நன்றி.

திருமணம் ஆன புதிதில் நான் எழுதிய ஒன்றைப் பார்த்துவிட்டு 'நல்லா எழுதறீங்க. தொடர்ந்து எழுதுங்க' என்று சொன்ன

மனைவிக்குப் பின் அந்த எழுத்தில் மூழ்கி நான் அதிக நேரத்தைச் செலவிடுவது ஒரு சவாலாகவும் அமைந்துவிட்டது. இருந்தும் என் எழுத்து முயற்சிகளுக்கு உறுதுணையாக இருந்து வரும் எனது துணைவிக்கும் நன்றியை இங்கு தெரிவித்துக் கொள்கிறேன்.

இவர்கள் தவிர எனது பெற்றோர், உற்றார், கடந்த காலத்து நண்பர்கள், தமிழ்மணம் அமைப்பில் இருக்கும் நண்பர்கள், மற்றும் முகம் தெரியாதவர்களானாலும் இணையம் வழி நட்பு பாராட்டியும் தொடர்ந்து ஊக்கப்படுத்தியும் வரும் பல நண்பர்களுக்கும் நன்றி. இத்தொகுப்பினைக் கொண்டுவருவதிலும் நேரடியாகவும், மறைமுகமாகவும், அறிந்தும் அறியாமலும், எனக்கு ஊக்கமும் ஆர்வமும் ஊட்டிய நண்பர்களுக்கும் இத்தருணத்திலே நன்றியைச் சொல்லிக் கொள்ளக் கடமைப்பட்டிருக்கிறேன். 'இதை ஒரு ஆவணப் பதிவாக்குவது உங்கள் உரிமையும் கடமையும்' என்று சொன்னவர்களின் வார்த்தைகளில் இருந்து தொய்வுறும் போதெல்லாம் எனக்கான உறுதியினைப் பெற்றுக் கொண்டிருக்கிறேன்.

அதோடு, குறிப்பாக, எனது கடைசி நிமிட வேண்டுகோளுக்கு இணங்கித் தத்தம் மும்முரமான வாழ்வினிடையே அறிமுக உரையை எழுதித் தர முயன்ற நண்பர்கள் சொர்ணம் சங்கர், மற்றும் கவிஞர், சக இணைய எழுத்தாளர் செல்வநாயகிக்கும் நன்றிகள் பற்பல.

குறுகிய காலத்திலேயே சிறப்பாக அச்சிட்டு வெளியிட வழி செய்த வடலி பதிப்பகத்தார்க்கு, குறிப்பாக அகிலன் மற்றும் சயந்தன் ஆகிய நண்பர்களுக்கும் என் நன்றி.

இறுதியாக, இப்புத்தகத்தினைப் பெற்று, உங்கள் பொன்னான நேரத்தின் ஒரு சிலதை என்னோடும் என் எழுத்தோடும் செலவிட இருக்கின்ற உங்களுக்கும் எனது மனமார்ந்த நன்றி.

அன்புடன்,

இரா. செல்வராசு
2010 ஜூலை.
(http://blog.selvaraj.US)

பொருளடக்கம்

1. ஆத்தாவும் தொலைபேசியும்	15
2. கதைகள் மட்டும் மிஞ்சும்	20
3. செம்பருத்தியும் செவ்வந்தியும்	22
4. அல்போன்சு சார்	26
5. தாலாட்ட வந்த பாரதி	30
6. பூப்பூவாப் பறந்துபோகும்.	34
7. கர்னாடக சங்கீத அறிமுகங்கள்	37
8. அப்பாவின் ஓய்வு	41
9. கண்கள் சொல்லும் கதை - 1	46
10. கண்கள் சொல்லும் கதை - 2	50
11. கண்கள் சொல்லும் கதை - 3	53
12. கண்கள் சொல்லும் கதை - 4	56
13. கண்கள் சொல்லும் கதை - 5	59
14. கண்கள் சொல்லும் கதை இடையுரை	63
15. கண்கள் சொல்லும் கதை - 6	67
16. கண்கள் சொல்லும் கதை - 7	72
17. கண்கள் சொல்லும் கதை - 8	76
18. கண்கள் சொல்லும் கதை - 9 (நிறைவு)	80
19. ஒரு தந்தையின் கடிதம்	84
20. முரடாய் மிரட்டாதே!	88
21. ராசாக் கோயில்	92
22. விமானப் பயணமும் குழந்தைகளின் பிரிவும்	96
23. குழந்தை வளர்ப்பும் அன்பும்	101
24. கிறிஸ்துமஸ் கால நினைவுகள்	104

25. வறண்ட குளத்து வாத்துக்கள் — 108
26. துள்ளுமான் — 110
27. வெளிநாட்ல ஒரு கட்டுச் சோத்து விருந்து — 114
28. இரண்டு குரங்குக் கதை — 117
29. உறங்கா நிலவு — 120
30. ஒரு ஜெர்மன் கிராமத்தினளின் நேரிலிக் கதை — 122
31. அப்பாவின் வயது — 126
32. ஈரோட்டுக்குச் சென்ற இரவு ரயில் — 130
33. ஜூரிக் நகரத்துக் கத்தரிக்கா — 134
34. தன்னச்சில் மெல்லச் சுழலுது காலம் — 137
35. மௌனத்தின் ஊடாக வார்த்தைகள் — 139
36. எங்கும் சுதந்திரம் என்டதே பேச்சு — 142
37. காரணமறியாச் சில மகிழ்தருணங்கள் — 146
38. இனிக்காதது — 152
39. புதூர் புகுதல் காதை — 159
40. வாஷிங்டன் முருகனுக்கு அரோகரா — 163
41. வாழ்வும் சாவும் வாழ்வும் — 166
42. சிறுகண,த எழுதாமல் இருப்பது எப்படி? — 171
43. செம்மீன் சுண்டிய சில எண்ணங்கள் — 175
44. பூளப்பூவும் புதுவருசப் பொங்கலும் — 178
45. ராசா வேசம் கலைஞ்சு போச்சு — 182
46. எண்ண உருவங்களும் அன்பே சிவமும் — 187
47. நல்லவனா? கெட்டவனா? — 191
48. தீபாவளி 2008 — 194
49. அயல் சுழலில் மொழியும் கலாச்சாரமும் — 198
50. நூறு வயது — 202
51. வசந்தம் — 207

ஆத்தாவும் தொலைபேசியும்

சிறு வயதில் அம்மாயி என்று அழைத்த ஞாபகம் இருக்கிறது. மழை பொய்த்து விவசாயத்திற்குப் பெரு வரவேற்பில்லாத புதுப்பாளையம் கிராமத்தை விட்டு வேறு பிழைப்புத் தேடி அம்மா, அப்பா, மாமா எல்லோரும் ஈரோட்டிற்குக் குடி பெயர்ந்து விட்ட சமயம். அம்மாயி அவ்வப்போது ஊரில் இருந்து பலகாரங்களுடன் வந்து போன நாட்கள் புகைப்படலமாய் நினைவில். எனக்கு வயது நான்கோ, ஐந்தோ இருக்கலாம். காலப்போக்கில் அம்மாயி/அப்பச்சியும் ஊர்ப்பிடிப்பைத் தளர்த்திக் கொண்டு ஈரோட்டிற்கு வந்து விட்டனர். அம்மாயியாத்தா சுருங்கி ஆத்தா என்று ஆகிவிட்டது. எதுகையாய்க் கூடவே அப்பச்சியும் (அம்மாவிற்கு அய்யன்) தாத்தா ஆகிவிட்டார்.

அமெரிக்கா வந்த பிறகு ஆறு மாதத்தில் தாத்தா காலமாகி விட, அதன்பிறகு ஊர் சென்ற போதெல்லாம், தாத்தா இல்லாது தனித்திருக்கும் ஆத்தாவிடம் அது ஒரு மனக்குறையை, வெறுமையைத் தந்திருப்பதை உணர முடிந்தது. சமீப காலத்தில் ஆத்தாவுக்கும் உடல்நிலையில் சற்றுத் தளர்வு. பல ஆண்டுகளாய் இருக்கும் சர்க்கரை நோயின் தாக்கம் அதிகரித்துக் கொண்டே இருக்கிறது. தொலைபேசியில் பேசக் கூட எல்லா நேரங்களிலும் அவர்களால் முடிவதில்லை.

எப்போதுமே ஆத்தாவுடன் தொலைபேசியில் பேசும் அனுபவம் சுவாரசியமானது. அதிக பட்சம் பேச்சு மூன்று நான்கு நிமிடங்கள் தான் இருக்கும். வாரம் ஒருமுறையானாலும் சரி, மாதம் ஒருமுறையானாலும் சரி பெரும்பாலும் பேசும் விஷயங்கள் ஒன்றாகவே இருக்கும். முக்கியமாய், எப்போது ஊருக்கு வருகிறேன் என்கிற கேள்வி மட்டும் அவர்களிடம் எப்போதும் இருக்கும்..

"ஹலோ ஆத்தா, எப்படி இருக்கீங்க ?"

"ஹலோ.. ஹலோ.."

என் பேச்சொலி மறுமுனைக்குச் சென்றிருந்தாலும் அது ஆத்தாவின் காதினில் இன்றிக் காற்றினில் கரைந்து விட்டிருக்கும். தொலைபேசியின் வாய்ப்பகுதியைச் சுற்றிக் கையைக் குவித்துக் கொண்டால் ஒலி சிதறாது என்று மீண்டும் சத்தமாய்,

"ஹலோ, ஆத்தா எப்படி இருக்கீங்க.. நான் செல்வராஜ் பேசறேன்."

"செல்வராசா? நல்லாத்தான் இருக்கறனாயா. நீங்கல்லாம் எப்படி இருக்கீங்க?"

பின்னணியில், "ஃபோனக் காதுல வச்சுப் பேசுமா" என்று அம்மாவின் சத்தம் கேட்டுக் கொண்டிருக்கும்.

"..."

"இப்போ அங்க மணி எத்தன?"

"காலையில மணி பத்து ஆச்சுங்க ஆத்தா"

"காலையிலயா? இப்பத் தான் இங்க ராத்திரி."

ஒவ்வொரு முறை பேசும் போதும் ஆத்தாவுக்கு இது தீராத வியப்பு. அமெரிக்காவிற்கு என்னை வழியனுப்பச் சென்னைக்கு வந்ததைத் தவிர, தான் பிறந்து, வளர்ந்து, புகுந்த ஊர்களை விட்டு அதிக பட்சம் சுமார் நூறு மைல் சுற்றளவைத் தாண்டிப் பார்த்திருப்பார்களா என்று தெரியவில்லை. பூமியின் வடிவமும் சுழற்சியும், இரவு பகல் மாறி மாறி வரும் தன்மைகளும் சற்றுப் புரியாத பரிமாணங்களாய் இருந்திருக்கலாம். ஆத்தா என்றில்லை இன்னும் பல பேர் "இப்போ அங்க மணி எத்தன?" கேள்வியைக் கேட்டு வியந்து கொண்டு தான் இருக்கின்றனர்.

தனது (கொள்ளுப்) பேத்திகளைப் பற்றிப் பேச்சுத் திரும்பும். "பொண்ணுங்க நல்லா இருக்காங்களா? வளந்துருக்காங்களா?"

இரண்டரை வருடங்களுக்கு முன் குழந்தைகளைப் பார்த்ததற்கும் இப்போதைக்கும் நல்ல வித்தியாசம் தெரியும். நேரில் செல்லத் தான் தாமதம் ஆகிக் கொண்டே இருக்கிறது. ஒரு தொடர் படம் (விடியோ) செய்து அனுப்பினால் பார்த்து மகிழ்வார்களே என்று எனக்குள் பல நாட்களாய் எண்ணம். இரு வருடங்களாய் எடுத்த படங்களை வெட்டி ஒட்டி வேலை செய்து கொண்டும் இருந்தேன். இன்னும் பட நாடாவில் கொஞ்சம் இடம் இருக்கிறது. பெண்களின் முறையே ஐந்து, மூன்று வயதுக் கொண்டாட்டங்களையும் பதிவு செய்து மொத்தமாய் அனுப்பிவிடலாம் என்றோ வேறு காரணங்களாலோ இது தள்ளிப் போய்க்கொண்டே இருக்கிறது.

ஆத்தாவிற்கு என்ன வயது இருக்கும்? யாருக்கும் சரியாய்த் தெரியாது. பிறந்த நாள், தேதி, கிழமை ம்ஹூம் வாய்ப்பே இல்லை. என் அம்மாவிற்கே வயது என்ன என்பதற்கு, என் வயதையும், அம்மா அப்பா திருமணத்தின்போது அவர்களுக்கு என்ன வயது என்பதையும், அதன் பிறகு எத்தனை ஆண்டுகள் கழித்து நான் பிறந்தேன் என்பதையும் வைத்துத் தான் கணிக்க முடியும். குத்துமதிப்பாக, இந்த முறையினை இன்னும் கொஞ்சம் வளர்த்தால், ஆத்தாவின் வயதைச் சுமார் 75, 80 என்று சொல்லலாம்.

கிராமத்தை விட்டு நகரத்தின் பக்கம் வந்த போது தனது வயதில் பாதிக்கும் மேல் ஆகியிருக்க வேண்டும். உடல் வலுக் குறையாத வயதில் ஆத்தா எல்லா வேலைகளையும் தானே எடுத்துப் போட்டுக் கொண்டு செய்ததாகக் கூறக் கேட்டிருக்கிறேன். எனது பள்ளிக் காலங்களில் அதனைக் கண் கூடாகப் பார்த்தும் இருக்கிறேன். உடல் முடியாத போதும் மனம் அயராமல் எதையாவது செய்ய முற்பட, அம்மா முதலானோர் "நாங்க பாத்துக்கறோம். நீ கம்முனு இரும்மா" என்று கூறவும் கேட்டிருக்கிறேன். உடலை வருத்திய சர்க்கரை நோய் நிலை பற்றியும் பேச்சுத் தவறாமல் இருக்கும்.

"உங்களுக்கு உடம்பு எப்படி இருக்கு? டாக்டர் கிட்டப் போனீங்களா?"

"ஏதோ இந்த எட்டுக்குக் கொஞ்சம் தேவுலைப்பா. சக்கரைக்கு மாத்திரை கேக்க மாட்டீங்குதுன்னு டாக்டரு தெனமும் ஒரு ஊசி போடச் சொல்லிட்டாரு. அத்தை தான் போடறா. அதனால இப்பக் கொஞ்சம் பரவாயில்ல"

"..."

"சரி.. எப்ப ஊருக்கு வர்றீங்க?"

"அ..அது.. இன்னொரு நாலஞ்சு மாசமாவது ஆகுங்காத்தா"

இந்த வருடக் கடைசி வரை வர இயலாது என்று கூற எனக்கு மனம் வராது. சென்ற வருடம் செல்ல முடியாமல் இன்னும் ஒரு வருடமாவது ஆகும் என்று தெரிந்த போதும் "குறைந்தது நாலு மாதம்" என்பது தான் என் பதிலாய் இருக்கும். அதற்கே அவர்களின் பதில், "இன்னும் நாலு மாசமா?" என்று ஏமாற்றமாகத் தான் இருக்கும்.

சமீபத்தில் ஊர்ப்பயணத் திட்டங்கள் உறுதியாகி விட்டன. நான்கு வருடங்களுக்குப் பிறகு டிசம்பர் முதல் வார இறுதியில் ஊர்ப் பயணம். தொலைபேசியில் இம்முறை கேள்விக்குக் காத்திருக்கப் போவதில்லை.

"ஆத்தா, டிசம்பர் மாசம் ஊருக்கு வரோம். இன்னும் ரெண்டே மாசம் தான். டிக்கட் எல்லாம் கூட வாங்கிட்டோம்"

சுருங்கிய தோலும், குழி விழுந்த கண்களும், நரை கலந்த தலையுமாக இருந்தாலும், அவற்றின் ஊடே பார்வையில் பாசமும், முகத்தில் வாஞ்சையுமாய் இருக்கும் ஆத்தாவைப் பார்த்த உடனே போய்க் கட்டிக் கொள்ள வேண்டும். கூட்டத்தில் அவர்களால் இரயில் நிலையம் வர முடியாதோ? இயலாது எனில் வீட்டிற்குச் சென்றவுடன் முதல் வேலை அது தான். எனது முகத்தைப் பிடித்துப் பார்த்துப் பரவசப்படும் அவர்கள் முகத்தைப் பார்க்க வேண்டும் என்று மனம் பரபரக்கிறது. எப்போதும் நேராக நீளாமல் நடு முழியில் மடங்கிக் கிடக்கும் (இடது?) கைச்சுண்டு விரல் இன்னும் அப்படியே தான் இருக்கிறதா என்று தடவிப் பார்க்க வேண்டும்.

அது தான் இன்னொரு மாதத்தில் ஊருக்குப் போகப் போகிறோமே, அதனால், அந்தத் தொடர்படத்தைக் கூட நேரில் போகும் போது எடுத்துக் கொண்டு போய் விடலாம். “இது என்ன, அது இந்த இடம்” என்று வர்ணனையோடு உடன் இருந்து பார்த்துக் கொள்ளலாம் என்று அதை இன்னும் நான் அனுப்பவில்லை. அன்றாட வாழ்க்கை இரைச்சல்களில் மூழ்கிச் சில நாள் அதை நான் மறந்தும் போனேன் என்பதும் உண்மை.

ஆத்தாவுக்கு உடன்பிறந்தவர்கள் பல பேர். சிதறித் தொடர்பற்றுக் கிடப்பவர்கள், சின்ன வயதில் இறந்து போனவர்கள், தான் வளர்த்த தமக்கையின் வாரிசுகள், என்று உறவு மரம் விரிவானது. எனக்குத் தான் சொந்தங்கள் எதுவும் சரியாய்த் தெரியாது. சென்ற முறை சென்றிருந்த போது விரிவாய் ஒரு சிலேட்டும் கையுமாக ஆத்தாவிடம் கேட்டுப் படம் போட்டுத் தெரிந்து கொண்டது நினைவில் இருக்கிறது. ஒழுங்காய் எழுதி வைக்காதது நான்கு வருட இடைவெளியில் எல்லாம் மறந்து விட்டது. இம்முறை எல்லாவற்றையும் நன்கு ஆவணப் படுத்தி வைத்துக் கொள்ள வேண்டும். உறவுகள்/குடும்ப மரம் ஒன்று வரைந்து கொள்ள வேண்டும். தனது கடந்த காலத்தைப் பற்றி நினைத்துப் பார்ப்பது அவர்களுக்கும் ஒரு சந்தோஷத்தைத் தரும் விஷயமாய் இருக்கலாம் என்பதாலும் இந்த முனைப்பில் எனக்கு ஆர்வம்.

ஆயிற்று.. இன்னும் ஒரே வாரம் தான். அடுத்த சனிக்கிழமை கிளம்பி ஊர் சென்று விடலாம். இவ்வளவு நாள் தாமதமானால் என்ன? ஆறு வார விடுப்பில் செல்வது அனைவருக்கும் நன்றாய் இருக்கும். இடையில் இந்த வாரத்தில் நான்கு நாட்கள் விடுப்பு இருக்க, வெளியூர் சென்றுவிட்டு நேற்று இரவு வீடு திரும்பிய போது தொலைபேசியில் ஒரு செய்தி சேர்ந்து இரண்டு நாட்களாகக் காத்திருந்தது.

“உடல்நலக் குறைவு அதிகரித்து ஆத்தா நேற்றிரவு 11.50க்குக் காலமாகி விட்டார்கள்!”

அதிர்வாய் இருந்தது. கண்களில் நீர் வரவில்லை. மெலிதான ஒரு சோகம் மரத்துப் போன உணர்வுகளில் கலந்தது. இன்னும் பத்து நாட்களில் சென்றிருப்போமே.. நான்காண்டுகள் பொறுமையாய் இருந்த இயற்கைக்கு இப்போது அப்படி என்ன அவசரம்? தெரியவில்லை. காரணம் புரியவில்லை என்றாலும் இயற்கையின் நியதிகளை நாம் ஏற்றுக் கொண்டு தான் ஆக வேண்டும். வேறு வழியில்லை...

அன்புள்ள என் ஆத்தாவிற்கு எங்களின் இதயம் நிறைந்த அஞ்சலி.

* * * *

கதைகள் மட்டும் மிஞ்சும்

மொடா அண்டாத் தண்ணி காச்சி
மொழங் கால்மேல் குப்புறப் போட்டு
முதுகு பூரா எண்ணயும் வச்சுச்
சுடச்சுடத் தண்ணி யூத்தி
நீவி நீங்க குளிச் சுட்டப்போ
சல தாரை யில
வழுக்கி உழுந்து நான்
வீல்வீல்னு கத்துனதச்
சொல்லிச் சொல்லிச் சிரிப்பீங்க.
மங்கிலியம் கோத்திருந்த
மஞ்சக் கயிறு
மக்கிப்போயி அந்துபோக
புதுக்கயிறு கோத்துத்தான்னு
நீங்களே சொல்லீட்டு,
சலதாரையில் கிடந்த பையன்
தாலிகட்ட வந்துட்டான்னு
கிண்டல் வேற செஞ்சீங்க.
பொக்கைவாய்க் கன்னம்
குழியுமுகச் சிரிச்சுக்கிட்டு
என் வளர்ச்சிய வியந்தீங்க.
நீங்க
படுத்திருந்த இடத்துல
பாய் சுருட்டி வச்சாச்சு

நாலு செங்கல் வச்சுச்
சூடம் ரெண்டு பத்திக்
கும்பிட்டு வருசம் ஒண்ணு
கடகடன்னு போயிருச்சு.
இந்தக்
கதைங்க மட்டும் நெஞ்சுக்குள்ள
அங்கொண்ணும் இங்கொண்ணுமா
அமுந்து கிடக்குதுங்க ஆத்தா.
சக்கையை எறிஞ்சுட்டுச்
சாறு மட்டும் எடுத்த மாரி
ஆள் மறஞ்சு போனாலும்
கதைங்க மட்டும் மிஞ்சிப் போற
வாழ்க்கையின் அதிசயத்த என்
பேரப் புள்ளைங்களுக்கும்
முடிஞ்சா அவங்க
பேரப் புள்ளைங்களுக்கும்
நான் சொல்லோணும்.
நெலத்து மேல
புளுவுக்குத்
தீனியா மாறும் முன்னே
நெனச்சுப் பாத்துச்
சிரிக்கறக்கு
நானும் தினம்
நாலு கதை பண்ணோணும்.

செம்பருத்தியும் செவ்வந்தியும்

பூக்கள், செடி கொடிகள், மரங்கள், இவற்றைப் பற்றிய அறிவு பெரிதாய் இல்லாத சிறுநகரவாசியாக வளர்ந்தவன் நான். ஒரு முறை ஒரு கிராமத்திற்குச் சென்ற போது சோளத்தட்டைப் பார்த்து, "இது என்ன அரிசிச் செடியா?" என்று நான் கேட்டதாகப் பல நாள் என்னைக் கிண்டல் செய்திருக்கிறார்கள். இன்னும் கூட எனக்கு வயலில் நெல்லுக்கும் சோளத்திற்கும் வித்தியாசம் எல்லாம் தெரியும் என்று நான் நம்பவில்லை.

இம்முறை ஊர் சென்றிருந்தபோது ஒருநாள் மூன்றும் ஐந்துமான மக்களிடம் கதை விட்டுக் கொண்டிருந்தேன். "குட்டி, இது என்ன பூ தெரியுமா? வெள்ளையாய் இருக்கில்லையா அதனால் இது வெள்ளைப்பூ"!!

'தந்தை சொல் மிக்க மந்திரமில்லை' என்பதெல்லாம் கேட்டறியாத அமெரிக்க மகள் சற்றே சந்தேகமாக என்னைப் பார்த்தாள். "பறிச்சு மேலிருந்து போட்டால், Fan மாதிரி சுத்துது பார், அதனால் இது White Fan பூ", என்று மேலதிக விளக்கங்கள் வேறு! "வெள்ளக் காத்தாடிப் பூ" என்று (கொங்குத்) தமிழில் சொல்லியிருந்தால் புரியாமல் போயிருக்கும். இப்போதும், என்னவோ வேடிக்கையாய் இருந்தது என்று மட்டும் புரிந்துகொண்டு பெரியவள் சிரித்துவிட்டுப் போனாள். குத்திய காது வலியை மறக்கடிக்க நான் விரித்த இந்தப் பூக்கதை வலையில் மெல்ல விழுந்தபடி பார்த்துக் கொண்டிருந்தாள் புதிதாய்த் தோடணிந்த என் சின்ன மகள்.

என்னவோ தெரியவில்லை. இந்தச் செம்பருத்திப் பூவின் மீது மட்டும் எனக்கு ஒரு தனிப் பிரியம். அதற்குக் காரணம் ஒருவேளை அத்தனை கடும் பச்சை இலைகளுக்கு ஊடே தனியாகத் தெளிவாகத் தெரியும் கெட்டிச் சிவப்பு நிறமோ? என்னவோ மற்ற பரவலான பூக்களை விட அசல் தமிழ்ப்பெயர் கொண்ட பூ இது என்பதாய் எனக்கு எண்ணம். கூடவே தாவரவியல் பாடத்தில் Hibiscus Indica(?)

என்கிற கவர்ச்சியான(!) அறிவியற் பெயரும். செம்பருத்தி என்றாலே மனசுக்குள் மிருதுவான ஒரு உணர்வு.

என்னுடைய முதல் மகளுக்குக் கூட முதலில் செம்பருத்தி என்று பெயரிடலாம் என்று கொஞ்ச நாள் எண்ணிக் கொண்டிருந்தேன். ஆனால், அதை Semparuththi என்று எழுதி அதனால் இந்த ஊர்க்காரர்கள் படப் போகும் அவஸ்தையை எண்ணி அவ்வெண்ணத்தைக் கைவிட்டு விட்டேன். (இப்படியொரு பெயரை நான் மனதுக்குள் யோசித்த போதே இல்லத்தரசி வெட்டி விட்டார் என்பது வேறு விஷயம்!).

முதன் முதலில் ஈரோட்டில் ஒரு பள்ளி நண்பன் வீட்டில் தான் செம்பருத்திப் பூவை நான் அறிமுகம் செய்து கொண்டதாய் ஞாபகம். முதல் மாடி வாடகை வீட்டில் இருந்த எங்களுக்குப் பூ என்றால் சட்டியில் வைத்த மேசை ரோசாவும், வயலட் நிற டிசம்பர் பூவும் தான். ஆனால் நண்பன் வீட்டைச் சுற்றி மதில் சுவருக்கு உட்புறம் முழுவதுமாகச் செடி கொடிகள். முன்வாசலுக்கு வலது புறம் அருகருகே இட்லிப்பூவும் என் இதயம் கவர்ந்த செம்பருத்தியும்.

செம்பருத்திப் பூ வரவேற்கும் எந்த வீடும் எனக்குப் பிடித்திருக்கிறது.

காரணம் தெரியாமல் எனக்குப் பிடித்த இன்னொரு பூ செவ்வந்திப் பூ. அதற்குக் காரணம் தெரியவில்லை என்பது மட்டுமல்ல. அதை நான் பார்த்ததாகவும் நினைவில்லை. ஏதாவது பாட்டில் கேட்டிருப்பேனோ? கதையில் படித்திருப்பேனோ? இருக்கலாம். இரண்டு வருடத்திற்கு முன்னர், சரி நாமும் இனிக் கவிதைகள் என்று மீண்டும் ஏதேனும் எழுதலாம் என்று எண்ணியபோது முதல் தகுதியாய் ஒரு புனைப்பெயர் வைத்துக் கொள்ள வேண்டும்(!) என்று எண்ணினேன். அதற்கு நான் தேர்ந்தெடுத்த பெயர் "செவ்வந்தி". மீண்டும், ஏன் என்று யாரும் காரணம் கேட்காதீர்கள்! எனக்கும் தெரியாது.

ஓ! செவ்வந்தி எத்தனை கவிதை எழுதினார் என்றும் யாரும் கேட்டு வைக்காதீர்கள். பூஜ்யப்பூ தான்.

பூக்கள் பற்றி அதிகம் தெரியாது என்று இருந்தாலும், எழுத ஆரம்பித்ததும் இன்னும் கொஞ்சம் பூவிவரங்கள் எனக்கும் கூட எட்டுகின்றது என்பது ஆச்சரியமான விஷயம் தான். பட்டியலில் அடுத்ததாகப் பிடித்த பெயர்களாய் செண்பகப்பூவும் செந்தூரப்பூவும் எட்டிப் பார்க்கின்றன. "செ"வில் ஆரம்பிப்பதால் தான் இவை எல்லாம் எப்படி இருக்கும் என்று தெரியாமலே பிடிக்கிறதோ ?

புதுப்பாளையத்துப் பொடக்காலியில் (புழக்கடை) சலதாரைத் தண்ணீர் பாய்ந்து வளர்ந்த மல்லிகைச் செடி கூட நினைவுக்கு

வருகிறது. உதிரியாய் மல்லியும் முல்லையும் நூலில் சரமாய்க் கட்ட நான் கூடச் சில சமயம் முயன்றிருக்கிறேன். ஆனால், ஊசி வைத்துக் கோர்ப்பது தான் எனக்குச் சுலபமாய் இருந்திருக்கிறது. திருமணமான புதிதில் எனக்குப் பிடித்தவை மல்லியும் முல்லையும் என்றிருந்தேன் மனைவியிடம். அவர் வீட்டுச் செடிகளில் இம்முறை மந்தாரையும் சிவனுக்கு உகந்த மஞ்சள் சங்குப் பூவும் கண்டேன்.

செயற்கையாய்த் தலையில் எதையேனும் மாட்டிக் கொண்டிருக்கும் இங்கிருந்து, ஊர் சென்ற என் பெண்கள் ஆசையாய்ப் பல பூக்களைத் தலையில் சூடிக் கொண்டார்கள். அவற்றுள் கனகாம்பரமும் ஒன்று. பூச்சூடிப் பொட்டும் வைத்துப் பூரித்த முகத்தோடிருந்த பெண்களின் அழகைக் கண்டு மனம் மகிழவே அடிக்கடி ஊருக்குப் போக வேண்டும் போலிருக்கிறது.

“ஐய, இது நல்லாவே இல்ல”, என்று தன் அம்மா சொன்னதையும் கேட்காமல், காருக்கு முன்விளக்குகள் போலே காதுக்கு மேலே இரண்டு பக்கங்களிலும் ரோஜாவை அணிந்துகொள்வேன் என்று அடம் பிடித்தபடி பெண் முக மலர்ச்சியோடு தானே காராக மாறிப் போன நேரங்களும் இனிமையானவை.

“அட, விடு. அதனால என்ன? அவ ஆசப்படற மாதிரி வச்சுக்கட்டுமே..”

குழந்தைகளிடம் கிறுக்குத்தனமான செய்கைகளுக்கும், கோணங்கித் தனங்களுக்கும், வேடிக்கை காட்டுவதற்கும் என்றும் தயக்கமில்லாத ஒரு அப்பன் நான். எனது சிறு வயதுப் படம் ஒன்றில் எனக்கும் கூட ரிப்பன் கட்டிக் குடுமி போட்டு.. ஹ்ம்ம்.. பூ வைத்திருந்தார்களா நினைவிலில்லை. முதல் மொட்டைக்கு முன் எடுத்த படம் கண்ணாடிச் சட்டம் போட்டு வீட்டில் எங்கோ உட்கார்ந்திருக்கிறது.

டிசம்பரில் இரண்டு நாள்ப் பயணமாய் ஈரோட்டில் இருந்து இரயிலில் பெங்களூருக்குக் கிளம்பினோம். ஆறேழு பேராய் அதிகாலையில் அவசரமாய் கிளம்பிச் சென்று பெட்டியில் அமர்ந்த பின் வண்டி கிளம்பியது. சிறிது நேரம் கழித்துத் தான் கவனித்தேன். எனது பெண்களின் தலையில் அவ்வளவு அழகாகப், புதிதாக, வெள்ளையாக, அருமையாக ஒரு பூ. அவர்கள் அருகில் வந்த போது, ம்ம்ம்ம் என்னே ஒரு இனிய வாசம்! அடர்த்தியாக இருந்து அழகைக் கூட்டிய அது என்னவாய் இருக்கும்? என்னவோ சாமந்தி என்பார்களே.. ஒருவேளை அதுவோ என்று எண்ணியபடி கேட்டேன். “இல்லை செல்வா, இது செவ்வந்திப் பூ” என்ற பதில் கிடைத்தது.

“ஓ, இதுதான் செவ்வந்தியா?”

எப்படி இருக்கும் என்று தெரியாமலேயே எனக்குப் பிடித்திருந்த ஒரு பூவை, பெயர் தெரியாத போதே எனக்குப் பிடித்திருந்தது என்பதும் ஒரு இனம் புரியாத மகிழ்ச்சியையும் ஒப்புதலையும் எனக்குத் தந்தது.

* * * *

அல்போன்சு சார்

சமீபத்திய இந்தியப் பயணத்தில் ஒருநாள். அது ஒரு ஞாயிற்றுக்கிழமையின் மதிய வேளை. ஏதோ சாமான் வாங்கிவரக் கடைவீதிப் பக்கம் சென்று மூன்று மணிக்கே மூட இருந்த 'சங்கீதா'வில் வாங்கிக் கொண்டு அந்தச் சாலை முக்கில் திரும்பும் போதுதான் அவரைப் பார்த்தேன். 'ஸ்கூட்டி' மாதிரி இருந்த ஒரு வண்டியை ஓட்டிச் சென்று கொண்டிருந்த அவரைத் துரத்திப் பிடித்து நிறுத்தியபோது உடனே என்னைத் தெரிந்துகொண்டார்.

"டே செல்வராஜ்", என்று நடு ரோட்டிலேயே வண்டியை நிறுத்தி விட்டு, அன்பாய் விளித்தார், அல்போன்சு சார்.

கூட்டமில்லாத ஞாயிறு ஆனதால் கடந்து சென்ற ஓரிருவர் எதுவும் குறை பட்டுக் கொள்ளாமல் சாலை நடுவில் நின்று கொண்டிருந்த எங்களைச் சுற்றிக் கொண்டு சென்றனர்.

"எப்படி சார் இருக்கீங்க?" உயர்நிலைப் பள்ளியில் இயற்பியலை இனிமையாக்கித் தந்த ஆசிரியர் மெலிதாய்ச் சிரித்தார். எனக்குக் கெப்லரையும் கோபர்னிக்கஸையும் ஐசக் நியூட்டனையும் முதன் முதலில் அறிமுகப்படுத்தி வைத்தவர். பாடத்தில் அவர் கேட்கும் கேள்விகளுக்குப் பதில் சொல்லத் தெரியாமல் திருதிருவென விழித்து வரிசையாய் நின்ற எங்களிடம் வந்து கழுத்தைப் பிடித்து வளைத்து முதுகில் 'தொம்' 'தொம்' என்று சத்தம் வர, ஆனாலும் அதிகம் வலிக்காத, அளவான அடியைக் கொடுப்பார். இன்று சற்றே அயர்வாய்த் தெரிந்தார்.

"நல்லா இருக்கேம்ப்பா. ஆனாக் கொஞ்ச நாட்களுக்கு முன்பு ஒரு இதயக் கோளாறு வந்துருச்சு. பைபாஸ் பண்ணியிருக்கு. ஆனா இப்போப் பரவாயில்லே. நீ எப்படி இருக்கே, லீவுக்கு வந்திருக்கியா?"

அல்போன்சு சார் எங்களுக்கு வெறும் இயற்பியல் வாத்தியார் மட்டுமல்ல. பல வகைகளில் எங்களோடு கலந்திருந்தவர். ஒவ்வொரு நாளும் மாலை மணி அடித்தபின் கட்டாயம் அவரை விளையாட்டு

அரங்கத்தில் பார்க்கலாம். பள்ளியில் சரியான விளையாட்டுப் பயிற்சியாளர்கள் எல்லாம் இல்லாத ஆரம்ப காலத்தில் இருந்து, வேறு பயிற்சியாளர்கள் அமைந்துவிட்ட பிற்காலத்திலும் கால்பந்தாட்டம் என்று வந்து விட்டால் அவர் தான் முதல் ஆள்.

“வெளையாடாம ஒழுங்காப் படி'' என்று என் வீட்டில் சொன்னதாலோ என்னவோ அதிகமாய் விளையாட்டில் ஆர்வம் காட்டாத சற்றே “பழமான” ஒரு மாணவன் நான். ஏதோ பள்ளிப் பேருந்தில் வந்து கொண்டிருந்த காலத்தில் அது இரண்டாம் சுற்று வரும் வரை காத்திருக்க வேண்டியிருந்த ஒன்றரை மணி நேரத்தில் அந்த மைதானத்தில் கால்பந்தின் பின்னாடியே ஒரு ஐந்து நிமிடம் ஓடிவிட்டுக் களைத்துப் போய் அமர்ந்துவிடுவது தான் என் வழக்கம். ஆனால் தீவிரமான விளையாட்டு வீரர்களுக்குப் பயிற்சி அளித்துத் தயார்ப் படுத்தி, பள்ளிக்கென்று ஒரு அணியை உருவாக்கிப் பல விளையாட்டுப் போட்டிகளுக்கு அழைத்துச் சென்று பள்ளிக்குப் பெருமை சேர்த்தவர் அவர்.

“சார், இன்னும் நீங்க ஸ்கூலுக்குப் போயிட்டு இருக்கீங்களா? இல்லை ஓய்வு பெற்றுவிட்டீர்களா?”

“இல்லப்பா, இன்னும் போய்க்கிட்டுத் தான் இருக்கேன். இன்னும் ஒரு நாலஞ்சு வருஷம் இருக்கு ரிட்டயராக”

கால்பந்தாட்டத்தைத் தவிர அல்போன்சு சாரின் இன்னொரு பெரிய ஈடுபாடு ஆண்டு விழாவிற்கு அவர் அமைக்கும் நாடகங்கள். தானே கதை, வசனம் எழுதி, இயக்கி, இசையமைத்து (தேவையான பாட்டுக்களை வெட்டி ஒட்டி ஒலிநாடாவில் பதிவு செய்து கொண்டு வருதல்), என்று எல்லாவற்றையும் செய்வார். சிலசமயம் புதுமையான செட் போட்டு அவர் அமைக்கும் நாடகங்கள் பள்ளியில் பிரசித்தம். ஒரு முறை ஒரு தொலைக்காட்சிச் செய்தி போன்ற காட்சியை அமைக்க ஒரு பெட்டிக்குத் தொலைக்காட்சி போல் வேடம்(!) போட்டு அதன் அடியில் இருந்த துளை வழியாக ஒரு தலையை ஒரு சிறு பெண்ணைக் கொண்டு விட வைத்து செய்தி வாசிக்கச் சொன்னதை மேடைக்குக் கீழ் இருந்து பார்த்தவர்கள் அருமையாய் இருந்ததாகச் சொன்னார்கள். பெட்டிக்குள் தலைய்யை விட்டுக் கஷ்டப் பட்டது அவருடைய சிறு பெண் (மகள்) தான் (சின்னத் தலையாய் வேணுமே!).

பொதுவாகவே அவருடைய நாடகங்கள் தான் ஆண்டு விழாவில் கடைசியானதாய் இருக்கும். அதிலும் பல வருடங்கள் விழாவின் முன் நாள் நடக்கும் ஒத்திகையின்போது கூட அவருடைய நாடகத்தின் கடைசிக் காட்சி காட்டப்பட மாட்டாது (சஸ்பென்ஸ்!). சில சமயம் ஆர்வத்தைத் தூண்டிவிடும் மர்மக் கதைகளாய் அவை இருக்கும்.

வகுப்பறைக்கு வெளியே வேடிக்கையாய்ச் சில சமயம் அவரிடம் பேசிடும் போது, "நாடகம் எல்லாம் நடிச்சு இப்போ நல்லா பேசிப் பழகிட்டானுங்க!" என்று அவரும் வேடிக்கையாய்ச் சொல்வதுண்டு. அது வெறும் வேடிக்கையானதில்லை. ஓரளவு உண்மையானதும் தான் என்று இப்போதும் எனக்குத் தோன்றுகிறது.

பாலச்சந்தர் படத்தில் வரும் கதாநாயகர்கள் போல அல்போன்சு சாரின் நாடகங்களுக்கு என்று ஒரு தனியான நடிகர் பட்டாளம் இருந்தது. ஒவ்வொரு வருடமும், இவனுக்கு இந்தப் பாத்திரம் என்று தனது ஆஸ்தான நடிகர்களை மனதுள் வைத்தே அவர் நாடகம் எழுதுவதை உணர்ந்திருக்கிறேன். ஆறு வருடம் படித்த அந்தப் பள்ளியில் முதல் வருடம் தவிர ஐந்து வருடங்கள் அவர் நாடகங்களில் நடித்த நல்ல அனுபவமும் பெருமையும் எனக்கும் உண்டு.

அதில், அவரிடம் இயற்பியல் படித்ததோ முதல் மூன்று வருடங்களுக்குத் தான் (11ஆவது 12ஆவதுக்கு அவர் பாடம் நடத்தவில்லை). இந்த நாடக அனுபவமோ அதையும் தாண்டிய அதிக நாட்கள்/ஆண்டுகள். இயற்பியல் பரிசோதனைக்கூடம் தான் கூடவே எங்களது நாடக பயிற்சிக் கூடமும் ஒத்திகைக் கூடமுமாக இருந்தது.

இது தவிர, அறிவியற் பொருட்காட்சிக்கென்று ஏதேதோ செய்து அவரோடு சென்ற நேரங்கள் நினைவு இருக்கின்றன.

புதிது புதிதாய் எதையேனும் முயற்சி செய்து பார்ப்பதில் அவருக்கு ஆர்வம் அதிகம் என்று எண்ணுகிறேன். ஒரு ராக்கெட்டில் நிலவுக்கு ஒரு parabolic mirror ஒன்றை அனுப்பி இரவில் சூரிய ஒளியைப் பூமிக்குப் பாய்ச்சலாம் என்பது போன்ற ஒரு திட்டத்தை வைத்திருந்தார். இந்துப் பேப்பரில் எல்லாம் அது பற்றி எழுதி வெளிவந்த தாள்களை வெட்டி வைத்திருந்தார். அதன் பிறகு சில ஆண்டுகளுக்குப் பின் ரஷ்யர்கள் அதே போன்றதொரு திட்டத்தைச் செயல்படுத்தியது பற்றிய ஒரு செய்தியும். அவர்களுக்கு முன்பே தான் அந்தத் திட்டத்தை யோசித்தவர் என்பதற்குச் சான்றாக வெட்டி வைத்திருந்தார். அவருடைய மாணவர்கள் நாங்கள் சிலர் அமெரிக்கா வந்த போது நாசாவிற்கெல்லாம் அது பற்றி விவரம் எழுதி அந்த ஆய்வில் ஈடுபட வசதிகள் தருமாறு விண்ணப்பித்திருந்தார். ஒரு ஈரோட்டுப் பள்ளியின் ஏழை வாத்தியாரை நாசா கண்டு கொள்ளவில்லை. (நாசாவை நான் குறை கூறவில்லை).

அன்று சுமார் ஐந்து நிமிடம் தான் அவரோடு பேசி இருப்பேன். அதிலேயும் இப்போது செய்து கொண்டிருக்கும் வேலைகள் பற்றிக் குறிப்பிடத் தவறவில்லை அவர். "தண்ணீரின் அழுத்தத்தை வைத்தே ராக்கெட் விட முடியுமா என்பது பற்றிப் பார்த்துக் கொண்டிருக்

கிறோம். அப்துல் கலாமிற்கும் எழுதி இருக்கிறோம். பார்க்கலாம்" என்றார். அவருடைய ஆய்வு முயற்சிகள் பற்றி எனக்கு முழுமையாய்த் தெரியவில்லை. ஆனால், கனவுகளுக்கும், கற்பனைகளுக்கும் அவரிடம் பஞ்சமில்லை என்பது மட்டும் தெரிகிறது.

நாசாவோ வேறு எவரேனுமோ அவரைக் கண்டு கொள்ளவில்லை என்றால் தான் என்ன? இந்தக் கனவுகளும் கற்பனைகளும் அவற்றைப் பகிர்ந்து கொள்ள மாணவர்களும் இருக்கும் வரை அது அவருடைய வெற்றி தானே!

* * * *

தாலாட்ட வந்த பாரதி

"சிந்து நதியின் மிசை நிலவினிலே
சேர நன்னாட்டிளம் பெண்களுடனே
சுந்தரத் தெலுங்கினில் பாட்டிசைத்துத்
தோணிகள் ஓட்டி விளையாடி வருவோம்.."

பாரத நாட்டு ஒருமைப்பாட்டிற்காக ஒரு பாட்டைப் பாடி வைத்தான் பாரதி! ஆனால் சில நிமிடங்களுக்கு முன் இந்தப் பாட்டைத் தான் என் பெண்களுக்குத் தாலாட்டாய்ப் பாடி(!) உறங்கத் தயார் செய்து விட்டு வந்தேன்.

பாட்டும் தாலாட்டும் தெரியாத எனக்கு அவ்வப்போது கைகொடுப்பது பாரதி தான். இது ஒரு தாலாட்டுப் பாட்டின் இலக்கணங்களுக்கு உகந்ததாய் இல்லாதிருக்கலாம். ஆனால் எனக்கும் என் பெண்களுக்கும் இடையேயான அந்தச் சிறு உலகத்தில் அந்தச் சில நிமிடங்களுக்கு இதுவே எங்கள் தாலாட்டு.

முன்னொரு காலத்தில் பெரியவளுக்கு முதலில் நான் பாடிய தாலாட்டு "காக்கைச் சிறகினிலே" தான். அவள் கைகளில் தவழும் சிறியவளாய் இருந்த போது உறங்க மறுக்கும் அந்த இரவு வேளைகளில் கைகளில் சுமந்தபடி சுழன்று சுழன்று நடந்தபடி நான் பாட, அந்தக் கிறக்கத்தில் மெல்லக் கண்கள் சொருக அவள் நித்திரையுலகிற்குச் செல்லுகின்ற அந்தக் காட்சி.. பார்த்துக் கொண்டிருந்த அன்றும் பேரின்பம். எண்ணிப் பார்க்கும் எந்த நாளும் ஆனந்தம்.

இரண்டு வருடங்களுக்கு இப்படி ஓட்டிக் கொண்டிருக்க, பிறகு வந்த சிறியவளுக்கோ "காக்கை" செல்லுபடியாகவில்லை. ஹூம்.. அடுத்தடுத்து நான் முயற்சி செய்த எனக்குத் தெரிந்த மிகச் சில பாரதி பாட்டுக்களும் வேலை செய்யவில்லை. கடைசியில் அகப்பட்டது என்னவோ தமிழ்த்தாய் தான்.

♦ மெல்லச் சுழலுது காலம்

“நீராரும் கடலுடுத்த நில மடந்தைக் கெழிலொழுகும்..”

பள்ளியில் படிக்கும்போது காலை வணக்க நேரத்தில் பாடிப் பழகியது வீண்போகவில்லை! தினமும் தமிழ்த் தாய் வாழ்த்தைக் கேட்டுக் கொண்டு தூங்கப் போனவள் இன்று “ஐ டோண்ட் நோ தமுள். ஐ கேன்ட் சே தட்” என்கிறாள். பரவாயில்லை.. மூன்றரை வயதான பின் இப்போது அவளிடம் கொஞ்சம் கொஞ்சம் தமிழ் வந்து விளையாடுகிறது. (தமிழில் கேட்டால் தான் “ஸ்னேக்” கிடைக்கும், புத்தகம் படிப்பேன் என்று நானும் அவ்வப்போது அடம் பிடிப்பதும் காரணமாய் இருக்கலாம்).

இந்தப் பொடிசுகள் விவகாரம் அவ்வளவு லேசுப்பட்டதாயில்லை. சில நாட்களுக்கு அவர்கள் அறிந்த பழகிய விஷயங்கள் தான் வேண்டும். திடீரென்று ஒரு நாள் சொல்லாமல் கொள்ளாமல் புதிது புதிதாய் வேண்டும் என்னும் நிலைக்கு மாறிப் போயிருப்பார்கள். காக்கைச் சிறகையும் தமிழ்த் தாய் வாழ்த்தையும் விட்டு வளர்ந்தவர்களுக்குப் பாட மீண்டும் பாரதி தான் வந்து கை கொடுத்தார். ஒவ்வொன்றாய் முயன்று இரண்டு பாடல்கள் தேறின.

“அப்பா, சிவசக்தி for me, ஆத்திச்சூடி for நந்து” பெரியவளின் சிபாரிசு வேறு.

சிவசக்தி வேறொன்றுமில்லை, நமது “நல்லதோர் வீணை செய்து” பாட்டுத் தான். அதில் “எறிவதுண்டோஓஓஓஓ” என்று நீட்டி முழக்கியதால் கூட அது அவளுக்குப் பிடித்திருக்கலாம்.

“ஆத்திச்சூடி இளம்பிறையணிந்து மோனத்திருக்கும் முழு வெண் மேனியோன்..”

இவளுக்குப் பாட எடுத்த போது தான் இதன் வரிகளையும் அர்த்தங்களையும் கூர்ந்து கவனிக்க நேர்ந்தது. ஆகா.. என்ன அருமையான பாடல்! “பரம்பொருள் ஒன்றே பின்னெல்லாம் உருவகம்” என்னும் தத்துவம்! அருமையடா பாரதி!

இந்தப் பாட்டையும் தினமும் பாடிப் பாடி இராகமெல்லாம் கண்டபடி மாறி.. சிலசமயம் எனக்கே வந்த ஒரு தூக்கக் கலக்கத்தில் வரிகளை மாற்றிப் பாடிவிட்டால், “அப்பா, தப்பாப் பாடறீங்க” என்று என்னையே திருத்தும் அளவுக்கு அந்தப் பாட்டுக்கள் அவர்கள் உள்ளத்தில் ஊறிப் போய் விட்டன. அந்த உருவகத்தில் இந்தக் குழந்தையும் ஒன்று தானே.

பின்னொரு நாள் பாட்டுக்களின் காலம் போய்க் கதை கேட்கும் காலம் வந்தது. நானும் சிறு வயதில் கதைகள் நிறையக் கேட்டிருந்தாலும், கதைகளைக் கோர்வையாய்ச் சொல்வது என்பது

எனக்குச் சுலபமான காரியம் இல்லை. ஒரு சினிமா பார்த்து வந்தால் கூடச் சிலரெல்லாம் அருமையாய்க் கதை சொல்வார்கள். நமக்கோ பார்த்து இரசிக்கத் தெரிந்ததோடு சரி. திரும்பச் சொல்வதென்பது சரிப்படாத காரியம். கதை சொல்லத் தெரியாதே தவிர, கதை விடுவதற்கு என்றும் நான் தயங்கியதே இல்லை.

தினமும் புதிது புதிதாய் முன்னர் கேட்டிராத கதை வேண்டும் என்கிற வேண்டுகோள் இருக்கிற இப்போதைய நிலை பரவாயில்லை. ஆனால், சில காலம் முன்னர் தினமும் முன் தினம் கூறிய அதே கதை தான் வேண்டும் என்கிற நிலையில் பெரிய பிரச்சினையாய்ப் போய் விட்டது. முன் நாள் இரவு அந்தக் கணத்து அரைத் தூக்கத்தில் யோசித்தும் யோசிக்காமலும் விட்ட கதையை அடுத்த நாள் மீண்டும் நினைவு கூர்வதென்பது அவ்வளவு சாதாரணமான விஷயமா?

இதில் இன்னும் பிரச்சினை என்னவென்றால், நமக்குத் தான் நினைவிருக்காதே தவிர, பெண் படு கூர்மையாய் நினைவு வைத்திருந்து நான் சொல்லச் சொல்லச் சரிபார்த்து வருவாள். இன்றைய கதை சற்றே தடம் மாறும் போது "நோ அப்பா" என்று திருத்தங்கள் வேறு வந்து சேரும்! ஏன் இப்படி இவர் தப்புத் தப்பாய்ச் சொல்கிறார் என்று மனதிற்குள் எண்ணியிருப்பாள்!

"ஓ! அப்படியா, சரி சரி சரி" என்று நான் சமாதானமாகிப் போன நாட்களும் உண்டு. "ஏய்! நான் தானே கதை சொல்கிறேன். நீ அமைதியாயிரு. நான் சொல்வது தான் கதை" என்று எதிர்வாதம் புரிந்த நாட்களும் உண்டு. "இல்லாவிட்டால் நீயே கதை சொல்லு" என்று நான் தப்பித்துக் கொள்ளப் பார்த்த நாட்களும் உண்டு. ஒரு நிலையில் நான் முதலில் கதை சொல்லப், பிறகு அதே கதையை அவளும் கூறி ஆனால் இடையில் போக்கை மாற்றித் தன் கதையாய் அவள் என்னிடத்தில் விட்ட கதையும் நடந்திருக்கிறது!

தானாகப் படுத்துறங்கப் பழக்க வேண்டும் என்று முயல்கிற இந்தக் காலத்திலும் முதலில் புத்தகம் படித்துக் கதை சொல்லிப் பாட்டுப் பாடி என்று முடிந்தவரை நேரத்தை நீட்டிக்கச் செய்கிற அவர்களது முயற்சி சுவாரசியமானது தான். இவையெல்லாம் முடிந்து கண்களை மூடிப் படுக்க வேண்டிய நேரமாகி விட்டால், அப்போது தான் தண்ணீர்த் தாகம் ஏற்படும்! முடிந்தவரை என்னை அந்த அறையிலேயே இருக்க வைக்க எத்தனை பிரயத்தனங்கள்! அதனால் இப்போதெல்லாம் இந்தச் சலுகைகளை நேரத்தோடு முடிச்சுப் போட்டு முயற்சி செய்து கொண்டிருக்கிறோம். எட்டு மணிக்குள் போனால் கதை பாட்டு எல்லாம் உண்டு. எட்டரை ஆகிவிட்டால் கதை கிடையாது, போனால் போகிறது பாட்டு மட்டும் உண்டு. ஒன்பது ஆகி விட்டால் ஒன்றும் கிடையாது. இப்படி

◆ மெல்லச் சுழலுது காலம்

காலைப் பள்ளிக்கு இன்னும் சில நாட்களில் ஏழரைக்குப் பேருந்து வந்து விடும் என்பதால், இரவு எட்டு மணிக்குப் படுத்துறங்கப் பழக்கச் சொல்கிறார்கள். நடுக்கும் குளிரும் விரைந்து வந்துவிடும் இருட்டும் இருக்க இப்போது பரவாயில்லை. ஒன்பது மணி வரை வெய்யவன் வந்து வாசலில் விளையாடிக் கொண்டிருக்கும் வேனிற்காலத்தில் இது கொஞ்சம் சிரமமாகத் தான் இருக்கப் போகிறது.

எப்படி இருந்தாலும் பெண்களை உறங்க வைக்கச் செல்கின்ற இந்த நேரங்கள் ஒரு இனிமையான அனுபவம் தான்.

* * * *

பூப் பூவாப் பறந்து போகும்

நான் ஒரு பெரிய பாடகன் இல்லை. குளியலறையில் கூட எனது இசை ஞானம் அதிகமாய் வெளிவந்ததில்லை. பார்க்கின்ற கேட்கின்ற பாடல்கள் என்னையும் அறியாமல் எனக்குள் புகுந்து கொண்டால் தான் உண்டு. ஆனால், தற்செயலாகச் சில பாட்டு வரிகள் மட்டும் என்றாவது என்னுள் எட்டிப் பார்ப்பது உண்டு. அதிலும் பாடல்களின் முதல் நான்கு வரிகளோ, இரண்டு வரிகளோ (பல்லவி?) மட்டும் தான் தப்பும் தவறும் நிறைந்து வெளிவந்து விழுவது வழக்கம். ஆக, நான் ஒரு சிறிய பாடகன் கூட இல்லை என்று தான் சொல்ல வேண்டும்.

"பாட்டெல்லாம் பாடத் தெரியாது" என்றிருப்பவனைக் கூட இந்தப் பாடல்கள் முழுவதுமாய் விட்டு வைப்பதில்லை. நான்கு வரிகள் தான் என்றாலும் சில சமயம் அவை திடீரென்று காலையில் மனதிற்குள் புகுந்து கொண்டு நாள் முழுதும் ரீங்காரமிட்டுக் கொண்டிருக்கும். மூளை நரம்பு முடிச்சுக்களில் எங்காவது சேர்ந்து ஒளிந்து கொண்டிருக்குமோ? இருக்கலாம். ஏதாவது ஒன்று தூண்டிவிட பட்டென்று ஒரு பொறி பறந்து ஒரு முடிச்சவிழ்ந்து அந்தப் பாட்டு அன்று முழுதும் கச்சேரி நடத்தும்.

மனதிற்குள்ளே எழும் இந்த அலைகள் சக்தி வாய்ந்தவை என்று எண்ணியிருக்கிறேன். சிலசமயம் ஆச்சரியத்தக்க வகையில் மனம் அந்தப் பாட்டை முணுமுணுக்கும் அதே வேளையில் உடன் இருப்போர் நண்பரோ, மனைவியோ அந்தப் பாட்டின் அதே வரிகளைப் பாடுவதைப் பலமுறை கவனித்திருக்கிறேன். எப்படி நிகழ்கின்றன இந்தத் தன்னிச்சைச் சேர்ந்திசை(வு)கள்? விந்தை தான்.

பாட்டு பாட்டு என்று பலரும் சிலாகித்துப் பேசிக் கொள்கிறார்களே, உருகி உருகிக் கேட்கிறார்களே என்று நானும் சிலசமயம் பாட்டுக் கேட்க முயன்றதுண்டு. சின்ன வயதில் ஒலிநாடாவில் பாட்டுக் கேட்க முயன்றிருக்கிறேன். ஒரே நாடாவைப்

பலமுறை கேட்டுப் பழகி ஒரு பாட்டு முடிந்து அடுத்தது ஆரம்பிக்கும் அந்த இரு விநாடி இடைவெளியில் அடுத்தது என்ன பாட்டு என்று சட்டென்று தெரிந்து விடும். ஆனால், ஒரு பாட்டைக் கேட்டுக் கொண்டிருக்கும் போது இதற்கு முன் என்ன பாட்டு வந்தது என்று யோசித்தால் தெரியாது; நினைவிற்கு வராது! பாட்டுக்களை விட இடையில் இருக்கும் மௌனத்தைத் தான் என் மனம் மிகவும் விரும்பி இருந்தது போலும்.

எப்படித்தான் மக்கள் பாட்டுக் கேட்டுக் கொண்டே வேலை செய்கிறார்களோ தெரியவில்லை. நானும் பத்தாம் வகுப்புத் தாவரவியல் ஆய்வுக்கூட ஏட்டில் படம் வரையும் (ஒரு படத்திற்கு ஒரு மணி நேரமாவது ஆகுமே) போதில் இருந்து முயற்சி செய்திருக்கிறேன். வேறொரு வேலை செய்யும் போது பாட்டுக் கேட்க ஆரம்பித்தால், அந்த வேலையில் மூழ்கிப் போவேனே தவிர, பாட்டென்று ஒன்று அங்கு ஓடிக் கொண்டிருப்பதே மறந்து போகும் எனக்கு. ஒருவேளை அந்த நிகழ்வுகளின் போது தான் மனது இவற்றை முடிச்சுப் போட்டுச் சேகரித்து வைத்துக் கொள்கிறதோ?

சிறுவயதில் எப்போது கேட்டேன் என்று தெரியவில்லை. திரைப்பாடலா, குழந்தைப் பாடலா, திறமையான கவிஞர் யாரேனும் எழுதியதா, எதுவென்று தெரியாமல் எனக்குள் புகுந்து கொண்ட பாட்டு ஒன்று உண்டு. அது என் பெண்களுக்கு நான் பாடிக் காட்ட உதவியிருக்கிறது. வழக்கம் போல நான்கு வரிகள் மட்டுமே நினைவில் இருக்கும் இந்தப் பாட்டை மூன்று வயதிருக்கும் போதே நிவேதிதா நினைவில் இருத்திக் கொண்டாள்.

"பூப்பூவாப் பறந்து போகும்
பட்டுப் பூச்சி யக்கா – நீ
பளபளன்னு போட்டிருப்பது
யாரு கொடுத்த சொக்கா''

"யாரு கொடுத்த.." என்று நான் சொல்லி நிறுத்தும் போது, "சொக்கா.." என்று உற்சாகமாகக் கூவி மகிழ்வாள் மகள்.

இதைப் போன்றே இன்னொரு பாடல். அநேகமாக வானொலி நிலையம் ஒன்றில் (திருச்சியோ கோவையோ) கேட்டிருப்பேன் என்று நினைக்கிறேன்.

"தலைவாரிப் பூச்சூடி உன்னைப் – பாட சாலைக்குப்
போவென்று சொன்னாளோ அன்னை?''

இரண்டு வரிகள் மட்டுமே தான் நினைவில் இருப்பதால் இந்தப் பாடலை நான் அவர்களுக்குப் பாடுவதில்லை. இவ்விரண்டும் யாருக்காவது முழுதும் தெரியுமா?

நந்திதாவிற்கு மூன்று வயதான பிறகு, எதற்கெடுத்தாலும் அக்காவுடன் போட்டியும், நகலெடுத்த நடவடிக்கைகளும் இந்தப் பாட்டின் போதும் வெளிப்பட்டு இன்னும் கொஞ்சம் நினைவுகளுக்கு இனிமை சேர்த்தது. பட்டுப் பூச்சியைத் தான் அக்கா என்று கவிஞர் விளிக்கிறார் என்பது தெரிய வேண்டியதில்லை அவளுக்கு; அப்பா எப்படி அக்காவை மட்டும் வைத்துப் பாட்டுப் பாடலாயிற்று என்று முகத்தில் சோகத்தைத் தேக்கி என்னைப் பார்த்துச் சிணுங்குவாள். சமாதானமாய் நான்

"பூப்பூவாப் பறந்து போகும்
பட்டுப் பூச்சி நந்து''

என்று அவள் பெயர் வருமாறு பாடவேண்டும். சிணுங்கல்கள் மறைந்து அந்தச் சிறு முகத்தில் ஒரு நிறைவும் குதூகலமும் தெரியும் பாருங்கள் அடடா அடடா அடடாவே!

பல மாதங்களாக மறைந்து போயிருந்த பட்டுப் பூச்சிப் பாட்டும் சமீபத்தில் ஒரு நாள் வெளி வந்து பறந்தது. இப்போதும் அக்காவையும் நந்துவையும் வைத்து இரண்டு முறை பாடவேண்டியிருந்தது.

உன்னிப்பாய்க் கேட்ட பெரியவள், "அப்பா, அப்படி என்றால் என்ன (What does that mean?)" என்று அர்த்தம் கேட்டாள். வெறும் ஒலியாய் இன்றிப் பாடல்களுக்கு அர்த்தம் கேட்டுத் தெரிந்து கொள்ளும் நிலைக்கு வளர்ந்திருக்கிறாள் மகள் என்று என்னுள் மகிழ்ச்சி. எனக்குத் தெரிந்த விளக்கங்களை, இடையே உருவகம், உவமை என்பவற்றோடு கலந்து சொல்ல முற்பட்டேன். முழுப்பாட்டும் எனக்கு தெரியாமல் போச்சே என்று ஒரு ஏக்கம். என் விளக்கங்கள் முழுதும் அவள் கவனிக்காதிருக்கலாம். ஆனால், அந்தப் பாதையில் அவளது பயணம் தொடங்கி விட்டது என்று ஒரு நிறைவு.

எனக்கு நம்பிக்கை இருக்கிறது. ஒருநாள், என் மகள் தமிழில் கவிதை செய்வாள்.

* * * *

கர்நாடக சங்கீத அறிமுகங்கள்

சாதாரணப் பாட்டுக்கே வழி தெரியாத எனக்குக் கர்னாடக சங்கீதம் என்பது பலகாத தூரம். ஆனால் இந்த வாரம் கிளீவ்லாண்டிலேயே தியாகராசர் ஆராதனை விழா நடந்துகொண்டிருக்கிறது. தொடர்ந்து இருபத்தேழாவது வருடமாக இங்கிருக்கிற ஆர்வலர்கள் இந்தியாவிலும் இங்கும் உள்ள இசைக்கலைஞர்களை வைத்துச் சிறப்பாக நடத்தி வருகிற ஒரு விழா.

சுற்று வட்டாரத்தில் இருந்து சுமார் நாலாயிரம் பேர் வரை வருவார்கள் என்று எதிர்பார்க்கிறார்களாம். நாற்பதே நிமிடங்கள் காரோட்டிச் சென்றால் நிகழ்ச்சிக்குச் சென்று விடலாம். ஆனாலும் ஒரு வாரம் நடைபெறும் இந்த விழாவிற்கு நான் போய் வருவது என்பது கேள்விக்குறி தான். குறைந்த பட்சம் ஒரு முறையாவது போய் வரவேண்டும் என்று எண்ணிக் கொள்கிறேன்.

ராகம், தாளம், சுதி, துக்கடா, என்று அங்கங்கு நீர் தெளித்தாற் போல சில சொற்களைத் தவிர (சொற்கள் மட்டும் தான், அர்த்தங்கள் கூட இல்லை) இந்த இசையைப் பற்றி ஏதுமறியாத பாமரன் நான் இந்த விழாவைப் பற்றி எழுதுவது என்பது இயலாத காரியம். அதனால், இவ்விழாவை விவரிக்கும் இணையப் பக்கங்களில் சென்று ஆர்வம் இருப்பவர்கள் படித்துக் கொள்ளுங்கள்.

கர்னாடக இசை/சங்கீதம் என்றாலே நாட்டில் பெரிய தலைகள் யாராவது மறையும்போது வானொலியில் ஒலிபரப்பாகும் இரங்கல் அஞ்சலியும், புரியாத மொழியில் யாராவது திருப்பித் திருப்பி ஒன்றையே இழுத்துக் கொண்டு இருப்பதும் தான் என்ற அளவில் புரிந்து வைத்திருந்த அறிவிலி என்னை, முதன் முதலில் சென்னையில் நண்பர் கிருஷ்ணமூர்த்தி ஒரு இசைச் கச்சேரிக்குக் கூட்டிச் சென்றார். மெய் சிலிர்க்க வைத்த அனுபவம். இத்தனைக்கும் டிசம்பர் மாத இசை விழா என்பதெல்லாம் இல்லை.

ஒரு டிக்கெட்டுக்கு ரூ.25 ஆவது இருக்கும் (1990?). தேநீர்க்கடையில் ரொட்டி வாங்குவதற்கே நீ நான் என்று நாங்கள் அடித்துக் கொண்டிருந்த காலத்தில், எப்படி என்னையும் இன்னும் சில நண்பர்களையும் தானே செலவு செய்து அழைத்துச் சென்றார் கிருஷ்ணமூர்த்தி என்பது இன்னும் வியப்பாய் இருக்கிறது.

வாழ்வில் சில நிகழ்வுகள் எப்படி நிகழ்கின்றன, ஏன் நிகழ்கின்றன என்பது பல சமயம் ஒரு சுவாரசியம் நிறைந்த புதிராக அமைந்து போகின்றன. படிக வளர்ச்சித் (Crystal Growth) துறையில் முனைவர் பட்டத்திற்கான ஆராய்ச்சி செய்து கொண்டிருந்த அவரும் வேதிப்பொறியியல் படித்துக் கொண்டிருந்த நானும் அதே ஏசிடெக் கட்டிடத்தின் வேறு மூலைகளில் இருந்தோம் என்பதைத் தவிர எனக்கும் கிருஷ்ணமூர்த்திக்கும் யாதொரு தொடர்பும் இல்லை.

எங்கள் நட்புக்கு வித்திட்டுக் கொடுத்தது தமிழ் தான். ஏசிடெக் கில் ஒரு தமிழ் மன்றம் அமைக்க வேண்டும் என்று முயற்சிகள் தொடங்கப் பட்டபோது, எழுத்தாளர் பாலகுமாரனைத் திறப்பு விழாவுக்கு அழைக்கலாம் என்று திட்டமிடப்பட்டு அது தொடர்பாகப் பேசத்தான் முதலில் என்னைச் சந்திக்க விடுதி அறைக்கு மிதிவண்டியோட்டி வந்தார். என்னை விடச் சில வருடங்கள் மூத்தவர், வேறு விடுதியில் இருப்பவர், வேறு துறையில் இருப்பவர், என்பதெல்லாம் தாண்டி எங்களிடையே நட்பு விரிந்து வளர்ந்தது.

உரிமையாய் ஒரு நாள் "வாங்கடா" என்று என்னையும் இன்னும் சில நண்பர்களையும் யேசுதாஸ் அவர்களின் அந்தக் கச்சேரிக்கு அழைத்துச் சென்றார். யோகி ராம்சுரத் குமார் என்று திருவண்ணாமலையில் பீடி குடித்துக் கொண்டிருந்த விசிறி சாமியார் சம்பந்தப்பட்ட இயக்கம் ஒன்றிற்கு நிதி திரட்டும் நிகழ்ச்சி அது. இந்த விசிறி சாமியார் பற்றி எழுதி எழுத்தாளர் பாலகுமாரன் கூட அவர் விசிறியாய் இருந்த நினைவு. திருவண்ணாமலைக் கோயிலுக்கு ஒரு முறை நண்பர்களுடன் சென்றிருந்த போது நான் கூட ஒரு ஐந்து நிமிடம் அவரைப் பார்த்திருக்கிறேன். பீடிக்காரருக்கும் எனக்கும் சம்பந்தம் அவ்வளவு தான்.

யேசுதாஸும் ஒருவேளை அவருடைய விசிறியாய் இருந்திருக்கலாம். அது ஒரு இதமான மாலை நேரம். நாரத கான சபாவில் கூட்டம் நிறைந்து வழிந்தது. அரங்கம் நல்ல களை கட்டி இருந்தது. நடுநாயகராய் சம்மணமிட்டு வீற்றிருந்த யேசுதாஸ், தூய வெள்ளை ஆடையில் ஒரு காந்தமாய்ச் சபையினரின் கவனத்தைத் தன்பால் ஈர்த்திருந்தார். அவரைச் சுற்றிலும் பிற இசைக் கருவிகளுடன் துணைக் கலைஞர்கள். விளக்குகள் எல்லாம் வெளிச்சத்தை அவரை நோக்கிக்

குவித்திருக்க, கணீர்க்குரலில் காற்றில் இசையை மெல்லத் தவழ விட்டார்.

நடுவிலே காந்தமாய்த் தனிச் சக்தியோடு பாடகர் இருக்கும் சிறப்பை அதன் பின் இன்னும் இரு கச்சேரிகளிலும் கவனித்திருக்கிறேன். அவை இரண்டும் மகாராஜபுரம் சந்தானம் அவர்களது இசை நிகழ்ச்சி. அதில் ஒன்று அனைத்து இந்திய வானொலிக்காகத் தயாரிக்கப் பட்ட முற்றிலும் தமிழ்ப் பாடல்கள் கொண்ட ஒரு பொங்கல் (அ) தமிழ்ப்புத்தாண்டு நிகழ்ச்சி. கனத்த உருவம், கம்பீரக் குரல், சிரித்த முகம், இவற்றோடு பல நிலைகளைத் தொட்ட குரலுக்கு இணையாகப் பாவனை செய்த முகமும் கைகளும் கொண்டிருந்த அந்தச் சிறப்பானவர் ஒரு நாள் சாலை விபத்தில் மாண்டு போனார் என்று படித்தபோது ஒரு நிமிடம் சோகமாய் இருந்தது. எப்படி ஒரு இழப்பு! ஒரு குறுவட்டில் மட்டுமே அவரை இனிக் கேட்க முடியும்.

யேசுதாஸூம் அன்று இசையில் பல சாகசங்கள் செய்து கொண்டிருந்தார். அவரது இனிய குரலில் சங்கீதம் கசிந்து பல நிலைகளைத் தொட்டுக் கொண்டிருந்தது. என்னவோ ராகத்தில் என்னென்னவோ பாடல்கள் பாடிக் கொண்டிருந்தார். அவற்றைத் தெளிவாக இனம் கண்டுகொள்ளும் திறமை இல்லை என்றாலும் அந்த இசை மனதை என்னவோ பண்ணிக் கொண்டிருந்தது.

இவையெல்லாம் என்னவென்று நானும் கற்றுக் கொள்ள வேண்டும் என்று சில சமயம் நான் எண்ணியது உண்டு. பல ஆண்டுகளுக்குப் பிறகு, வேடிக்கையாக இணையத்தில் எழுதுவதற்கு அந்தக் காலத்திலேயே பெயர் பெற்றிருந்த மகாதேவன் ரமேஷ் எளிமையாய் எழுதி இருந்த உரையைக் கூடப் படிக்க முயற்சி செய்திருக்கிறேன். ஆனால் என் சிற்றறிவுக்கு அந்த எளிய உரையே பெரியதாய் இருந்தது என்று அந்த முயற்சியையும் விட்டுவிட்டேன். மீண்டும் ஒருநாள் படிக்க வேண்டிய பட்டியலில் அதுவும் ஒன்று.

அன்றைய என் முதல் அனுபவத்தில் கற்றுக் கொண்ட இன்னொன்று இடையில் வருகிற சிறு பாடல்களைத் தான் துக்கடா என்பார்கள் என்பது. அதில் முருகன் பற்றிய ஒரு பாடலை யேசுதாஸ் தமிழில் பாடியது தான் எனக்கு மிகவும் புரிந்த ஒன்று. சிறப்பான இசை மனதை மிகவும் கவர்ந்தாலும், அது புரிகிற மொழியில் இருக்கிற போது தான் தாக்கங்கள் இன்னும் அதிகமாக இருக்கின்றன. புரிந்தும் புரியாமலும் இருந்த மொழிகளில் சுமார் மூன்று மணி நேரம் எல்லோரையும் தன் குரலில் கட்டி வைத்திருந்தார் யேசுதாஸ். அதற்குச் சரியான உதவியைப் பக்க வாத்தியக்காரர்கள் (கடம் விநாயக்ராம்?) செய்து கொண்டிருந்தார்கள்.

நிகழ்ச்சி முடிந்து பல்லவனில் இரவு விடுதிக்குத் திரும்பிக் கொண்டிருந்த போதும் பல மணி நேரத்திற்கு அந்த இசை வெள்ளம் காதுகளுக்குள் பாய்ந்து கொண்டிருந்தது. ஒரு பிரமித்த நிலையில், ஏதோ ஒரு சக்தியால் உணர்ச்சி அதிகரித்த எலக்ட்ரான்கள் ஒரு மேல்நிலைச் சுற்றிற்குச் சென்று சுற்றிக் கொண்டிருப்பதைப் போல மனம் உற்சாகமாய்க் குதித்துக் கிடந்தது. உடம்பெங்கும் ஒரு மின்சாரம் பாய்ந்து கொண்டிருந்தது போல் ஒரு பரவச உணர்வு.

கர்னாடக சங்கீதத்தைப் பற்றி நினைக்கிற போதெல்லாம், இன்று தன் மனைவி மகனுடன் சப்பானில் இருக்கிற கிருஷ்ணமூர்த்தியும், அவர் அழைத்துச் சென்று அறிமுகப்படுத்திய அந்த முதல் நிகழ்ச்சியும் தான் மனதிற்குள் தாளமிடும். அன்று அறிந்த காரணத்தால் தான் இப்போது கர்னாடக சங்கீதம் இருக்கிற குறுவட்டுக்களாய் இரண்டு மூன்றாவது வாங்கி வைத்திருக்கிறேன். எப்போதாவது மட்டும் கேட்பது உண்டு.

குறைந்த பட்சம் ஒரு முறையாவது போய் வரவேண்டும் என்று எண்ணிக் கொள்கிறேன். இங்கேயே நடைபெறுகிற தியாகராசர் ஆராதனை விழாவிற்கு! சப்பானுக்கும் தான்.

* * * *

அப்பாவின் ஓய்வு

நேற்று என் அப்பாவுடன் தொலைபேசியில் பேசினேன். அவருடைய வாழ்வின் இன்னொரு பாகத்தின் முடிவு, இன்று ஈரோடு நீதிமன்றத்தின் வருகைப் பதிவேட்டில் கடைசியாகப் போடும் கையொப்பத்தோடு நிகழ்ந்திருக்கும். பணியில் இருந்து இன்று முதல் அவருக்கு ஓய்வு.

"எத்தனை வருஷம் ஆச்சுங்க அப்பா?"

கொக்குமடைப்பாளையம் என்னும் சிறு கிராமத்தில் பிறந்து வளர்ந்த அவர் பார்த்த முதலும் கடைசியுமான வேலை இது தான். இளவயதில் தந்தையை இழந்தபின் தாயின் வளர்ப்பிலே மூன்று மகன்களில் இவர் மட்டும் பள்ளியிறுதி ஆண்டு(?) வரை கல்வி கற்றதே பெரிய விஷயமாகத் தான் இருந்திருக்கும். கொங்குநாட்டின் பரவலான பங்காளித் தகராறுகள் இங்கும் உண்டு. அவரது மற்ற இரு சகோதரர்கள் உடன் பெரிதாய்த் தொடர்பேதும் இல்லாதது ஒரு வகையில் அடுத்த சந்ததியினருக்கு இழப்புத் தான். அப்பாவிற்கு மூத்தவரானவரும், இரட்டையராய் உடன்பிறந்த இளையவரும் இன்று உலகத்தில் இல்லை.

"அறுவத்தி ஆறுலருந்து வேல செய்யறேன். முப்பத்தெட்டு வருசமாச்சு"

நன்றாகக் கணக்கு வைத்திருந்தார் அப்பா. ஆரம்பத்தில் வெள்ளகோயிலில் சுமார் இரண்டு வருடம், பிறகு ஈரோட்டிற்கு மாற்றல். இடையே ஒரு வருடம் தாராபுரம், ஐந்து வருடங்கள் கோபி என்று தான் மட்டும் மாற்றலாகிச் சென்ற வருடங்கள் கழித்து, பெரும்பாலும் ஈரோட்டில் தான் அவருடைய வேலை.

அவருடைய தாத்தாவோ அப்பாவோ ஊரில் அருமைக்காரராய் இருந்தவர். அருமைக்காரர் என்பவர் அன்றும் இன்றும் திருமணங்களை முன் நின்று நடத்தி வைக்கும் சமுதாயப் பெரியவர்.

நான் வருடம் ஒரு முறை சொந்த ஊருக்கு மற்றும் குலதெய்வம் கோயிலுக்குச் செல்லும் போது பார்க்கும் சொந்தங்கள் பல என்னை "யாரு அருமக்காரர் பேரனா" என்று அடைமொழியோடு தான் அழைப்பது வழக்கம்.

அருமைக்காரர் (கொள்ளுப்?) பேரன் இன்று அமெரிக்காவில் வேலை செய்கிறான் என்பதில் அவருக்கும் கொஞ்சம் பெருமை தான். சில மாதங்களுக்கு முன் ஊருக்குச் சென்றிருந்தபோது என் வேலை பற்றிப் பேசிக் கொண்டிருந்தோம்.

"நீ என்ன வேலை பண்ணுறே? கேக்கரவங்க கிட்ட என்னன்னு சொல்றது?"

"அப்பா, நான் ஒரு வேதிப் பொறியியலாளன். செயலாக்கக் கட்டுப்பாட்டுவியல் துறையில் இருக்கிறேன்" என்று தமிழில் தான் நான் சொல்லி இருந்தால் அவருக்கு மட்டுமல்ல 95 சதவீதம் யாருக்குமே புரிந்திருக்காது என்பதால் இன்னும் கொஞ்சம் எளிமையாய் விளக்க முற்பட்டேன்.

"நான் படிச்சது கெமிக்கல் எஞ்சினியரிங் அப்பா. செய்யற வேல வந்து, அது வந்து இப்போ எந்தப் பொருள உற்பத்தி பண்ணனும்னாலும் அங்கெல்லாம் சிலதக் கட்டுப்படுத்தனும். வெப்ப நிலை சரியா இருக்கா, அழுத்த நிலை சரியா இருக்கா அப்படினெல்லாம் பாக்கனும். அந்த வெவரத்தப் பாக்குறது, அதக் கட்டுப்படுத்தறது, அதுக்கு வேணுங்கற கம்ப்யூட்டர், அமைப்பு வேலை இதெல்லாம் செஞ்சு குடுக்கறது இதெல்லாம் பண்ற ஒரு கம்பெனியில் வேலை செய்யறேன். உதாரணத்துக்கு, இப்போ சுடு தண்ணி வேணும்னு வச்சுக்குங்க.."

"ஓ, இன்னிக்கு இவன் வந்துட்டான் பாரு" என்பது போன்ற ஏதோ ஒன்றை திடீரென்று சொன்னார். திரும்பிப் பார்த்தேன். அவரது கவனத்தை ஈர்ப்பதில் சன் டிவியின் ஏதோ ஒரு அழுமூஞ்சித் தொடர்காட்சியோடு என் வேதிப் பொறியியல் வேலை விவரத்தால் போட்டி போட முடியவில்லை. சரி என்று விட்டு விட்டேன். தொடரில் அடுத்த இடைவெளி கிடைத்த போது என்னைப் பார்த்துச் சொன்னார்.

"யாராவது கேட்டா நீ ஒரு பெட்ரோலியம் இஞ்சினியர்னு சொல்லிக்கிட்டு இருக்கிறேன்".

நான் வேலைக்குச் சேர்ந்த முதல் மூன்று வருடங்கள் ஒரு கச்சா எண்ணைச் சுத்தகரிப்பு ஆலையில் (பெட்ரோலியம் கம்பெனி)

இருந்தது பிறரிடம் விளக்க எளிதாய் இருந்திருக்கிறது. சரி அப்படியே சொல்லி விடுங்கள் என்று கூறி விட்டேன்.

என் வேலையை அவருக்கு விவரிப்பது மட்டுமல்ல, அவரது வேலையை நான் புரிந்து கொள்வதும் எளிதாய் இருந்ததில்லை. ஒருவேளை பெரிதாய் நான் முயன்றதும் இல்லையோ என்னவோ. "கட்டளை வழங்குனர்" (Process Server) என்கிற ஒரு வேலையில் இருந்தார். வாதி, பிரதிவாதி போன்ற சொற்பிரயோகங்கள் நிறைய இருக்கும். நீதி மன்றங்கள் வழங்கும் கட்டளைகளை அல்லது அறிவிப்புக்களை அவை சொல்பவர்களிடம் கொண்டு சேர்ப்பது, சேர்த்த பின் கையோப்பம் வாங்கி வருவது, அதற்குச் சாட்சி, அத்தாட்சி என்று இன்னும் சில கையொப்பங்கள் இவையெல்லாம் வாங்கி வருவது இது தான் பிரதான வேலை என்று நினைக்கிறேன். அதற்காக சுற்றுப்புற ஊர்கள், கிராமங்கள் என்று அவர் நிறையச் சுற்றி இருக்கிறார். இதன் பெயர் "கட்டள டூட்டி".

பிறகு வெளியூர் செல்லவேண்டியிராத நாட்களில் நீதிமன்ற நடவடிக்கைகளுக்கு ஒத்தாசையாய் இருப்பதும் செய்வதுண்டு என்று எண்ணுகிறேன். தோல்பட்டையில் இருந்து குறுக்கே செந்நிறத்தில் அகலப் பட்டையொன்று அணிந்து கொண்டு இருப்பார் என்று நினைவு. ("கோர்ட் டூட்டி"). பிறகு ஓரிரு மாதங்களுக்கு ஒருமுறை சில நாட்கள் "பாரா டூட்டி" என்று இரவு நீதிமன்றத்தில் சென்று படுத்துக் கொள்ள வேண்டும். காவலுக்காக இருக்கலாம். ஆனால் தூங்குவதற்குப் போனால் அது என்ன காவல் என்று எனக்குத் தெரியவில்லை!

இது தவிர இன்னும் சில வேலைகளும் செய்திருப்பதைக் கவனித்திருக்கிறேன். சில கைதிகளை ஈரோடு நீதிமன்றத்தில் இருந்து சென்னை நீதிமன்றத்திற்கு அழைத்துச் செல்லும் காவலர்களோடு நீதிமன்றப் பிரதிநிதியாகச் செல்ல வேண்டும் என்று சில முறைகள் சென்னைப் பயணம் மேற்கொண்டிருக்கிறார்.

அப்பாவுடன் அதிகமாய் நான் அவர் பணியிடத்துக்குச் சென்றதில்லை. ஆனால், பலமுறை என்னை அழைத்துச் செல்ல வேண்டும் என்று அவருக்கு ஆவல் இருந்திருக்கிறது. சிறு வயதில் அவர் அழைப்பிற்கிணங்கிச் சென்று வந்திருக்கிறேன். அவர் மேலதிகாரிகளிடமும் சக பணியாளர்களிடமும் என்னைப் பற்றிப் பெருமையாய் அறிமுகப் படுத்தி வைத்துத் தானும் பெருமைப் பட்டுக் கொள்வார். சிறிது வளர்ந்த பிறகு, சிலர் திருப்பி அப்பாவை நடத்தும் விதம் அவ்வளவாய்ப் பிடிக்காமல் போய் அதன் பிறகு நான் அதிகமாய் கோர்ட் பக்கம் சென்றதில்லை. அப்படி இருப்பவர்களிடம்

கும்பிடு போட்டுக் கொண்டிருக்க வேண்டிய நிலையில் இனி நாம் இல்லை என்று அப்பாவிற்குப் புரிய வைக்க முயன்றிருக்கிறேன். "கெடக்குது விடு" என்று அப்பா கண்டு கொள்ளாமல் விட்டிருக்கிறார்.

உண்மையிலேயே மனமுவந்து பாராட்டியும் ஊக்கம் தந்து உற்சாகப் படுத்திய சில வக்கீல்கள், நீதிபதிகள், இவர்களைச் சில சமயம் கண்டிருக்கிறேன். அவர்களுக்கெல்லாம் நன்றி.

எதைப் பற்றியும் பெரிதாய் அலட்டிக் கொள்ளாதிருந்தவர் அப்பா. ஒரு முறை அமெரிக்காவிற்கு ஒரு பயணத்திற்கு அழைத்து வரலாம் என்று எண்ணியிருந்தோம். அரசு அலுவலரான அவர் வெறும் பாஸ்போர்ட் வாங்குவதற்கே அவர் பணியிடத்தில் இருந்து எந்தப் பாதகமும் இல்லை என்றாற்போலக் கடிதங்கள் வாங்க வேண்டும் என்று அவரை கோபிக்கும், ஈரோட்டிற்கும் சென்னைக்கும் இடையே பல மாதங்கள் அலைக்கழித்துத் தாமதப்படுத்தினர். முதலில், சாதாரண ஊழியரான அவருக்கெல்லாம் எதற்கு அப்படியான சான்றிதழ்கள் தேவைப்படுகின்றன என்று தெரியவில்லை. எந்த அரசு ரகசியத்தை அவர் வெளிநாட்டிற்கு எடுத்துச் செல்லப் போகிறார்? அப்புறம் உள்ளே யாரோ தவறான படிவத்தில் ஆரம்பித்து விட்டார்கள் என்று அதனைச் சரி செய்யச் சில வாரங்கள்.. இப்படியாகத் தாமதம் ஆகிக் கொண்டே இருந்தது.

அதோடு, ஒரு பாஸ்போர்ட் வாங்க எதற்குத் தனது மகனது அமெரிக்க நிறுவனத்தில் இருந்து கடிதம், சம்பளச் சான்றிதழ் போன்றவை தேவை என்றும் எனக்குப் புரியவில்லை. அமெரிக்க அரசு விசா வழங்க இந்த விவரங்கள் கேட்டால் அதில் நியாயம் இருக்கிறது. ஆனால், இந்தியக் குடியுரிமை அட்டை வைத்துக் கொள்வது ஒவ்வொரு குடிமகனின் உரிமையும் அல்லவா? வெளிநாடு போகாவிட்டாலும் ஒருவர் அதனைப் பெற்று வைத்துக் கொள்ளலாமே?

இதையெல்லாம் எதிர்த்துக் கேள்வி கேட்க அவர் விரும்பவில்லை. சென்னைக்கும் ஈரோட்டிற்கும் இடையே அலைந்து "சலுப்பாய் இருக்கிறது" என்று வரும்போது வரட்டும் என்று நினைத்து விட்டு விட்டார். கடைசியில் வெகு தாமதமான காரணத்தாலும், அதற்குள் இங்கு குளிர்காலம் தொடங்கி விட்டதாலும் அப்பாவால் வர முடியாத நிலை ஏற்பட்டுவிட்டது. பெரு வருத்தம் தான் அவருக்கு. ஆயினும் அந்தக் குளிரில் வந்து இங்கு வீட்டினுள் சிறையிருப்பதற்குப் பதிலாய்த் தாமதமாய் வந்தாலும் நல்ல சமயத்தில் வரட்டும் என்று நான் எண்ணினேன்.

இனிமேல் தான் அவர் அரசு ஊழியர் இல்லையே. இனி எங்கு செல்லவும் யாருடைய அனுமதியும் அவருக்குத் தேவை இல்லை இத்தனைக்குப் பிறகும் அப்பா, "எல்லாம் நல்ல படியா முடிஞ்சது எல்லார்த்துக்கும் நம்ப பேர்ல வெகு பிரியம். நல்ல செல்வாக்கு என்றார் மிக வெகுளியாக.

* * * *

கண்கள் சொல்லும் கதை - 1

சாதாரணமாகவே பெரிய கண்கள் எனக்கு என்று பலரும் கூறக் கேட்டிருக்கிறேன். சிறு வயதில் எனக்கு அழகான சிரிப்பும் விரிந்த கண்களும் என்று பிறர் கூறியது உண்டு. அதைக் கேட்டு மகிழ்ந்திருக்கிறேன் (ஹி..ஹி..). திருமணத்தின் பிறகு, உண்மை விளம்பிகளான மச்சான் மச்சினிகள் எனக்கு 'MKM' (முட்டைக் கண்ணு மச்சான்) என்று பெயர் வைக்கும் அளவிற்குப் பெரியதாக இருந்தது என்று அப்போது தெரிந்திருக்கவில்லை.

பெரிய கண்ணுடையவர்களுக்குக் கிட்டப்பார்வைப் பிரச்சினைகள் வர அதிக வாய்ப்பு இருக்கிறது என்று எந்த அறிவியல் அடிப்படையும் இல்லாத என்னுடைய உள்மனக் கோட்பாடு ஒன்று பின்னாளில் ஏற்பட்டது உண்டு. கண்கள் பெரிதாய் இருந்தால் தான், தூரத்து ஒளிக்கற்றைகள் கண்ணின் ஆடி வழியாய்க் குவிந்து சரியான இடத்தில் விழாமல், சற்று முன்னரே விழுந்து, பிறகு சற்றே விரிந்து போய் ரெட்டினாவில் படுவதால் மங்கலாகத் தெரிகிறது என்கிற ஒரு அரைகுறைத் தத்துவம்.

அப்படி ஒரு கிட்டப்பார்வைப் பிரச்சினை என் பெரிய கண்களுக்கும் ஒருநாள் ஏற்பட்டது.

பரிசோதனையை முடித்த கண் மருத்துவர் ஒரு ஆச்சரியத்துடன் கேட்டார், "தம்பீ, ஒரு ஆறு மாசமா எப்படி உனக்குக் கண்ணு தெரிஞ்சுது?"

பள்ளியிலே சற்றுப் பழமாக முதல் வரிசையில் எனக்கு இருக்கையாதலால் அருகிலேயே இருந்த கரும்பலகையில் ஆசிரியர்கள் எழுதியது என்றும் தெரியாமல் போகவில்லை. சிறிது ஓரத்தில் அமர்ந்து இருந்த காரணத்தால், சற்றே மங்கலாய் இருந்த நேரங்களை, வெளியே இருந்து வந்த ஒளி சிதறி அப்படித் தெரிகிறது என்று நானே எண்ணிக் கொண்டிருந்தேன். தவிர, கண் பார்வை மங்கி இருக்கிறது என்று மங்கிய பார்வை ஒன்றையே கொண்டிருக்கும் ஒருவர் எப்படித் தெரிந்து கொள்வது?

தற்செயலாய் ஓய்வான ஒரு நேரம் கடைசி வரிசையில் இருந்த நண்பனிடம் பேசிக் கொண்டிருக்கும் போது கரும்பலகையில் இருக்கும் ஒன்றைச் சுட்டிக் காட்டி அவன் பேச, "அங்க இருக்கறது இங்க இருந்து உனக்குத் தெரியுதா?" என்றேன்.

ஏற்கனவே கண்ணாடி போட்டிருந்த அவன் என்னை ஒரு மாதிரியாகப் பார்த்தான்.

"இல்லடா, நெஜமாவே கேக்கறேன், எனக்குத் தெரியல்லே"

சற்றே அவநம்பிக்கையுடன் அவனுடைய கண்ணாடியைக் கழட்டிக் கொடுத்தான். "இந்தா, இதைப் போட்டுப் பாரு".

என்னால் நம்பவே முடியவில்லை. பளிச்சென்று தெரிந்தது. இருந்தாலும், "டேய் இது பவர் கிளாஸ். அதிக நேரம் போட்டா என் கண்ணு கெட்டுப் போயிரும்!" என்று அவனிடமே திருப்பிக் கொடுத்து விட்டேன். ஆனால் அப்போது தான் எனக்கு மெல்லச் சந்தேகம் உண்டாயிற்று.

அதன் பிறகு பெற்றோருடன் ஒரு நாள் திரைப்படம் பார்க்கச் சென்றிருக்கையில் ஆரம்பத்தில் வரும் எழுத்துக்கள் எனக்குத் தெரியவே இல்லை என்பதை அம்மாவிடம் கூற, "நீ ரொம்ப சினிமா பாக்காதே. குறச்சுக்கோ. எல்லாம் சரியாப் போயிரும்" என்று அறிவுரை சொன்னார்கள்! அப்போது தான் தனியாகவே சினிமாவுக்குப் போய்ப் பழகி இருந்த காலம்.

"ஆமா, ரொம்ப நாளா இப்படி இருக்கா? சினிமாவுக்குப் போகும் போது மட்டும் எப்படித் தெரியுது?"

என்ன காரணம் என்று எனக்குத் தெரியவில்லை. ஆனால், நான் மட்டும் தனியாகச் சினிமாவுக்குப் போகும் போது அப்போது எனக்கு ஒரு பழக்கம் இருந்தது. தரைடிக்கெட் என்று சொல்லப்படும் பெஞ்ச் பகுதிக்கு டிக்கெட் வாங்கிக் கொண்டு, பள்ளி வகுப்பறையைப் போல, முதல் வரிசையில் போய் உட்கார்ந்து கொள்வேன்!! பின்னாலே பல இருக்கைகள் காலியாக இருந்தாலும், "படத்தை நல்லாப் பாக்கோணும்ல" என்று கழுத்து வலிக்க முதல் வரிசையில் உட்கார்ந்து 'அன்னாந்து' பார்த்துக் கொண்டிருப்பேன். இப்போதைய திரையரங்குகள் போல அப்போதெல்லாம் பெரும் உயரத் திரைகள் அதிகம் கிடையாதாகையால் அப்படிப் பார்ப்பதில் அதிகம் பிரச்சினை இல்லை. சும்மா ஒரு வெள்ளை வேட்டியை விரிச்சு வச்ச மாதிரி தான் இருக்கும்.

எனக்குக் கண் கெட்டதற்கு அது காரணமா, அல்லது கண் கெட்ட காரணத்தால் அப்படி உட்கார்ந்தேனா என்பது, முட்டையில் இருந்து

கோழி வந்ததா, கோழியில் இருந்து முட்டை வந்ததா என்பது போலத் தான்.

"கண்ணாடி போட்டுத் தான் ஆகணும் தம்பீ. அதுவும் பவர் 2.5 இருக்கு", என்றார் மருத்துவர். எனக்கு வார்த்தையே வரவில்லை. உடன் வந்தவர் தான் "ஏங்க எதாவது ஆகாரம் கீகாரம் சாப்பிட்டுச் சரி பண்ண முடியாதா? கண்டிப்பாக் கண்ணாடி போட்டே ஆகணுமா?"

"இல்லீங்க. ஆரம்பத்திலேயே பாத்திருந்தா எதாவது முயற்சி பண்ணி இருக்கலாம். அதான் எனக்கு ஆச்சரியமா இருக்கு. எப்படி ஆறு மாசமா இந்தப் பய நடமாட முடிஞ்சுதுண்ணு?"

"கண்ணாடி போட்டுக்கங்க. அதுக்கு எழுதித் தரேன். அப்புறம் தினமும் முட்டை, பாலு, கீரைன்னு நிறையச் சேத்தச் சொல்லுங்க. வளர்ற வயசு. பவர் அதிகமாகாமக் கட்டுப் பாட்டில வச்சுக்க முயற்சி பண்ணணும்."

அன்றும் சரி, அதன் பிறகு கண் பரிசோதனை பண்ணச் செல்லும் போதும் சரி, எனக்குப் பிடிக்காத விஷயம் ஒன்று உண்டென்றால், மருந்து ஊற்றி வாசலில் உட்காரச் சொல்லி விடுவார்களே அதுதான். அவ்வப்போது வந்து பார்த்து, இன்னும் டைலேட் (dilate) ஆகலை என்று சொல்லி இன்னும் கொஞ்சம் மருந்து. இப்படியே ஒரு மணி நேரத்துக்கு மேல் ஆகிவிடும். மருந்து கண்ணுக்கு மட்டும் சென்றால் பரவாயில்லை. அது எங்கே எப்படி என்று தெரியாமல், உள் வழியாக, எங்கோ மூக்கிற்கும், தொண்டைக்கும் இடையே எங்கோ சென்று கசக்க வேறு செய்யும். விழுங்க முடியாமல் எச்சிலை விழுங்கிக் கொண்டு, கன்னத்தில் வழியும் மருந்தா கண்ணீரா அதையும் ஒரு பஞ்சு, அல்லது கைக்குட்டையில் துடைத்துக் கொண்டு...

விரிவாங்கிய கண் விழி, மீண்டும் சரி நிலைக்கு வர ஒரு நாளுக்கு மேல் ஆகும். அதுவரை வெளியே சென்றால் எந்தச் சக்தி வாய்ந்த ஒளியும் பட்டு, பயங்கரமாகக் கூசும். முதல் பரிசோதனை முடிந்த மறுநாள் பள்ளி செல்லும் போது சூரிய ஒளிபட்டுக் கூசியதும், முன்பிருந்ததை விடச் சரியாகத் தெரியாததும் காரணமாக, மிகவும் சோகமாக உணர்ந்தேன். ஒழுங்கா இருந்த கண்ணு மருத்துவரிடம் காட்டிய பின் இப்போ ரொம்பக் கெட்டுப் போச்சு என்றொரு நினைப்பு!

மனதிற்குள் இன்னும் ஒரு சந்தேகம் வேறு. ஒருவேளை என் கண் கெட்டதற்கு, மொட்டை வெய்யலில் சூரியனைப் பார்க்க முயற்சி செய்ததும் காரணமாய் இருக்குமோ? சூரிய உதயத்தின் போதோ, மறைவின் போதோ வட்டமான சூரியனைப் பார்ப்பது சுலபம். ஆனால் மதிய உச்சி வெய்யலில் யாராவது பார்க்க முயன்றி

ருக்கிறீர்களா ? சாலையோரத்தில், வெய்யலில் காயப் போட்ட பஞ்சு மெத்தையில் படுத்துக் கொண்டு, இரண்டு கை விரல்களைக் குறுக்கும் நெடுக்கும் ஒரு வளை மாதிரி செய்து கொண்டு அதில் ஒரு துளை வழியே ஒரு மாதிரி பார்த்தால், கதிர்களை விலக்கிவிட்டுச் சில வினாடிகளுக்குச் சூரியனின் வட்டத்தைப் பார்க்கலாம். அதற்குள் கண்களில் கண்ணீர் வந்துவிடும். மிக மெதுவாக, மிக மிக மெதுவாக, ஆடாமல் அசையாமல், கைகளை விலக்கினால், ஒரு வினாடிக்கும் குறைவான நேரம் எந்தக் கைவளையும் இன்றி அந்த வட்டம் தென்படும். அதற்குள் கண் கூசி இமைகளை மூட வேண்டியிருக்கும். அதன்பிறகு ஒரு ஐந்து நிமிடங்களுக்கு மேல் எங்கு பார்த்தாலும் சூரியன் அளவிற்கு இருட்டோ, பயங்கர ஒளியோ அப்படி என்னவோ ஒன்று தான் தெரியும்.

இது போல் சில முறைகள் செய்தது தான் என் கண் பிரச்சினைகளுக்குக் காரணமா என்று தெரியாது. ஆனாலும் அது அவ்வளவாய் நல்லதுக்கில்லை என்று உள்மனது எச்சரிக்கிறது. அதனால் யாரும் முயற்சி செய்ய வேண்டாம்!

"நல்ல பெரிய ஃபிரேமாப் பாத்துக் குடுங்க". கண்ணாடிக் கடைக்காரரிடம் கேட்டேன். சட்டம் பெரிதாய் இருந்தால், சோடா புட்டி போலத் தெரியாது என்று ஒரு நம்பிக்கை. இருந்தாலும் 2.5 என்பது கணிசமான ஒரு 'பவர்' தான். அதிலும் இப்போது போல எடைக்குறைவான பிளாஸ்டிக் கண்ணாடிகள் அப்போது பரவலாக இல்லை என்பதால் கனமான கண்ணாடிக் கண்ணாடி தான்.

அடுத்த நாள் பள்ளியில் ஆங்கில ஆசிரியை ஜெசிந்தா படியில் இறங்கிக் கொண்டிருக்கும் போது என் கண்ணாடியைக் கவனித்து விட்டு விசாரித்தார்கள். "How sad" என்று ஆங்கிலத்திலேயே அவர்கள் பச்சாதாபப்பட்ட போது ஒரு புறம் வருத்தமாகவும், மறுபுறம் சந்தோஷமாகவும் ஒரே நேரத்தில் இருந்தது.

சுமார் பதிமூன்று வயதிருக்கும்போது, முதன் முறையாய் முகத்துக்கு மீறிய கண்ணாடியை அணிய வேண்டிய கட்டாயம் அப்படித்தான் ஏற்பட்டது எனக்கு.

கண்கள் சொல்லும் கதை - 2

"ஒரு வருசம் கழிச்சு வந்து பாருங்க. மறுபடியும் பரிசோதித்துக் கொள்ளலாம்", என்று கண் மருத்துவர் அனுப்பி விட, பிறகு அவர் சொல்லிவிட்டாரே என்று தினமும் பாலும் கீரையும் தவறாமல் எனது உணவில் சேர்க்கப்பட்டது. ஏதாவது சிறப்பு நாளன்று மட்டுமே விசேஷமாய் முட்டை சாப்பிட்ட காலம் போய், தினமும் ஒன்றிற்கு பதிலாய் இரண்டு, சிலசமயம் ஒருநாளில் மூன்று வேளையும் முட்டை சேர்ந்து கொள்ளும்.

வளரும் பருவத்தில் இப்படிச் சத்துணவு சாப்பிட்டதால், 'குள்ளையனாக' இருந்த நான் கிடுகிடுவென வளரத் தொடங்கினேன். "பாத்துங்க. மூணு முட்டையெல்லாம் வேண்டாம். ஜீரணத்துக்கு நல்லதில்லை", என்று மறுமுறை மருத்துவர் கூறிய பிறகு தான் சற்று நிதானப்பட்டது. இப்படிச் சத்துணவாய்ச் சாப்பிட்டபோதும், ஒரு வருடம் கழித்துச் சோதனை செய்தபோது கண்பார்வை இன்னும் சற்று மங்கிப் போயிருந்தது (3.5).

"இதத் தடுக்கறது கஷ்டம். வளர்ற வயசாச்சே" என்று மருத்துவர், இருபது இருபத்தியொறு வயது ஆகும் வரை மீண்டும் ஏற வாய்ப்பிருக்கிறது என்றார்.

அடுத்த ஆண்டுகளில் 3.5, 4.5, 5.5, 6.5 என்று அதிகமாகிக் கொண்டே இருந்தது என் கண் (ஆடியின்) "பவர்''. முதல் வருடம் அதிகமானபோது "ஏன் எனக்கு மட்டும் இப்படி ஆகவேண்டும்" என்று ஏற்பட்ட மனக்கஷ்டம் பிறகு ஏற்படவில்லை. "இது இயற்கை" என்று பழக்கமாகி விட்டது.

ஒரு வசதி என்னவென்றால், "ரெண்டு நாள் கழிச்சு வந்து வாங்கிக்கப்பா", என்று கண்ணாடிக் கடைக்காரர்கள் சொல்ல மாட்டார்கள். "கண்ணாடி இல்லாமக் கஷ்டங்க", என்று இரண்டு மணி நேரத்தில் வாங்கிக் கொள்வதாய்ச் சொன்னால் புரிந்துகொள்வார்கள். அப்படி ஒருமுறை இரண்டு மணி நேரங்கள்

சென்னை பாரீஸ் கார்னரில் எல்லாம் இலக்கின்றி அரைகுறைப் பார்வையுடன் அலைந்து கொண்டிருந்திருக்கிறேன்.

அப்போது சென்னையில் கல்லூரியில் படித்துக் கொண்டிருந்தேன். ஒரு பருவத் தேர்வு விடுமுறைக்கு ஊருக்குச் செல்ல, வீட்டருகே இருந்த பள்ளி நண்பனொருவன் (மோத்தி), பாண்டிச்சேரி அரவிந்தர் ஆசிரமம் பற்றித் தகவல் ஒன்று சொன்னான்.

"இயற்கைப் பயிற்சி மூலமா அரவிந்தர் ஆசிரமத்துல இந்த மாதிரி கண் கிட்டப் பார்வை உள்ளவங்களுக்குச் சரி செய்யறாங்களாம். கொஞ்சமாவது பவர் குறையுதாம்!".

அவனும் வருவதாய்க் கூற ஒரு வாரப் பயணமாகப் பாண்டிச்சேரிக்குக் கிளம்பினோம்.

மணிப்பாலில் இருந்து விடுப்புக்கு வந்திருந்த இன்னொரு பள்ளி நண்பன், எங்கள் கூட்டத்திலேயே கொஞ்சமாவது கலைக்கண் கொண்டிருந்த சம்பத்து (அல்லது அம்பத்தான்!) என்கிற, இன்று அமெரிக்காவில் சாம் (Sam) ஆகிப் போன சம்பத், தானும் உடன் வருவதாய்க் கிளம்பினான். அவனுக்கு இன்று வரை கண் நன்றாகத் தான் இருக்கிறது. ஆனால், architecture படித்துக் கொண்டிருந்த அவன் ஒரு தன்னார்வம் கொண்டு "பாண்டிச்சேரியின் பழைய காலத்து வீடுகள், கட்டிடங்கள் வித்தியாசமாய் இருக்கும் என்று கேள்விப் பட்டிருக்கிறேன். அதை நான் கண்டு வரைந்து கொள்ள வேண்டும்", என்று தன் நோட்டையும் பென்சிலையும் தூக்கிக் கொண்டு வந்து விட்டான்! இப்படியாய்த் தான் ஈடுபட்ட துறையில், செய்யும் தொழிலில் ஆர்வம் இருப்பது தான், இன்று சர்வதேச அளவில் கலந்து கொண்ட போட்டிகளில் எல்லாம் முதல் பரிசு வாங்கும் தகுதியை இவனுக்குத் தருகிறது என்று நான் நம்புகிறேன்.

பாண்டிச்சேரியில், அரவிந்தர் ஆசிரமத்தில் இருந்த ஒரு வார அனுபவம் வித்தியாசமானது. தினமும் காலையில் கண்ணில் சொட்டு மருந்து விட்டுக் கொண்டு சூரிய ஒளியில் நிற்க வேண்டும். டென்னிஸ் பந்து ஒன்றை இடமிருந்து வலம், வலமிருந்து இடம் என்று கண்களால் அதன் பாதையைப் பார்த்துக் கொண்டே கைகளில் மாற்றி மாற்றிப் பிடிக்கும் பயிற்சி ஒன்று. இருட்டறையில் மெழுகுவர்த்தி ஒளியில் சிறு எழுத்துக்களைப் படித்தல், கண்களுக்கு ஆவி பிடித்தல், இத்யாதி. இந்தப் பயிற்சிகளால் எல்லாம் பெரும் பயன் விளைந்ததா என்று தெரியவில்லை. ஆனால் அந்த வாய்ப்பைப் பயன்படுத்திக் கொண்டு பாண்டிச்சேரியில் சுற்றிய அனுபவங்கள் இனிமையானவை.

காலையில் ஒரு மணி நேரத்தில் பயிற்சி முடிந்து விட, சம்பத் உடன் பல வித வீடுகள், கட்டிடங்கள் பார்க்கச் சென்று விடுவோம்

(வெளியில் இருந்துதான்!). ஒருமுறை வாடகைக்கு மிதி வண்டி எடுத்துக் கொண்டு அரவிந்தர் இயக்கத்தினரால் நிர்மாணிக்கப்பட்டுக் கொண்டிருந்த சர்வதேசப் பகுதி என்று வழங்கப்பட்ட ஆரோவில் வரை சென்று பார்த்து வந்தோம். உருண்டை வடிவில் என்னவோ ஒரு கட்டிடம் (மந்திர்?) கட்டிக் கொண்டிருந்தார்கள்.

பிற நேரங்களில் கடற்கரைச் சாலையில் நடை, தமிழ்நாடு காபி ஹவுஸ்(?)ல் சாப்பாடு, நூலகம், எதிரே உள்ள பூங்கா என்று சுற்றித் திரிந்தோம். ஆசிரமத்தில் காலையில் ஓட்ஸ் (?) கஞ்சி. வாழ்க்கையில் முதன்முறையாக அங்கு தான் ஓட்ஸ் சாப்பிட்டதாய் நினைவு. மாலையில் ஆசிரமத்தில் தியான நேரமும் அமைதியான ஒன்று.

பயிற்சியின் முடிவில், "கண் 'பவர்' ஒரு 0.5 அளவிற்குக் குறைந்துள்ளது, பயிற்சியைத் தொடருங்கள்", என்றார்கள். அரைகுறை நம்பிக்கை, சந்தேகம் இவற்றோடு மீண்டும் சென்னை விடுதிக்கு வந்து சேர்ந்தேன். டென்னிஸ் பந்து முதலான பயிற்சிகளை நண்பர்களின் கிண்டலையும் பொருட்படுத்தாமல் சிறிது காலம் தொடர்ந்து பார்த்து விட்டுப் பிறகு விட்டுவிட்டேன். கொஞ்சம் நஞ்சம் என்றால் பரவாயில்லை. என் போன்ற பெருங்கண்ணாடிகளுக்கு இந்த விளையாட்டுக்களால் எல்லாம் தெளியப்போவதில்லை என்று தெளிந்துவிட்டது.

இந்நேரம், என்னேரமும் என்னுடனேயே ஒட்டியிருந்த கண்ணாடி வாழ்க்கை பழகிப் போய் விட்டது. உறங்கும், நீராடும் நேரங்கள் தவிர, என்னேரமும் அது என்னுடனேயே இருக்கும். காலை எழுந்தவுடன் கண்ணாடி வைத்த இடத்தைத் தான் முதலில் கை தேடும்.

நாட்கள் நகர்ந்தன. "பவர்" ஏறியது. கண்ணாடியும் அதன் சட்டங்களும் கூட மாறின. உடைந்து போய் விட்டால் என்ன செய்வது என்று ஒன்றிற்கு இரண்டு ஜோடிக் கண்ணாடிகளோடு அமெரிக்காவுக்கும் ஒருநாள் வண்டி ஏறினேன்.

கண்கள் சொல்லும் கதை - 3

புதிய நாட்டிற்குக் குடி பெயர்ந்து ஓரிரு வருடங்கள் ஓடிவிட்டன. மீண்டும் ஒரு முறை கண் பரிசோதனை செய்து கொள்ளும் நேரம் வந்தபோது, "அட, நாமும் ஏன் இந்தக் கண்ணுக்கு உள்ளே ஒரு ஆடியைப் போட்டுக் கொள்ளக் கூடாது?" என்று ஒரு ஆசை தோன்றியது. Contact lens (கண்ணுள்ளாடி?) பற்றி எப்படி யோசனை வந்தது என்று தெரியவில்லை. ஒருவேளை ஒரு அறுபது டாலருக்குப் பரிசோதனை, கண்ணுள்ளாடி, அதற்கு வேண்டிய சாமான்கள் இவை எல்லாம் தருவோம் என்று பார்த்த விளம்பரமாய்க் கூட இருக்கலாம். சரிதான் என்று துணைக்கு இரண்டு பேரை அழைத்துக் கொண்டு சென்று விட்டேன்.

அது ஒரு கண்ணாடிக் கடையை ஒட்டியே இருந்த மருத்துவர் மனை. மருத்துவர் என்று சொல்வதை விடப் பரிசோதகர் என்று மட்டும் சொல்லலாமோ என்னவோ? இந்த ஊரில் இந்தியாவில் போல, கண் விரிய மருந்து ஊற்றி நாற்பத்தியைந்து நிமிடம் உட்கார வைக்கவே இல்லை. இது என்னடாவென்று எனக்கு நம்பிக்கையே வரவில்லை. "ஏன் அய்யா" என்று வினவ, "அதெல்லாம் தேவையில்லை தம்பீ. உனக்கு வேணும்னா சொல்லு, ஊத்தி விடறேன்" என்றார்!

இப்படி ஒரு சுமாரான பரிசோதனைக்குப் பிறகு, இது தான் உனது "பவர்" என்று ஒரு தாளில் எழுதிக் கொடுத்தார். அதோடு, அடுத்த அறைக்குச் சென்றால், அங்கேயே கண்ணுள்ளாடி வாங்கிக் கொள்ளலாம்; முதலில் அதனைப் போட்டுக் கொள்ளும் பயிற்சியும் அங்கேயே என்று அழைத்துச் சென்றார். இந்த உள்ளாடியைக் கருவிழியின் மேலள்ளவா கவனமாய் அணிந்து கொள்ள வேண்டும்? சும்மா கண்ணாடி மாதிரி எடுத்துக் காதில் மாட்டிக்கொள்ள முடிவதில்லையே.

எண்ணிப் பார்க்கையில், என்னவொரு விந்தையான பொருள் இது! இத்துளியூண்டு இருந்து கொண்டு என்னமாய் வேலை செய்கிறது ?

சும்மா தொடுவதற்கு ஏதோ ஒரு வெங்காயத் தொப்பையைத் தொடுவது போலத் தான் ஒரு அழுத்தம். மென்மையாக இருக்கும் அதை வெகு சுலபமாக உள்ளிருந்து வெளிப் பக்கமாய் மாற்றி விடலாம். இவ்வளவு சின்ன ஒரு விஷயத்தில் எப்படி அப்படி சக்திக்குத் தகுந்த மாதிரி வடிவமைக்கிறார்கள்? "இந்தக் காலத்தின் தொழில்நுட்ப வளர்ச்சி பார்" என்று ஒரு வரியில் சொல்லி விட்டுப் போனாலும், கண்ணாடி என்று ஒன்று கண்டுபிடித்து, அது கண் பிரச்சினைகளுக்குத் தீர்வு தரும் என்று ஆராய்ந்து, அதையும் இப்படிச் சிறிதாகச் செய்தாலே போதும் என்று நிர்ணயித்து, அதைச் செய்யும் முறைகளும் நுட்பங்களும்.. வாவ்.. எவ்வளவு வளர்ச்சி இந்த மானுடர்களது!

"இந்தாம்மா பொண்ணு. இவருக்கு இந்த உள்ளாடியைப் போட்டுக் கொள்ளப் பயிற்சி கொடு". கடையில் பணிப் பெண்ணிடம் விட்டுவிட்டு நகர்ந்தார் பரிசோதகர்.

"இப்படி வாங்க சார்", அமெரிக்கப் பெண்மணி ஆங்கிலத்தில் தான் பேசினார்.

"முதலில் இந்த உப்புத் திரவத்தில் நனைச்சுக்குங்க. அப்புறம் வலது ஆள்காட்டி விரலின் மேல் நுனியில் இந்த ஆடியை இப்படி உட்கார வச்சுக்குங்க. இடது கைவிரல்களாலே இமைகளை விலக்கிப் பிடிச்சுக்குங்க. அப்படியே ஒரு ஓரமாப் பார்த்துக் கொண்டு உள்ளே கொண்டு வையுங்க. அது அப்படியே ஜம்மென்று உட்கார்ந்து கொள்ளும்".

இடது கைவிரல்களை மீறி இமைகள் படபடத்தது தான் மிச்சம். கண் சிவந்ததே தவிர உள்ளாடி ஜம்மென்று எல்லாம் அமரவில்லை. கண்ணைப் பாதுகாக்கப் பழகிய இமைகளுக்கு, இந்த உள்ளாடி பகை பொருளல்ல என்று பழக்கச் சில மணித்துளிகள் பயிற்சி நிச்சயமாய்த் தேவைப்பட்டது. தூசு பட்ட மாதிரி ஒரு உறுத்தல், எரிச்சல்.

"ஆரம்பத்தில, தினமும் கொஞ்ச கொஞ்ச நேரம் போட்டுக்குங்க. மெல்ல மெல்ல அப்படியே பழகிவிடும்".

சிவந்த கண்களுடன் சற்றே சோர்வுடன் "சரிங்க" என்றேன்.

"எப்போதுமே முதலில் இடம்; பிறகு வலம் என்று அதே வரிசையில் போட்டுக்குங்க. குழம்பாம இருக்கும்" என்ற அவரது அறிவுரையைக் கடைசி வரை கடைப்பிடித்தேன் நான். இரண்டு கண்களிலும் வேறு வேறு "பவர்" என்பதால், சரியானதைச் சரியான கண்ணில் போட வேண்டுமே. அடுத்த ஆண்டுகளில், ஓரிரு முறைகள் தவறாய்ப் போட்டுக் கொள்ள நேரிட்டபோதும் உடனே தெரிந்து விட்டது.

இரண்டிற்கும் அவ்வளவு வித்தியாசம் இருந்ததால் எனக்குப் பிரச்சினை இல்லை. இருப்பினும் அது ஒரு நல்ல அறிவுரை.

கழட்டி வைக்க மூடிகளுடன் கூடிய, 'L', 'R' என்று இரு அறைகள் கொண்ட ஒரு டப்பா. இரவில் அதனுள்ளே வைத்து ஊற வைக்க ஒரு உப்புத் திரவம். கண்களின் வழியே வந்து ஒட்டிக் கொள்ளும் புரதங்களைக் கழுவ ஒரு திரவம். கண்ணை அழுத்தி மூடிக் கொள்வதால் காற்றோட்டம் இன்றிக் காய்ந்து போகும் கண்களில் நீர் சுரக்கச் செய்ய ஒரு செயற்கைக் கண்ணீர்ச் சொட்டு மருந்து. இப்படியாக எல்லாச் சாமான்களையும் ஒரு பொட்டலமாய்க் கட்டி ஒரு கும்பிடும் போட்டு வழி அனுப்பி வைத்தார்கள்.

ஆரம்பத் தடங்கல்களுக்குப் பிறகு இந்தக் கண்ணுள்ளாடிகளைப் போட்டுக் கொள்வதும் கழட்டி வைப்பதும் வெகு சுலபமாகி விட்டது. தினமும் காலையில் எழுந்து போட்டுக் கொண்டு, இரவில் கழட்டி ஊற வைத்து, மீண்டும் உள்ளங்கையில் வைத்துத் தேய்த்துக் கழுவி என்று நிறைய வேலை வாங்கியது. இருந்தாலும் மிகவும் பயனுள்ளதாய் இருந்தது.

பெரியதொரு கண்ணாடியை அணிந்திருந்தேனே, அதைக் காணோமே என்று பார்ப்பவர்களெல்லாம் விசாரிப்பார்கள் என்று எதிர்பார்த்து ஆய்வுக் கூடம் சென்றவனுக்கு ஒரு ஏமாற்றம் தான். பெரிதாய்ப் பலரும் அதை அவ்வளவு கண்டு கொள்ளவில்லை. ஓரிரு சிறு விசாரிப்புக்கள் அவ்வளவு தான்.

இருந்தாலும் என்ன? சுமார் பத்துப் வருடங்களுக்குப் பிறகு, கண்ணாடிச் சட்டங்களுக்குள் சிக்கி இராத எனது கண்களும் முகமும் எப்படி இருக்கின்றன என்று என்னாலேயே, தெளிவாகப் பார்க்க முடிந்த அந்தச் சந்தோஷம், அன்று, எனக்குப், பெரிதாக இருந்தது!

கண்கள் சொல்லும் கதை - 4

கண்ணுள்ளாடியைப் போட்டுக் கொள்ள நன்றாக இருந்தாலும் அதன் பராமரிப்பு வேலைகள் எக்கச்சக்கம். முதலில் கையில் (பையில்) ஒரு சின்னச் சொட்டு மருந்துக் குடுவை ஒன்றை எப்போதும் வைத்திருக்க வேண்டும். அவ்வப்போது கண் ஈரப்பசை காய்ந்து போகும்போது இரண்டு சொட்டு விட்டுக் கொள்ள வேண்டும். கண்களும் மூச்சு விடுமாமே! இந்த உள்ளாடியைப் போட்டுக் கொள்ளும் போது கண்ணின் நுண்ணிய துவாரங்கள்(?) அடைபட்டுக் கொண்டால் காற்று உள்நுழைய முடியாமல் போவதாலும் இப்படிக் காய்ந்து போய் விடுமாம்.

பிறகு இரவில் அதனைக் கழட்டி அதற்கென இருக்கும் ஒரு டப்பாவில் ஒரு திரவத்தை ஊற்றி, ஊற வைக்க வேண்டும். காலையில் மீண்டும் அதற்கென இருக்கும் ஒரு சோப்புத் திரவத்தில் இரண்டு சொட்டு விட்டுத் தேய்த்துப் பிறகு மீண்டும் அதற்கென இருக்கும் இன்னொரு உப்புத் திரவத்தை ஊற்றி நன்றாகக் கழுவி எடுத்துக் கொள்ள வேண்டும். அதற்கென அத்தனை இருந்தது!

அதோடு நின்றதா? இந்த உள்ளாடி வில்லைகளின் மீது கண் புரதங்கள் ஏதோ படிந்து, இந்தச் சாதாக் கழுவல்களுக்கு எல்லாம் சரியாகி விடாதாம். மெலிதாய், கண்ணுக்குத் தெரியாத, ஆனால் பார்வையை மங்க வைக்கிற ஒரு புகை படிந்தாற்போன்ற நிலையை அடைந்துவிடும் என்று, அதனை நீக்க ஒரு மாத்திரைக் கழுவல் அவசியம். அதற்கென்று இரண்டு பிளாஸ்டிக் குடுவை தனியாய் உண்டு. வாரம் ஒரு முறை அதில் குறிப்பிட்ட அளவு திரவம் ஒன்று ஊற்றி அந்த enzymatic மாத்திரைகளை முதலில் உள்ளே போட்டு விட வேண்டும். அது "சொய்ங்" என்று நுரை விட்டுக் கொண்டு கரைந்து போன பிறகு, அன்றிரவிற்கு உள்ளாடிகளுக்கு அதனுள்ளே ஒரு குளியல்.

எல்லாம் சரிதான். இந்த நிலையில் வெளியூர் செல்ல வேண்டிய நிலையை எண்ணிப் பாருங்கள். இந்தப் பராமரிப்புச் சரக்குகளை

♦ மெல்லச் சுழலுது காலம்

எல்லாம் எடுத்துக் கொண்டு போவதற்கென்றே ஒரு தனி லாரி.. இல்லை சாரி.. ஒரு தனிப் பையை வைத்திருக்கவேண்டியதாகப் போய் விட்டது!

இவ்வளவும் செய்ய வேண்டி இருந்த போதிலும் கர்ம சிரத்தையாய்ச் செய்து கொண்டு தொடர்ந்து உள்ளாடிகளை அணிந்து வந்தேன். சௌகரியமாய் இருந்து, பிடித்திருந்த காரணத்தால், இந்த வேலைகள் எல்லாவற்றையும் பழகிக் கொண்டேன். ஆனால், இப்படி முன்னரே தெரிந்து செய்ய வேண்டியிருந்த வேலைகள் தவிர, எதிர்பாராத விதமாய் ஏற்படுகிற சில சிக்கல்களையும் எதிர்கொள்ள வேண்டியிருந்தது.

அப்போதெல்லாம் வீட்டில் அடுப்பங்கரைக்கும் சென்று கொண்டிருந்த நாட்கள். சமையல் எல்லாம் கூடச் செய்ததாய் ஞாபகம் இருக்கிறது! நல்ல காரமாய் வேண்டுமென்று பச்சைமிளகாய் வெட்டிப் போட்டுச் சமைத்தது உண்டு.

அவசரப் படாதீர்கள் பச்சை மிளகாய்க் கையை வைத்துக் கொண்டு உள்ளாடியைக் போட்டுக் கொள்ளப் போய் விட்டேன் என்று நினைத்து விடாதீர்கள்! அந்த அளவிற்கு மடத்தனம் செய்யவில்லை. அதெல்லாம் சுத்தமாகச் சோப்புப் போட்டுச் சுடுதண்ணீர் விட்டுக் கழுவிக் கொண்டு தான் போனேன். ஆனாலும் பாருங்கள். இந்தப் பச்சை மிளகாய் அவ்வளவு லேசுப் பட்டதாய் இல்லை. அத்தனை கழுவல்களுக்குப் பிறகும் அதன் காரம் கையில் ஒட்டி இருந்திருக்கவேண்டும். அதிலும், நன்றாக ஆடியைத் தேய்த்துக் கழுவி எடுத்து மாட்டிக் கொண்ட போது கிளம்பிய எரிச்சல் இருக்கிறதே! அனுபவித்தால் தான் தெரியுமோ?

கண்கள் எரிந்து கலங்கி, மீண்டும் ஆடியைக் கழட்டி நன்றாக அதையும் கையையும் கழுவி, கண்களில் குளிர் நீரை விட்டு ஆற்றிக் கொண்டு, ஒரு துண்டை எடுத்துச் சுருட்டி உஃப்பூ என ஊதி ஒத்தடம் கொடுத்துப் பிறகு ஒரு ஐந்து நிமிடம் கழித்து மீண்டும் முயன்று மாட்டிக் கொண்டு அப்பாடாவென்று சென்ற நாட்களும் சில உண்டு.

அப்புறம், கண்ணில் மாட்டிக் கொள்ளும் நேரத்தில் கை தவறிக் கீழே விழுந்துவிட, மண்டி போட்டுக் கொண்டு கார்ப்பெட் தரையில் முன்னும் பின்னும் தடவித் தடவிக் கண்டுபிடித்த நாட்கள் சிலவும் உண்டு. இதில் ஒரு முறை மனைவியின் வீட்டில் இப்படி நடந்து விட, என்னோடு மனைவி, மச்சினன், மாமனார், மாமியார் எல்லோரும் சேர்ந்து என்னாடியைத் தேடிய காட்சி அன்று சற்றே வெட்கமாய் இருந்தாலும் இன்று வேடிக்கையாய் இருக்கிறது.

எல்லோர் தேடலுக்கும் கிடைக்காத உள்ளாடி, மேலே பீங்கான் தொட்டியின் ஓரத்தில் ஒட்டி வேடிக்கை காட்டிக் கொண்டிருந்தது.

ஒரே ஒரு ஆறுதல் என்னவென்றால், தொலைத்துவிட்டு வேறு வழியின்றி வேறு வாங்கக் கடைக்கு ஓட வேண்டிய நிலை மட்டும் என்றும் ஏற்படவில்லை. இத்தனையையும் செய்து கொண்டு உள்ளாடியோடு ஒரு ஐந்து ஐந்தரை வருடங்கள் உறவாடியாகி விட்டது.

இடையில் திருமணமாகி ஒரு செல்லப் பெண்ணுக்கு அப்பாவும் ஆகி என் கண் ஆடிக்குத் தினசரி அவ்வளவு நேரம் செலவு செய்ய முடியாத ஒரு நிலை; கூடவே வருடங்களாய்ச் சேர்ந்து கொண்ட சோம்பல்; வேலை நிமித்தமாய் ஒரு வேதித் தொழிற்சாலைக்குச் சில மாதங்கள் செல்ல வேண்டியிருக்கலாம் என்று இருந்த போது, அங்கே உள்ளாடி போட்டு வரக்கூடாது என்று அமைந்திருந்த சட்டம்; "உள்ளாடியை விடக் கண்ணாடி தான் உங்களுக்கு அழகாய் இருக்கு" என்று கட்டியவரின் கருத்து; (இதுக்கு மேல என்ன வேணும்?). இப்படி எல்லாமுமாய்ச் சேர்ந்து ஒரு நாள் மீண்டும் கண்ணாடி ஒன்றையும் வாங்கிக் கொள்ளக் கடைக்குச் சென்றேன்.

"நல்ல சட்டமா (frame-ஆ) நான் தேர்ந்தெடுத்துத் தருகிறேன், வாங்க" என்று அருமை மனைவி தான் அழைத்துச் (இழுத்துச்) சென்றார்.

"சரி வரேன். ஆனால், இன்னும் உள்ளாடியே போட்டுக்குவேன். எப்போதாவது அவசரமாய்க் கிளம்பணும்னா, இல்லை ஒரு மாறுதல் வேணும்னா தான் இந்தக் கண்ணாடியைப் போட்டுக்குவேன். இல்லாட்டி அந்தத் தொழிற்சாலைக்குப் போகணும்னா போட்டுக்குவேன். சரியா?"

"சரி. சரி. வாங்க!"

அன்று கழட்டி வைத்தவன் தான், அதன் பிறகு கண்ணுள்ளாடியைத் தொடவே இல்லை.

உள்ளாடி போச்சு, வெளியாடி வந்துது டும் டும் டும்.

கண்கள் சொல்லும் கதை - 5

"என் கண்களுக்கு லேசர் சிகிச்சை பண்ணிக்கலாம்னு இருக்கேன்!" - பாதி யோசனையும் பாதி முடிவுமாகவும் கூறினேன். ஊருக்குச் சென்றிருந்த ஒரு நாள் மனைவி, அம்மா மற்றும் பிறரோடு அமர்ந்து பேசிக் கொண்டிருந்த ஒரு அமைதியான நேரத்தில் தான் இப்படி ஒரு பிரகடனம் செய்தேன். மெல்ல என்னை ஏறிட்டுப் பார்த்தனர். இவன் உண்மையைச் சொல்கிறானா, இல்லை விளையாடுகிறானா என்று தீர்மானிக்க முனைந்தவர்கள் போலிருந்தது.

கண்ணுள்ளாடியை விட்டுவிட்டு இரண்டாவது இன்னிங்ஸாக மீண்டும் கண்ணாடி அணிய ஆரம்பித்தும் ஒரு நாலரை வருடங்கள் ஓடி இருந்தது.

"அது என்ன ஏதுன்னு பாத்து, பண்றம்னா பண்ணிக்கப்பா, சும்மா பண்றேன் பண்றேன்னு பேசிக்கிட்டுக் காலத்தக் கழிக்காதே", என்றார் அம்மா. லேசர் சிகிச்சை முறை பற்றிய அறிவு பொதுவாக ஊரில் காதுவழிச் செய்தியாகப் பரவி என் அம்மா வரையும் நீண்டிருந்தது.

"அதான் எடயங்காட்டு வலசு ரச்சுமி கூட ஆறு மாசத்துக்கு முன்னாடி பண்ணிக்கிட்டான்னு சொன்னாங்க. அப்புறம் அந்த டாக்டரு பொண்ணு பண்ணிக்கிச்சாம். எல்லாம் கோயமுத்தூருல தான் போயிப் பண்ணிக்கிட்டு வந்தாங்கன்னு சொன்னாங்க. இப்பல்லாம் நெறயப் பண்றாங்களாட்டருக்குது".

நான்கு வருடங்களுக்கு முன் அப்பாவின் கண் புரை அறுவை சிகிச்சைக்குக் கோவை அரவிந்தர் கண் மருத்துவமனை சென்றிருந்தபோது, அப்போதே அங்கு லேசிக் எனும் லேசர் சிகிச்சை செய்வதாய் எழுதி வைத்திருந்தார்கள். அப்போதும் செய்து கொள்ளலாமா என்று ஒரு சிறு யோசனைக்குப் பின், திரும்பி அமெரிக்கா செல்ல இன்னும் ஒரு வாரம் தான் இருக்கிறது என்று வேண்டாம் என்று தீர்மானித்து வந்துவிட்டேன். தவிர அப்போது

அந்தச் சிகிச்சை செய்யும் அனுபவம் அங்கே எவ்வளவு இருக்கிறது, வெற்றி வாய்ப்புக்கள் என்ன என்று எதுவும் தெரியாத ஆரம்ப காலம்.

"நானும் பண்ணிக்கிங்கன்னு தாங்க அத்தை சொல்றேன். இவங்க ரொம்ப நாளா சும்மா இப்படியே சொல்லிக்கிட்டுத் தான் இருக்காங்க" மனைவியின் ஆதரவுக் கொடியும் உயர்ந்தது. பல காலமாய் என் புலம்பல்களைக் கேட்க நேர்ந்த அவரது அனுபவம் அப்படி வெளிப்பட்டது என்று நினைக்கிறேன்.

லேசர் சிகிச்சை முறை பரவலாகாத பத்து ஆண்டுகளுக்கு முன் இருந்தே கண் அறுவை சிகிச்சை முறைகள் மீதும், அவற்றின் சாத்தியங்கள் மீதும் எனக்கு ஆர்வம் இருந்தது. தொண்ணூறுகளில் "RK" எனப்படும் "ரேடியல் கெரட்டாட்டமி" என்னும் சிகிச்சை முறை தான் சற்றே பிரபலமாக இருந்த ஒன்று. இந்த முறையானது கண் விழியைச் சுற்றி ஒரு வைரக் கத்தியால் ஏழெட்டு வெட்டுக்கள் வெட்டி, கண் விழியை வடிவமைத்துப் பார்வையைச் சரி செய்யும் முறை. முதலில் ரஷ்யாவில் (அறுபது எழுபதுகளில்) கண்டுபிடிக்கப் பட்ட இம்முறை அமெரிக்காவிலும் பரவலாகிக் கொண்டு வந்தாலும், அதில் சில சிக்கல்கள் இருந்தன.

முதலில், சற்றே ஆழமாக வெட்டுவதால், குணமாகும் காலம் ஒவ்வொருத்தரைப் பொருத்து வேறுபடலாம். காயம் ஆழமாகும் போது பார்வைக்கே பங்கம் விளையலாம். அப்புறம், "உள்ளதும் போச்சுடா நொள்ளைக் கண்ணா" என்று போக வேண்டியது தான். பிறகு, அதன் பயன் ஒரு குறிப்பிட்ட அளவு பார்வைக் குறைவு இருப்பவர்களுக்கு மட்டும் தான் சிறப்பாக இருக்கும். மற்றவர்க்கு முன்னேற்றம் இருக்கலாம், ஆனால் முழுதும் சரியாகி விடாத சாத்தியமும் இருந்தது. தவிர, முதலில் முன்னேற்றம் இருப்பது போல் இருந்தாலும், பிறகு காலப்போக்கில் அந்த நிலையில் பின்னடைவு ஏற்படலாம் என்றும் சிலரால் சந்தேகிக்கப் பட்டது.

எல்லாவற்றிற்கும் மேல், முக்கியமாய், ஒரு கண்ணுக்குத் தலா இரண்டாயிரம் வீதம் மொத்தம் நாலாயிரம் டாலர் வரை சிகிச்சைக் கட்டணம் தேவைப்படும். இன்சூரன்சுக் காப்பீட்டுத் திட்டங்கள் இந்தச் செலவை ஏற்றுக் கொள்ளா என்று தெளிவாகக் குறிப்பிட்டு விடவே, நான் காத்திருந்தேன் சிகிச்சை முறைகளில் இன்னும் வளர்ச்சி ஏற்படவும், செலவு குறையவும், மற்றும்/அல்லது இன்சூரன்சுக் காரர்கள் இந்தச் செலவை ஏற்றுக் கொள்ளவும்.

காலப்போக்கில் RK போய் "PRK" என்னும் "ஃபோட்டோ ரிஃப்ரேக்டிவ் கெரட்டாட்டமி" என்னும் முறை வந்தது. முதன் முதலில் "எக்ஸைமர் லேசர்" என்னும் குளிர்ந்த லேசரைக் கண்

சிகிச்சைப் பணிக்கு அமர்த்திய முறை இது. இந்த முறையும் கண்ணின் கருவிழி வடிவை மாற்றி அமைப்பது தான். ஆனால், வைரக்கத்தி வெட்டுக்குப் பதிலாக, லேசர் உபயோகித்து விழியின் மேல்புறம் உள்ள தோலின் திசுக்களைக் கொஞ்சம் சுரண்டி, லேசர் பாய்ச்சி வடிவமைப்பது.

RK போல் ஆழ வெட்டுக்கள் இங்கு இல்லாததால், சிகிச்சைக் குறைபாடு பற்றிய பயம் கொஞ்சம் குறைவு. அதை விடப் பார்வையைச் சீரமைப்பதிலும் PRK சிறப்பாய் இருந்தது.

இதிலும் சில சிக்கல்கள். லேசர் சிகிச்சை செய்யப்பட்ட விழியின் மேல்புறம் வெளிப்படையாய் ஒரு அரண் இன்றிக் கிடக்கும். புண் ஆறும் வரை பத்திரமாய் இருக்க வேண்டும். அதற்கு சில சமயம் ஒரு பாதுகாப்புக்கு என்று சில நாட்களுக்கு உள்ளாடி போட்டு விடுவார்கள். தவிர, சிகிச்சைக் கட்டணம் குறைந்ததே தவிர, இன்னும் கண்ணுக்கு ஆயிரம் வீதம் இரண்டாயிரமோ அதற்கும் மேலோ ஆகும் போலிருந்தது.

வருடங்களின் ஓட்டத்துடன் வளர்கின்ற எல்லாத் தொழில் நுட்பங்களும் போலே இந்தக் கண் சிகிச்சை முறையிலும் மாற்றங்களும் முன்னேற்றங்களும் ஏற்பட்டன. தற்போது பரவலாய் இருப்பது "லேசிக்" எனப்படும் Laser in-Situ Keratomileusis முறை. இந்த முறையிலும் PRK போலவே எக்ஸைமர் லேசர் பாவித்து கருவிழியை வடிவமைப்பது தான். ஆனால், விழியின் மேற்புறம் லேசரைப் பாய்ச்சாமல், கருவிழியின் மேலே நுங்கு சீவுவதைப் போலக் கொஞ்சம் சீவி, உள்பகுதியில் லேசரைப் பாய்ச்சுவார்கள். முழுவதும் சீவி விடமாட்டார்கள். ஒரு ஓரத்தில் தொடுத்துக் கொண்டு இருக்கும். சீவிய அந்த விழியின் மேல்பகுதியை, சில நிமிடங்கள் லேசர் பாய்ச்சிய பிறகு, பழைய படியே மூடி விடுவார்கள்.

மனிதனின் கருவிழி அபாரமான ஒரு சமாச்சாரம். வெட்டி லேசர் பாய்ச்சிப் பின் மூடிய பிறகு அது தானாகவே ஒட்டிக் கொள்ள ஆரம்பித்து விடும். இரண்டொரு நாட்களில் நன்றாக ஒட்டிக் கொண்டு பழைய மாதிரியே ஆகிவிடுமாம். (இதை எப்படிக் கண்டுபிடித்திருப்பார்கள்?). அதற்கென்று மருந்தோ, தையலோ, எதுவும் கிடையாது. அதோடு லேசர் பாய்ச்சிய பகுதி உள்புறமாய் விழியின் அரணுக்குள்ளே பத்திரமாய் இருக்கும்.

சிகிச்சைக் கட்டணம் மட்டும் அமெரிக்காவில் பெரிதாய்க் குறையவில்லை. என்றாலும், எல்லா வியாபார உத்திகளும் இதிலும் தோன்ற ஆரம்பித்தன. ஒரு கண்ணுக்குப் பண்ணிக் கொண்டால் இன்னொன்று இலவசம் என்றும், இந்த மாதத்திற்குள் செய்துகொண்டால் கண்ணுக்கு முன்னூறு டாலர் தான் என்றும்

விளம்பரங்கள் வர ஆரம்பித்தன. அவற்றைப் பற்றி யோசித்தாலும் சற்றே பயமாய் இருந்தது. ஒருமுறை வருடாந்திரப் பரிசோதனைக்கு ஒரு மருத்துவரிடம் போயிருந்த போது லேசிக் பற்றி விசாரிக்க, அவரோ தாம் சொல்லும் இடத்திற்குப் போய்ச் செய்து கொள்ள வேண்டும் என்று நிர்பந்தம் செய்தார். பாவம், அவருக்கு எதாவது கசர் (கமிஷன்) கிடைக்குமாயிருக்கும்.

"ஏங்க இந்த முன்னூறு டாலருக்குப் பண்ணி விடுறேன்னு சொல்றாங்களே! நீங்க சொல்ற இடம் போனா இரண்டாயிரமாகுமே"

"தம்பீ உன் கண்ணு. நீதான் பத்திரமா இருக்கணும். அவனுங்க எல்லாம் நான் நிறைய கேஸ் பண்ணியிருக்கேன்னு விளம்பரப் படுத்திக்கறதுக்காக இப்படி விலை குறைவா செய்வாங்க. அனுபவம் கம்மியான ஆளுங்க."

எல்லோரும் அவரவர் தொழிலைப் பற்றி அலட்டிக் கொண்ட அளவிற்கு நம் கண்ணைப் பற்றிக் கவலைப் படமாட்டார்கள் போலிருக்கிறது என்று சரி இப்போதைக்கு வேண்டாம் என்று மனமூலை ஒன்றில் லேசிக்கைத் தள்ளி வைத்துவிட்டேன்.

ஆனால், இந்த வலைப்பதிவு உலகத்திலேயே ஒரு நாள் லேசிக் பற்றிப் படிக்க நேர்ந்தது. தேனீ எழுத்துரு புகழ் உமர் தன் பதிவில் எழுதி இருந்ததைப் படித்துவிட்டு இந்த எண்ணம் மீண்டும் மூலையில் இருந்து மையத்திற்கு வந்து துளிர் விட ஆரம்பித்தது.

ஆறு வார விடுப்பில் இம்முறை இந்தியா சென்றிருக்க, அட அங்கேயே செய்து கொள்ளலாமே என்று எண்ணம் வளரத் தொடங்கியது. (ஒரு மாத காலமாவது கண்டிப்பாக வேண்டும்). இந்த ஊர் மருத்துவர்களை விட நம்ம ஊர் மருத்துவர்களை நம்பலாமே.

ஊரில் என்னைப் பார்க்க வந்த பள்ளி நண்பன் ஒருவன் "ஏண்டா நீ இன்னும் லேசர் செய்துக்கலையா?" என்று கேட்டதும், ஆனந்த விகடனில் லேசிக் பற்றிய ஒரு கட்டுரை படித்ததும், அம்மா சொன்ன ரச்சுமி வந்து, "ஏனுங் மச்சான் நானெல்லாம் லேசிக் பண்ணிக்கிட்டு இப்போல்லாம் கண்ணாடியே போடறதில்ல. நீங்க ஏன் இன்னும் கண்ணாடி போட்டுக்கிட்டுருக்கீங்க?" என்றதும் எனது எண்ணத்தை மேலும் கிளறி விட, பல ஆண்டுகளாய் என்னுள் முடங்கிக் கிடந்த உள்ளக் கிடக்கையை வெளியே எடுத்து அசை போட்டபடி,

"என் கண்களுக்கு லேசர் சிகிச்சை பண்ணிக்கலாம்னு இருக்கேன்!" பாதி யோசனையும் பாதி முடிவுமாகவும் கூறினேன்.

♦ மெல்லச் சுழலுது காலம்

கண்கள் சொல்லும் கதை - இடையுரை

"ராஜகுமாரா, கதையில் எனக்குச் சொல்ல இன்னும் கொஞ்சம் மிச்சமிருக்கிறது," என்றன கண்கள். உறங்கும் நேரம் ஆகிக் கொண்டிருந்தாலும், அவை இன்னும் விழித்துக் கொண்டிருந்தன. பூப்பூவாய் வெளியே பனி வெளியே கொட்டிக் கொண்டிருக்கிறது. சில நிமிடங்கள் முன் வெளியே சென்று வந்தபோது ஒரு பனிப்பூ விழுந்ததில் நனைந்து குளிர்ச்சி அடைந்திருந்ததாகக் காட்டிக் கொண்டிருந்தன.

சற்றே அவநம்பிக்கையுடன் கேட்டேன். "நீங்கள் சொல்லித் தான் 'தொடரும்' போட்டேன். ஆனால் இரண்டு வருடமாய் மௌனமாய் இருந்துவிட்டு. இப்போது நீங்கள் சொல்வதை நம்பச் சொல்கிறீர்களா?"

"நீ கூடத்தான் அடுத்த வாரம் முதல் உடற்பயிற்சி செய்வதாய்ப் பல வருடங்களாகச் சொல்லிக் கொண்டிருக்கிறாய். செய்கிறாயா?" என்று வகையாக மாட்டி விட்டன.

"..."

"இருந்தாலும், உன்னை நாங்கள் நம்புகிறோம். கடந்த காலம் எப்படி இருந்தாலும் மறந்துவிடு. இனி வருங்காலம் இனிமையாக இருக்கும்; நினைத்தது நடக்கும்; உன்னாலும் எண்ணியது செய்ய முடியும், என்றே நீயும் நம்பு."

எனக்கே அறிவுரை சொல்கின்றனவே என்று தோன்றினாலும் அந்தக் கருத்து எனக்கும் பிடித்த ஒன்றே. மென்மையானவை இந்தக் கண்கள். பனிக்குளிர் தாங்க வீட்டினுள் வெப்பக்காற்று வீச, அதனால் கொஞ்சம் ஈரப்பசை காய்ந்ததில் உறுத்தலுக்கு ஆளாகி இருந்தன. இந்தச் சிரமம் தாங்காமல் கவனத் திருப்பலுக்காக ஏதேனும் விளையாட முனைகின்றனவா என்றெண்ணிக் கேட்டேன்.

"நீங்கள் மீண்டும் தொடரத் தயாராய் இருப்பதாகவே வைத்துக் கொள்வோம். இருந்தாலும், இதனால் யாருக்கு என்ன பயன்? யார் வந்து 'ம்' கொட்டிக் கொண்டு கேட்கப் போகிறார்கள்?"

“என்னப்பா, நீயா இப்படிக் கேட்கிறாய்?”

“ஏன் நானே தான்?”

“ராஜகுமாரா, என்னவோ விளையாடுகிறாய் என்று தோன்றுகிறது. சரி வா. நானும் உன்னுடன் சேர்ந்தே பயணிக்கிறேன்”

“..”

“இந்தக் கதையைச் சொல்வதும், சொல்லி முடிப்பதும் எனக்கு முக்கியம். இவ்வுலகில் எல்லாவற்றிற்கும் ஒரு பயன் இருக்கிறது. இதற்கும் நாமே அறியாத ஒரு பலன் இருக்கலாம். யார் கண்டது?”

இந்த முறை உறுதியாகத் தான் இருக்கின்றன. யாராவது விசாரித்தார்கள் என்று காதுகள் சொல்லி இருக்கக் கூடும். அதனால் ஒரு உந்தம் ஏற்பட்டிருக்கலாம். இல்லை, பலகாலமாய் முயன்று சோம்பலை உதற எண்ணிச் செயலாற்ற முனைந்திருக்கலாம். எப்படி இருந்தால் என்ன? அவற்றிற்கு அவை நினைத்தபடி கதையைச் சொல்ல நாம் உதவத் தான் வேண்டும். இல்லையென்றால் ‘என் கண்ணுல்ல’ என்று வெறும் கொஞ்சலில் என்ன அர்த்தம் இருக்கிறது?

பின்னோக்கி மனது ஓடுகிறது. பிறருடைய அலகுகளில் பெரியதா சிறியதா என்று நிறுத்துப் பார்க்க வேண்டியதில்லை. இவற்றின் அலகில் சொல்ல ஒரு கதை இருக்கத் தான் செய்கிறது. ஓடிய மனதை ‘ஏய் இங்கே வா’ என்று இழுத்து உட்கார வைத்துக் கொண்டிருந்தபோது,

“என்ன இன்னுமா யோசனை? தொடரலாமா?” என்று அவசரத்தில் துடித்தன கண்கள். “முதலில் இதுவரைக்கும் என்ன சொல்லியிருக்கோம்னு நினைவுபடுத்திக் கொள்ளலாம். அப்போ தான் சரியா இருக்கும்”

“சரி” என்றேன் அமைதியாக.

* * *

“ஒரு பெரிய கண்ணுப் பையனுக்குக் கிட்டப் பார்வை நேர்ந்ததும், அதற்கு அவன் போட்டுக் கொண்ட பெருஞ்சட்டக் கண்ணாடியும்” இது முதல்க்கதை

“சுமார் பதிமூன்று வயதிருக்கும் போது, முதன் முறையாய் முகத்துக்கு மீறிய கண்ணாடியை அணிய வேண்டிய கட்டாயம் அப்படித்தான் ஏற்பட்டது எனக்கு.”

* * * *

"வளரும் பருவமதில் குறையும் கண்சக்தியும் ஏறும் ஆடியின் சக்தியும், அதற்கு மாற்றுத் தேடிச் சென்ற பாண்டிச்சேரி அரவிந்தர் ஆசிரமப் பயணங்களும்" இது இரண்டாவது கதை.

"நாட்கள் நகர்ந்தன. 'பவர்' ஏறியது. கண்ணாடியும் அதன் சட்டங்களும் கூட மாறின. உடைந்து போய் விட்டால் என்ன செய்வது என்று ஒன்றிற்கு இரண்டு ஜோடிக் கண்ணாடிகளோடு அமெரிக்காவுக்கும் ஒருநாள் வண்டி ஏறினேன்."

* * * *

"வெளி நாட்டில் வந்து கண்ணுள்ளாடி (தொடுவில்லை) அணிந்ததும் அதைக் கழட்டிக் கழுவி மாட்டிக் கழட்டி வைத்துக்கொண்டிருந்த கதையும்" மூன்றாவது.

"இருந்தாலும் என்ன? சுமார் பத்துப் வருடங்களுக்குப் பிறகு, கண்ணாடிச் சட்டங்களுக்குள் சிக்கி இராத எனது கண்களும் முகமும் எப்படி இருக்கின்றன என்று என்னாலேயே, தெளிவாகப் பார்க்க முடிந்த அந்தச் சந்தோஷம் அன்று எனக்குப் பெரிதாக இருந்தது!"

* * * *

"கண்ணுள்ளாடிப் பராமரிப்புத் தலைவலிகளும், 'போன மச்சான் திரும்பி வந்தான்' கதையாக மீண்டு வந்த வெளிக்கண்ணாடியும்" நான்காம் கதை.

"அன்று கழட்டி வைத்தவன் தான், அதன் பிறகு கண்ணுள்ளாடியைத் தொடவே இல்லை. உள்ளாடி போச்சு, வெளியாடி வந்துது டும் டும் டும்."

* * * *

"லேசர் சிகிச்சை முறை வளர்ச்சி பற்றிய கவனிப்பும் யோசனைகளும்" இது ஐந்தாவது கதை.

"பல ஆண்டுகளாய் என்னுள் முடங்கிக் கிடந்த உள்ளக் கிடக்கையை வெளியே எடுத்து அசை போட்டபடி, "என் கண்களுக்கு லேசர் சிகிச்சை பண்ணிக்கலாம்னு இருக்கேன்!" பாதி யோசனையும் பாதி முடிவுமாகவும் கூறினேன்."

* * * *

இங்கே போட்ட (தொடரும்) தான் இன்னும் தொடராமல் கிடக்கிறது.

“அப்புறம் என்ன? ‘ஒரு நாள் போனேன். லேசிக் சிகிச்சை செய்துக்கிட்டேன்’, அப்படீன்னு எழுதி முடிச்சுர வேண்டியது தானே” என்றேன்.

ஓரத்தில் சுருக்கம் விழ, தீர்க்கமாய் ஒரு சீற்றத்துடன் என்னைப் பார்த்தன கண்கள்.

“என் கதைய எப்படிச் சொல்லணும்னு நீ சொல்ல வேண்டாம்! நான் சொல்ற மாதிரி எழுது”, என்று ஆரம்பித்தன.

எனக்கு முன்பே தெரிந்த கதை தான். இருந்தாலும் மிச்சத்தையும் பொறுமையாகக் கேட்டுக் கொண்டேன். முடித்துவிட்டு என்னைப் பார்த்த போது அதன் கண்களில் ஈரம் முற்றிலும் வற்றி இருந்தது.

“ரெண்டு சொட்டு விட்டுக்கிட்டு நான் தூங்கப் போறேன். நீ எழுது” என்று சொல்லிவிட்டு எழுந்து சென்றன. நான் பார்த்துக் கொண்டே இருந்தேன். படியேறி அவை மறையவும் இருள் என்னைச் சூழவும் மிகச் சரியாக இருந்தது.

கண்கள் சொல்லும் கதை - 6

"ஏம்ப்பா, எதுக்கும் ஒரு கண்ணுல பண்ணிக்கிட்டு, அதுக்கப்புறம் கொஞ்சம் நாள் கழிச்சு ரெண்டாவதப் பண்ணிக்கலாமில்ல? என்னாலும் ஆயிட்டா என்ன பண்றது?" கவலையை வெளிப் படுத்தினார்' அம்மா.

"ஆமாம். எங்கப்பா கூட நல்லா விசாரிச்சுப் பாத்துட்டு முடிவு பண்ணச் சொன்னாங்க. திடுதிப்புன்னு இப்படி முடிவு பண்ணிட்டீங்களேங்கறாங்க", என்று மனைவி.

பல்லாயிரக் கணக்கில் மக்கள் இந்தச் சிகிச்சையைச் செய்து கொண்டு இருந்தாலும் 'நமது கண்' என்று வருகையில் ஒரு எச்சரிக்கை உணர்வு வருவதில் வியப்பேதுமில்லை. பல காலமாய் இது பற்றி யோசித்து வைத்திருந்து, விசாரித்துத் தெரிந்து கொண்டிருந்ததில் எனக்குத் தயக்கம் பெரிதாய் இல்லை. தவிர, சில சமயங்களில் ஒரு குருட்டுத்தனமான பொதிவுணர்ச்சியை நான் பெற்று விடுவதும் உண்டு. அது போன்ற ஒரு சமயமாய் இருந்திருக்க வேண்டும் அப்போது.

2003 டிசம்பர் இறுதி வாரம். அன்றைய தினத்தில் கோவையிலேயே இரண்டு இடங்களில் லேசிக் சிகிச்சை முறை செய்யப்பட்டது. சுவாரசியமாக இவ்விரண்டு மருத்துவமனைகளும் அவிநாசி சாலையில் அருகருகே அமைந்திருக்கின்றன. அதில் ஒன்று தான் இப்போது இந்த வட்டாரத்திலேயே பிரபலம் என்று ஒரு மருத்துவ நண்பன் கூறியதாலும், இற்றை நுட்பங்களை அவர்கள் பயன்படுத்துவதால் என் போன்ற அதிக 'பவர்' இருப்பவர்களுக்கு அது கூடுதல் பலனளிக் கலாம் என்று எண்ணியதாலும் அந்த இடத்தைத் தெரிவு செய்திருந்தேன்.

சேலம், திருச்செங்கோடு, நாமக்கல், மற்றும் கேரளாவில் இருந்தெல்லாம் பலர் இங்கு வந்து சிகிச்சை செய்து கொண்டு போகின்றனர். இரண்டு கண்களுக்கும் சேர்த்துச் செய்து கொள்வதற்கு அன்றைய விலை ரூ. 30 ஆயிரம்.

இங்குள்ள மருத்துவர்கள் கடந்த பல வருடங்களாகவே இந்தச் சிகிச்சை செய்து கொண்டிருக்கிறார்கள் என்பதால் அவர்களுக்கும் இந்த அனுபவங்கள் நிறைய இருக்கின்றன என்றும் ஒரு ஆறுதல். இரண்டு கண்களிலும் ஒரே நேரத்தில் சிகிச்சை செய்து கொள்வதில் நான் உறுதியாக இருந்தேன்.

"இதோ பாருங்க. பிரச்சினை வர்றதுக்கு வாய்ப்பு இருக்குன்னு நெனைச்சா ஒரு கண்ண மட்டும் பண்ணிக்க நான் முடிவு செய்ய மாட்டேன்", என்று வீட்டினருக்குத் தைரியம் சொல்லிவிட்டுச் சுற்றம் புடைசூழ ஒரு வேகத்துடன் தான் சென்று இறங்கினேன். அது கிறிஸ்துமசுக்கு முன் தினம்.

கோவைத் தமிழும் கேரளத் தமிழும் கலந்து வீசி அங்கே கொஞ்சிக் கொண்டிருந்தது. வெவ்வேறு சீருடைகளில் பணிப் பெண்களும், தாதியர்களும், மருத்துவர்களும் நடமாடிக் கொண்டிருந்தனர். 'Patient Care Executive' என்று பலகை வைத்து ஒருவர் இன்முகத்தோடு வரவேற்றார். மருத்துவமனை என்றாலே மருந்து வாசமடித்துக் கொண்டிருக்கும் இடம் என்றில்லாமல் இப்படி ஒரு இனிய வரவேற்பைத் தர முயன்றதை வரவேற்கத் தான் வேண்டும். சில பல குறைகள் இருப்பினும் நுகர்வோர் சேவையாகத் திருப்திப் படுத்த எடுத்துக் கொண்ட நடைமுறைகளைக் கொஞ்சமாகவேனும் பாராட்டலாம்.

"வாங்க சார். முதல்ல ரெண்டாயிரம் கட்டிடுங்க. உங்களுக்கு லேசிக் பண்ற அளவுக்கு கண்ணின் ஆடி தடிமனாய் இருக்கா; வேறு அளவுகள் எல்லாம் ஒத்து வருமான்னு முதல்ல பரிசோதனை பண்ணிடுவோம். அது சரியா வந்துருச்சுன்னா பண்ணிடலாம்", என்று அவர்கள் சொன்னதைக் கேட்டுக் கொஞ்சம் வேகம் குறைந்து புஸ்ஸென்று தான் ஆகிவிட்டது.

ஒருக்கால் பரிசோதனையில் உங்களுக்கு லேசிக் பண்ண முடியாது என்று வந்துவிட்டால் என்ன செய்வது? நீண்ட கால ஆசையை விட்டொழித்துவிட வேண்டியது தான் என்று மனதுக்குள்ளே ஆறுதல் சொல்லிக் கொண்டாலும் அப்படியொன்றும் இராது; செய்துகொள்ள முடியும் என்று உள்ளூர ஒரு நம்பிக்கை இருந்தது.

வரவேற்பறை நிறைந்திருந்தது. காத்திருந்தேன். காத்திருந்தோம். இரண்டு மூன்று அறைகளுக்குச் சென்று வெவ்வேறு தாதியர், மருத்துவர்கள் சொல்லிய இயந்திரங்களுள் எல்லாம் தலையை நீட்டி விழித்துப் பார்த்துக் கொண்டிருந்தேன். எனது பெண்கள் இருவருக்கும் வெளியே இருந்த உணவகத்து ஐஸ்கிரீம் கிடைத்துவிடவே காத்திருப்பதில் மகிழ்ந்திருந்தார்கள்!

“பழைய சீட்டுக் கொண்டு வந்திருக்கின்றீர்களா?” என்ற கேள்விக்கு நான் முழித்த முழியைப் பார்த்தே இல்லை என்று அவர்கள் தெரிந்து கொண்டிருந்திருக்க வேண்டும்.

“சரி போட்டிருக்கிற கண்ணாடியக் கழட்டிக் கொடுங்க”, என்று அதன் மீது சில ஆடிகளை வைத்துச் சோதித்துப் பார்த்துக் கொண்டனர்.

மேலும் பல நிமிடங்கள் காத்திருப்புக்குப் பின் Patient Consultant என்றொருவர் அழைத்தார்.

“பரிசோதனை எல்லாம் முடிந்தது. உங்களுக்கு லேசிக் பண்ணி விடலாம். மதிய உணவு முடித்து விட்டு வந்துவிடுங்கள்” என்றார்.

“கறியுணவு மட்டும் சாப்பிடாதீர்கள்” என்று சொல்லி அனுப்பி னார். அன்று பார்த்து உணவு சாப்பிடச் சென்ற சித்தி வீட்டில் எப்போதோ தான் வந்து போகிற பையனுக்கு நன்றாகச் சமைத்துப் போடவேண்டும் என்று ‘கோழிக் கறி குழம்பு’ செய்து வைத்திருந்தனர். வேண்டாம் என்று சொல்ல மனம் வராததால், கொஞ்சமாக மட்டும் சாப்பிட்டு விட்டு வந்தேன்.

சிகிச்சையின்போது மல்லாக்கப் படுத்துக் கிடக்க வேண்டும் என்பதால் அதிகம் சாப்பிட்டு அது நெஞ்சைக் கரித்துக் கொண்டு வந்தால் பிரச்சினை என்று தான் அப்படிச் சொல்லி இருப்பார்கள் என்று நானே ஒரு அலசு அலசி முடிவு செய்து விட்டேன். இல்லாவிட்டால் லேசிக் கதிர்களுக்கும் கோழிக்குஞ்சுக்கும் அப்படி என்ன பகை இருக்க முடியும்?

“என்ன சார் உங்கள இவ்வளவு நேரம் காணோம்?” என்று உள்ளே நுழைந்தவனை வரவேற்று, “போய் சிகிச்சைக்குத் தயாராகுங்க. இந்த சிஸ்டர் வந்து உங்க கண்ணச் சுத்தம் பண்ணி விடுவாங்க” என்று கை காட்டினார்கள். மதிய நேரத்தில் கூட்டம் கொஞ்சம் குறைந்திருந்தது. பரிசோதனை பெரும்பாலும் காலையில், லேசிக் சிகிச்சை மதியம் என்று பிரித்து வைத்திருப்பதில் மிச்சம் இருந்த சிலர் சிகிச்சைக்கென்று இருந்தவர்கள் போலும். எழுதிக் கொடுத்த மருந்துச் சீட்டை எடுத்துப் போய் வெளியே இருந்த மருந்துக் கடையில் வாங்கி வந்து கொடுக்க வேண்டும். அட! முப்பதாயிரம் ரூவாய் வாங்குபவர்கள் இந்த மருந்து வாங்குகிற வேலையை வருபவர்களிடம் கொடுக்காமல் அவர்களே செய்துவிட்டால் என்ன? வேண்டுமானால் இன்னொரு முன்னூறு ரூவாய் சேர்த்துக் கொள்ளலாமே.

"உங்களையும் சேர்த்து இன்னிக்கு எட்டுப் பேருக்கு லேசிக் சிகிச்சை சார்". வருடத்தின் கடைசி வாரம் என்பதாலும், அடுத்த நாள் கிறிஸ்துமஸ் விடுப்பு என்பதாலும் இன்று அதிகம் பேர் வந்துவிட்டார்கள் போலிருக்கிறது. "சராசரியா தினமும் நாலு அல்லது அஞ்சு பேர் தான் வருவாங்க".

ஏதோ ஒரு மஞ்சள் நிறத் திரவத்தைப் பஞ்சில் நனைத்து ஒரு கொங்கு சிஸ்டர் கண்களைச் சுத்தம் செய்துவிட்டார். கண்ணோரங்களில் சற்றே அழுந்திய மாதிரி இருந்தது. கண் பரப்பு மரத்துப் போவதற்கு ஒரு சொட்டு மருந்து என்று கொஞ்சம் சொட்டி விட்டனர். அதன் பிறகு அளவு எடுக்கிறேன் என்று ஏதேதோ நுண்கருவிகளைக் கண்ணுள் விட்டு அளந்த போதும் வலி தெரியவில்லை. இருப்பினும் ஒரு புறப் பொருளைக் கண்ணுள்ளே விட்ட கலக்கம் கண்களில் நீராக வெளிப்பட்டுக் கண் சிவந்தும் போனது. சின்ன மருத்துவர், பெரிய மருத்துவர் எல்லோரும் பார்த்த பிறகு என் முறைக்குக் காத்திருந்தேன்.

சிகிச்சை அறையின் வெளியே ஒரு சலனப் படத்திரை வைத்து உள்ளே நடக்கும் சிகிச்சையை நேரடி ஒளிபரப்பு செய்து கொண்டிருந்தார்கள். என்னுடைய கண்ணாடியைக் கழட்டி வைத்துவிட்டதாலும், கண்களில் இட்ட மருந்துகளின் விளைவாலும் என்னால் சரியாகப் பார்க்க முடியவில்லை.

ஒரு கணம் என் பழகிய கண்ணாடியை எண்ணிச் சோகமாய் இருந்தது. தூங்கிய, குளித்த நேரங்கள் தவிர எப்போதும் என்னோடே இருந்த ஒன்றினை இனிப் பிரியப் போகிறேன் என்கிற துயர் தான். சில சமயம் புதிய இடங்களில் குளிக்கிற நேரங்களில் கூடப் போட்டுக் கொண்டே இருந்திருக்கிறேன். (இல்லாவிட்டால், எந்தக் குழாயை எந்தப் பக்கம் திருப்புவது என்றும் தெரியாமல் போய்விடுமே!). லேசிக் சிகிச்சை முழுவதுமாகக் குணப்படுத்தவில்லை என்றாலும், நிச்சயம் 'பவர்' மாறி விடும். கண்ணாடி போட வேண்டி வந்தாலும் இனி இது உதவாதே. பிரியத் தான் வேண்டும் போலிருக்கிறது.

சிகிச்சைக்கு முன்னரே சற்று எச்சரிக்கைகளும் விடுத்தார்கள். "உங்க வயசென்ன?" என்று இரண்டு மூன்று முறை ஏன் கேட்டார்கள் என்று ஒரு புறம் கேள்வி ஓடிக் கொண்டிருந்தது. சில படிவங்களில் கையொப்பமும் வாங்கிக் கொண்டனர். அந்த நிலையில் படித்துப் பார்க்கக் கூட முடியவில்லை. இது போன்றவற்றை ஏன் கண்களைத் தயார் செய்வதற்கு முன்பே கொடுத்துக் கையொப்பம் வாங்கிக் கொள்ளக் கூடாது என்று தெரியவில்லை. எப்படியும் இதெல்லாம் ஒரு formality போல் தான் இருந்தது. படித்துப் பார்க்க வேண்டுமா

என்பது போல் பொறுமையிழந்து பார்த்த அந்தப் பணிப் பெண்ணிடம், எப்படியும் இது எந்த முடிவையும் மாற்றப் போவதில்லை என்று கையொப்பமிட்டுக் கொடுத்துவிட்டேன். பிறகு அதன் பிரதி ஒன்றைக் கேட்டும் தர மறுத்தது அமெரிக்காவில் இருந்தவனுக்கு ஆச்சரியத்தை அளித்தது.

ஒவ்வொருவராய் சிகிச்சைக்கு அழைக்கப் பட்டனர். 'பழைய சீட்டைக் கொண்டு வந்திருக்க வேண்டுமோ?', 'எல்லா அளவுகளும் சரியாக எடுத்திருப்பார்களா?', என்று பல கேள்விகள் தாறுமாறாய்க் குதித்தோடிக் கொண்டிருக்க, அதனூடே ஒரு வித அமைதியோடு கிடா வெட்டுக்குத் தயாராகும் ஒரு வெள்ளாட்டைப் போல் உணர்ந்தபடி என் முறையை எதிர்நோக்கி அமர்ந்திருந்தேன்.

கண்கள் சொல்லும் கதை - 7

மருத்துவர்கள் மற்றும் செவிலிகளின் பழக்கம் ஒன்று பற்றி எனக்குக் கேள்வியுண்டு. தீவிரமான ஒரு மருத்துவச் செய்முறையாக இருக்கும் போதும் அதனூடே வெற்று அரட்டை அடிப்பது போல் பேசிக் கொள்வதைச் சிலசமயம் அவதானித்திருக்கிறேன். என் மகளொருத்தி பிறந்த போதும் மனைவிக்கு மயக்க ஊசி போட வந்த சிறப்புச்செவிலி, தான் கடைவீதி சென்றது பற்றியும், வாங்கிய பொருட்கள் பற்றியும் பேசிக்கொண்டே வேலை செய்தார். பதைபதைப் போடு உள்ளே இருப்பவருக்கு இது ஒரு அலட்சிய மனப்பாங்கு போலத் தோன்றாதா? எதனால் இப்படிச் செய்கிறார்கள்? நாள் முழுதும் உடல் உறுப்புக்களைப் பார்த்துக் கொண்டே இருப்பதால் ஆர்வம் குன்றியோ அருவருத்தோ போய்விடாமல் இருக்கத் தம் கவனத்தைப் பிற கதையாடல்களில் திருப்பிக் கொள்கின்றனரோ தெரியவில்லை.

லேசிக் சிகிச்சையின் போதும் மருத்துவரும் உடனிருந்த செவிலிகளும் இப்படி வெற்றுப்பேச்சில் ஈடுபட்டிருந்தபோது எனக்குச் சிறு கவலை ஏற்பட்டது. வெகு நேரமாய்க் காத்திருந்த பின் லேசிக் சிகிச்சை என்பது சுமார் இருபது நிமிடங்களில் முடிந்து விட்டது. அதிலும் கண்ணுள் லேசர் கதிர்கள் பாய்ச்சும் நேரம் ஒரு கண்ணுக்குச் சுமார் இரண்டு அல்லது மூன்று நிமிடங்களுக்கு மேல் இருந்திராது.

மல்லாக்கப் படுத்திருந்தேன். மரத்துப் போன கண்களை நன்கு விழிக்க வைத்து இமை மூடாதிருக்கும் படி இழுத்துப் பிடித்துக் கொள்ள ஒரு சாதனம். வலியொன்றும் உணரவில்லை. கொஞ்சம் மேலே தெரிந்த ஒரு செந்நிற ஒளிப்புள்ளி தான் லேசர் கதிரின் மூலமாய் இருக்க வேண்டும். கண்கள் ஆடாமல் அதனையே பார்த்துக் கொண்டிருக்க வேண்டும்.

என்னவோ குளிர்ச்சியான ஒன்றால் கண்பரப்பைச் சற்றே ஒதுக்கி விட்டாற்போன்ற உணர்ச்சி. பிறகு தான் கண் வில்லையைச் சற்றுச்

♦ மெல்லச் சுழலுது காலம்

சீவி மேலாகத் திறந்து வைத்த செயல் அது என்று உத்தேசமாய் உணர முடிந்தது. சிகிச்சை ஆரம்பித்த போது சற்று மங்கலாய்த் தெரிந்த செந்நிறப் புள்ளி சற்று தெளிவாகத் தெரிய ஆரம்பித்தது. ஒரு தார்க்குச்சியை வைத்துக் காய்ந்த பனியாரக் குழிக்குள் பனியாரத்தைத் திருப்பிப் போடும்பொது வரும் 'சொய்ங்' போன்று சிறு ஒலி (இது கொஞ்சம் மிகையோ). லேசர் கதிர்கள் கண் வில்லைத் திசுக்களைப் பொசுக்கிச் செதுக்கிக் கொண்டிருக்கின்றன என்று எண்ணிக் கொண்டேன்.

அவ்வப்போது, "நேராப் பாருங்க. கண்ண ஆட்டாதீங்க" என்று கேட்டுக் கொண்டிருந்தனர். ஒரு கண் முடித்து மறு கண்ணுக்கு மாறும் இடையில் ஓய்வோ, 'சற்று அவகாசம் கொடுங்கள்' என்று சொல்லிக் கொள்வதற்கோ வழியேதுமில்லை. வலது கண்ணைக் கட்டில் வைத்திருந்த அளவிற்கு என்னால் இடது கண்ணை வைத்திருக்க முடியாததற்கு என்ன காரணம் என்று இதுவரை எனக்குப் புரியவில்லை. சோர்வா, இல்லை அந்தக் கண்ணில் அதிக 'பவர்' என்பதால் சரியானபடி குவிக்க முடியாததா என்று தெரியவில்லை. இருப்பினும் முடிந்த வரை கட்டுப்படுத்தி, சிரமத்தோடு நிலையாய் இருக்க முயன்றேன்.

அவ்வளவு தான். சிகிச்சை முடிந்தது. ஒதுக்கிய வில்லையை மீண்டும் மூடி, இன்னும் கொஞ்சம் சொட்டு மருந்துகள் இட்டு, அடுத்த அறைக்குச் சென்று அமர்ந்து சிறிது நேரம் இமைகளை மூடி மூடித் திறந்து கொண்டிருக்கச் சொன்னார்கள். சற்று நேரத்துக்குள் வரண்டு விட்ட கண்களை இன்னும் மூடி மூடித் திறக்க வேண்டுமா இல்லை நிறுத்திக் கொள்ளலாமா என்று கேட்க நினைப்பதற்குள் அடுத்து வந்தவரைச் சிகிச்சைக்குத் தயார் செய்யப் போய்விட்டார்கள்.

பெரிய மருத்துவர் வந்து பார்த்துவிட்டு, 'எல்லாம் சரியாக இருக்கிறது நாளை மீண்டும் பரிசோதனைக்கு வந்து போங்கள் என்று சொல்லி எழப் போனவர், 'ஒரு நிமிடம்' என்று மீண்டும் ஒருமுறை பரிசோதித்துப் பார்த்தபோது சற்றுச் சந்தேகமாக இருந்தது.

கண்களில் தூசு படாமல் இருக்கவும், இரவு தூங்கும் போது தெரியாமல் கண்களைத் தேய்த்துவிடக் கூடாதென்றும் கோழிமுட்டை ஓடு போன்ற ஒரு பொருளை வைத்துக் கட்டிக் கொள்ளச் சொன்னார்கள். அது தவிர, வலி தெரியாமல் இருக்க ஒரே ஒரு மாத்திரை. அவ்வப்போது ஊற்றிக் கொள்ள ஆன்டிபயாடிக் சொட்டு மருந்து. அவ்வளவே.

காலையில் வலி மறைந்திருந்தது. கண் பார்வையில் பெரிதும் முன்னேற்றம் இருந்தது. நிச்சயமாய்க் கண்ணாடியைத் தேட

வேண்டியிருக்கவில்லை. இருப்பினும், காட்சி சற்றே பிறழ்வாகவே இருப்பதாய்ப் பட்டது. ஓரிரு நாட்களில் சரியாகி விடுமென்று தேற்றிக் கொண்டாலும் இடையிடையே எழுந்த சந்தேகங்கள் ஏதோ சரியில்லை போலும் என்று உறுத்தியது. அன்று பரிசோதனைக்குச் சென்ற போது, “எல்லாம் சரியாக இருக்கிறது. ஒன்றும் பிரச்சினை இல்லை” என்று செவிலிகள், சின்ன மருத்துவர்கள் சொன்னாலும் “முழுத் தெளிவு இல்லீங்களே” என்றதற்கு அவர்களிடம் பதிலில்லை. “பெரிய மருத்துவர் வந்து பார்ப்பார்”, என்று மட்டும் சொல்லிவிட்டுச் சென்றனர்.

வரவேற்பறையில் காத்திருந்தபோது தொலைக்காட்சியில் ஆஸ்திரேலியாவுடன் கிரிக்கெட்டில் சச்சின் மட்டைபிடித்துக் கொண்டிருந்தார். சும்மா இருந்த நேரத்தில் சுயமாய்ப் பரிசோதனை செய்து கொள்ள ஒவ்வொரு கண்ணாய் மூடிப் பார்த்துக் கொண்டிருந்தேன். அருகே இருப்பதைப் படிக்கத் தெளிவாய் இருந்த கண்ணுக்குத் தொலைவில் இருப்பதைப் படிக்க முடியவில்லை.

மறுகண்ணோ தொலைவில் இருப்பதைத் தெளிவாய்ப் பார்த்தது. தொலைவில் சாலைச் சுவற்றில் ஒரு பம்புசெட் விளம்பரம் தெரிந்தது. அதனருகே சாலைக்குறிப்புப் பலகையில் ஒரு திசையில் விமான நிலையமும் மறு திசையில் கொச்சினும் எழுதி இருந்தது தெரிந்தது.

கொச்சினைப் பார்க்க ஒரு கண்; சச்சினைப் பார்க்க மறுகண் என்று காத்திருந்த நேரத்தில் மாற்றி மாற்றிப் பார்த்துக் கொண்டிருந்தேன்.

கடைசியில் வந்த பெரிய மருத்துவர் தான் உண்மையைச் சொன்னார். ஒரு கண்ணில் பொதிவுப் பார்வையும் (positive power) மறு கண்ணில் நொசிவுப் பார்வையுமாக (negative power) அமைந்துவிட்டதால் தான் பார்வை அப்படிப் பிறழ்ந்து விட்டது என்று.

“எப்படி இப்படி ஆனது என்று தெரியவில்லை. உங்களோடு செய்து கொண்ட மற்ற ஏழு பேருக்கும் சரியாக இருக்கிறது. அதனால் வேறு இயந்திரப் பிரச்சினைகள் இல்லை. சில சமயம் சிலருக்கு மட்டும் சரியான எதிர்வினை இல்லாமல் போய்விடுகிறது போலும். இப்படி நடப்பது மிகவும் அரிது. இரண்டிலும் பொதிவு அல்லது நொசிவு என்று ஒரே மாதிரி இருந்திருந்தால் பரவாயில்லை. மாறி இருப்பதால் சிரமம் தான். எதற்கும் சில நாட்கள் கழித்துப் பார்க்கலாம். சிகிச்சை செய்த இடம் ஆறும் வரை பார்வை சற்றே மாறுபட வாய்ப்புண்டு” என்றார்.

இரண்டு நாள் அங்கேயே தங்கியிருந்தும் முடிவில் பிறழ்ந்த பார்வையில் முன்னேற்றம் இல்லை. ஒருவாரம் கழித்து ஏதும் மாறவில்லை எனில் மீண்டும் ஒருமுறை லேசிக் செய்து சரிசெய்துவிடலாம் என்றார். "ஆமா உங்க வயசென்ன?" என்று மறுபடியும் வேறு கேட்டு வைத்தார்!

ஏனிப்படி ஆயிற்று என்று எனக்குள்ளே ஒரு பேச்சு நடந்து கொண்டிருக்க, ஒரு வாரத்திற்குக் கிட்டத்தட்ட எதுவுமே செய்யாமல் வீட்டுச் சிறையாக மறுலேசர் சிகிச்சைக்காகக் காத்திருந்தேன். தானாகவே சரியாகிவிட்டால் நன்றாக இருக்குமே என்றும் மனது கெஞ்சியது.

கண்கள் சொல்லும் கதை - 8

வட்டமாகச் சுற்றிய சும்மாட்டைத் தலை மீது வைத்துக் கீரையும் காயும் கூடையில் சுமந்து விற்கும் பெண்ணொருவரின் "கீரை அரைக்கீரை வெண்டக்கீரை" என்னும் அதிகாலை ராகம் தெளிவாகக் காதில் விழுந்த போது கண்விழித்துத் தான் இருந்தேன். இருந்தும் நெடுநேரமாய் எழுந்து கொள்ளத்தான் மனமின்றிப் படுத்திருந்தேன். ஒரு புலனில் குறையெனில் அதனை ஈடுகட்டும் வண்ணம் மற்ற புலன்கள் அதிகக் கூராகிவிடுமென்று எண்ணியிருக்கிறேன். அதனால் தான் பச்சை வண்ணக் கோழிமுட்டை வடிவக் காப்புக் கட்டியிருந்த என் கண்களுக்குப் பதிலாக, இப்போது காதுகள் தெளிவாகக் கேட்கின்றன போலும் என்று எண்ணிப் புன்முறுவல் செய்து கொள்ள முயன்றேன்.

லேசிக் மறுசிகிச்சைக்காகக் காத்திருந்த அந்த வாரம். முன்னிரவு தூங்கும் முன் ஊற்றிக் கொண்ட சொட்டுமருந்து விளிம்பில் பூழையாக மாறி இருக்கும். மெல்ல முயன்று இமைகளைத் திறந்து நீரில் நனைத்த ஈரப் பஞ்சு வைத்துக் கண்ணுள்ளே சென்று விடாதபடி கண்களைச் சுத்தம் செய்து கொள்ள வேண்டும். கவனமாய் அந்தப் பணிவிடை செய்ய ஒரு மனைவி இருத்தல் சுகம்!

வீட்டுக்குள்ளேயே போட்டுக் கொள்ள ஒரு கருப்புக் கண்ணாடி. ஒரு வாரத்திற்குத் தலைக்குத் தண்ணீர் ஊற்றக் கூடாது என்று மருத்துவர் சொல்லிவிட, அதனால் என் வீட்டினரிடம் விளைந்த அதீத எச்சரிக்கை உணர்வு என்னை முகச்சவரம் கூடச் செய்ய விடவில்லை. குத்தும் முள் தாடியைத் தொட்டு 'ஆ, குத்துது' என்று விளையாடும் பெண்கள் சற்றுக் களிப்பூட்டினர்.

மனச்சக்தி குன்றும் சில நேரங்களில் 'ஒருவேளை இந்த லேசிக் சிகிச்சையில் இறங்காமலே இருந்திருக்கலாமா' என்று சலனப்படும் மனம். ஆனால், ஒன்றும் இல்லாத விதயங்களுக்கே 'இப்படி ஆகிவிட்டதே உனக்கு' என்று வீட்டினர் கவலையும் பச்சாதாபமும்

படும் சாத்தியம் இருக்கிறது என்பதால், அதற்குப் பயந்தே அவர்களுக்கும் சேர்த்து மனோதைரியத்தை வளர்த்துக் கொண்டு என் தகைவை உதற முயன்றேன். அதிக பட்சம் என்ன ஆகிவிட்டது? இன்னும் கண் தெரிந்து கொண்டு தானே இருக்கிறது? பார்வைக்குப் பங்கம் இல்லை. ஒரு வாரத்தில் சரியாகவில்லை என்றால் மிஞ்சிப் போனால் வேறு கண்ணாடி போட்டுக் கொள்ள வேண்டும், அவ்வளவு தானே.

"சத்தரத்து மாரியம்மனுக்குச் சாட்டியிருக்குதப்பா. உன் கண்ணுக்கு எல்லாம் நல்லபடியா நடக்கணுமுன்னு, கண்ணமுது சாத்தறதா வேண்டிக்கிட்டேன்".

கண் மருத்துவரை விடக் கருவிழிப் படம் சார்த்தினால் காத்தருள்வாள் மாரியம்மாள் என்று நம்பும் அம்மா.

"பெரிய டாக்டரு நமக்கு ஒருவகையில சொந்தம் தானுங்க. அவரு சொந்த ஊரு பொலவக்காளிபாளையம் தான். சொல்லியிருந்தீங்கன்னா முன்னாடியே சொல்லி அவரையே செய்யச் சொல்லி இருக்கலாம்" என்று கெவின் பேக்கனில் இருந்து ஆறு பாகைத் தொலைவு என்றாற்போல மருத்துவருக்கும் எனக்கும் முடிச்சுப் போட்ட சொந்தங்கள். சொந்தமென்றால் கவனமாகவும் பிறருக்கு அலட்சியமாகவும் வைத்தியம் பார்ப்பார் மருத்துவர் என்று நான் நம்பவில்லை. இருப்பினும் பெரியவரே செய்திருந்தால் இன்னும் சற்றுச் சிறப்பாக இருந்திருக்குமோ என்ற ஐயப்பாட்டை நீக்க முடியவில்லை.

ஆனாலும் இந்த நிலைக்குப் பல காரணங்கள் இருக்கலாம். முதலில் கண்களைப் பரிசோதனை செய்த போது தவறாகக் கணித்திருக்கலாம். பலரும் சோதித்துப் பார்ப்பதால் அப்படி இராது என்றாலும், ஒருவர் முதலில் செய்து எழுதிவிட்டால் சிலசமயம் அதன் அருகே இருந்தால் கூட, யோசித்துவிட்டு முதல் நபர் மேல் பாரத்தைப் போட்டு அது சரியாகத் தான் இருக்கும் என்று போயிருக்கலாம். இருந்தாலும், பத்தாம் வகுப்பில் பிப்பெட், ப்யூரட் வைத்துச் செய்த வேதியியல் கூடத்துச் சோதனைகளா இவை? அப்படியெல்லாம் அவநம்பிக்கை கொள்ள அவசியம் இல்லை. இது நான் பழைய சீட்டை எடுத்துச் செல்லாததன் உறுத்தல் விளைவு.

சிகிச்சையின் போது கண்களை நிலையாய் வைக்க முடியாததன் காரணமாய் இருக்கலாம். ஆனால் அதற்குத் தான் இறுகத் திறந்து வைத்துச் செய்கிறார்களே. சிகிச்சை முடிவில் வறண்ட போதும் கண்களை திறந்து மூடியது காரணமாய் இருக்கலாம். அல்லது யார் கண்டது? வேண்டாம் என்று சொல்லியும் மதிய உணவில் சாப்பிட்ட கோழிக் குழம்பாகக் கூட இருக்கலாம்!

பலவாறு இப்படி யோசித்தாலும், இறுதியில், தானே வெகுவாக உணர்ந்து மனக்கஷ்டப்பட்டுப் பெரிய மருத்துவர் சொன்ன கருத்தையே ஏற்றுக் கொள்கிறேன். "இது நடப்பது அபூர்வம். இந்த மாதிரி வேறு யாருக்குமே நிகழவில்லை".

மனிதன் ஒரு உயிரியல் மிருகம். பல பேரின் எதிர்வினையை அளந்து கருத்தில் கொண்டு வடிவமைக்கப்பட்ட போல்மத்தின் (modelஇன்) படி செய்கிற சிகிச்சை இது. நூற்றுக்கணக்கில், ஆயிரக்கணக்கில் ஒன்றில் இப்படி சற்று விலகீடு ஏற்பட்டு விடுகிறது என்று விளக்க முயன்றார்.

"அது உங்களுக்கு ஏற்பட்டதில் வருந்துகிறேன். இருப்பினும் மீண்டும் சரி செய்து விடலாம். சிலருக்கு சிகிச்சைக்குப் பின் சில நாட்களில் சற்றுப் பார்வையளவு மாறும். அதனால் பொறுத்திருப்போம்", என்றதாலேயே இந்த ஒரு வார ஓய்வு எனக்கு.

அது சரி தான். ஆனால் கண்களில் தூசு படாதிருக்க வெளியே எங்கும் செல்லாதிருக்க வேண்டும் என்று வீட்டுள்ளேயே சிறையிருந்தது தான் சிரமமாக இருந்தது. தொலைக்காட்சி பார்க்க வேண்டுமெனில் ஒரு கண்ணைப் பொத்திக் கொண்டு பார்ப்பதும், பத்திரிக்கைகள், செய்தித் தாள் படிக்க மறுகண்ணைப் பொத்திக் கொள்வதுமாகக் கழிந்தது நேரம்.

அதிலும் மருத்துவரே சிகிச்சையின் மறுநாளே எதையும் படிக்கலாம் என்று கூறியிருந்த போதும், எதையேனும் படிக்க அமர்ந்தால், "அதையும் இதையும் படிச்சுக் கண்ணுக் கெட்டுப் போயிரப் போவுது. வேண்டாம்னு சொல்லும்மா", என்று வீட்டில் மனைவி வழியாகத் தூது வந்தது.

இருப்பினும் எதையும் நீண்டநேரம் செய்யமுடியாதபடி கண்ணயர்வு ஏற்பட்டு விடும். தவிர அடிக்கடி சொட்டுமருந்து இட்டுப் படுத்துக் கொள்ள வேண்டும். சவரமில்லாத முகத்தாடி வேறு சற்றே அரிப்பெடுக்கும்.

"பாரியூர்ல தேர் பார்க்கப் போறோம். நீங்களும் வர்றீங்களா?" என்று பரிதாபப் பட்டுக் கேட்ட மனைவியிடம், வேண்டாம் என்று சொல்லிவிட்டேன். இரண்டு நாள் கழித்து, "டைலர் கடை வரை போகணும். கடைவீதிக்குப் போறோம்" என்றவர்களிடம், "நானும் வரேன். காரிலேயே உட்கார்ந்துக்கறேன்" என்று சொல்லிவிட்டு வெளியுலகம் பார்த்து வரப் போனேன். வழியில் தூரத்துச் சுவற்று விளம்பரங்களைப் படித்துப் பார்த்து "கண்ணு இப்போ நல்லாத் தெரியுற மாதிரி இருக்குது" என்று மகிழ்ந்து கொண்டேன், ஒற்றைக் கையில் ஒன்றைப் பொத்தி மறைத்தபடி!

ஒரு வாரம் ஓடிய போது, "இப்போ கொஞ்சம் முன்னேற்றம் இருக்குதுன்னு நினைக்கிறேன். அப்படியே விட்டுறலாம்னு டாக்டர் சொல்லியிருவாரு" என்றபடி மருத்துவமனைக்குச் சென்றேன். நன்றாகச் சரிசெய்து கொள்ள வேண்டும் என்று நினைத்தாலும், மீண்டும் ஒருமுறை அந்த லேசிக் சிகிச்சைக்கு ஆட்படத் தயக்கமாகத் தான் இருந்தது.

முதலில் பரிசோதித்த சின்ன மருத்துவர்கள் "எப்படி இருக்கு?" என்று கேட்டதற்கு "நீங்க தான் சொல்லணும்" என்றேன்.

"ஆமாம் கொஞ்சம் முன்னேற்றம் இருக்கு. இருந்தாலும் பெரிய டாக்டர் தான் பார்த்துச் சொல்ல வேண்டும்", என்று சொல்லி விட்டார்கள்.

2004ஆம் ஆண்டு அன்று பிறந்திருந்தது. மறவாமல் புத்தாண்டு வாழ்த்துக்கள் சொன்னார்கள். சில மணி நேரக் காத்திருப்புக்குப் பின் பெரிய மருத்துவரைப் பார்த்தபோது, "கொஞ்சம் முன்னேற்றம் இருப்பது போல் இருக்குது. அப்படியே விட்டுவிட்டால் சரியாகிவிடுமா?" என்று கேட்க, "இல்லை. இன்னொரு முறை செய்துவிடுவது நல்லது. இன்னிக்கே ரெண்டு கண்ணிலும் மீண்டும் ஒரு முறை பண்ணி விட்டுடறேன்" என்றார்.

கண்கள் சொல்லும் கதை - 9 (நிறைவு)

நீண்டு வளர்ந்த கதையின் முடிவிற்குச் சுருக்கமாய் வருவோமெனில் மறுலேசிக் சிகிச்சை நன்முறையிலேயே முடிந்தது. இன்று எனக்குக் கண்ணாடி உள்ளாடி வெளியாடி எதுவும் அவசியமில்லை.

ஒருவார அவகாசத்தில் மறுமுறை செய்யவேண்டியிருந்ததில் தனிச்சிறப்பான கவனிப்புத் தேவை என்பதால் என்னைக் காத்திருக்க வைத்துக் கடைசியில் பெரியமருத்துவர் தானே வந்து செய்துவிட்டார். விடுமுறை முடிந்து அமெரிக்காவிற்கு மீள இன்னும் இரண்டு வாரங்களே இருந்தன. இல்லாவிட்டால் சற்றுப் பொறுத்துக் கூடச் செய்திருக்கலாம்.

"உங்களுக்கு வயது என்ன?" என்று அவர் மீண்டும் ஒருமுறை கேட்டபோது "ஏன்?" என்றேன்.

"இல்லை, லேசிக் சிகிச்சை கிட்டப் பார்வையைச் சரி செய்யும். ஆனால் நாற்பதுக்கு மேல் வரும் சாளேஸ்வரப் பார்வைக்கு ஒன்றும் செய்ய முடியாது. அப்போது மீண்டும் கண்ணாடி போட்டுக் கொள்ள நேரிடும் என்பதை நீங்கள் புரிந்து கொள்ள வேண்டும்" என்றார்.

"பரவாயில்லை" என்றேன். கண்ணாடியில் இருந்து விடுதலை சில ஆண்டுகளே ஆனாலும் அது மதிப்பில்லாதது.

இம்முறையும் சிகிச்சைக்குத் தயாராகும் எல்லா முஸ்தீபுகளும் (இது என்ன சொல்?) செய்யப்பட்டன. முன்னர் காண இயலாமற் போனவர்களுக்கு வெளித்திரையில் பார்த்து கொள்ள 'இன்றே கடைசி' என்றாற்போல் அரிய வாய்ப்பு!

சென்றமுறை செதுக்கிய வில்லையை இம்முறையும் அதே இடத்தில் மருத்துவர் கவனமாகப் பார்த்து மீண்டும் செதுக்க வேண்டும். இப்போதும் இடது கண்ணுக்கு வரும்போது சற்றே அயர்வு உண்டானது. இருந்தாலும் ஒருபுறம் "சொன்னாக் கேளுங்க, ஆட்டாம

இருங்க” என்று சத்தமிட்டு கட்டுக்குள் வைத்திருக்க முயன்ற மருத்துவர், மறுபுறம் மிகவும் திறமையோடு தன் வேலையைச் செய்தார்.

லேசிக் கதிர்கள் பாய்ந்து கொண்டிருந்த அந்த நேரத்திலேயே இம்முறை வெகுவான முன்னேற்றம் இருப்பதை உணர முடிந்தது. மகிழ்வாய் இருந்தது. அடுத்த நாள் வீட்டிற்கு அனுப்பும் முன் பரிசோதித்த போது, “இரண்டு கண்களிலும் சற்றே பொதிவுப் பவர் இருக்கிறது. ஒரு வாரம் கழித்து ஓரளவு சரியாகி விடும். இல்லையென்றாலும் கண்ணாடி அணியும் அவசியம் இராது”, என்று கூறப்பட்டது. சிகிச்சைக்குப் பிறகு ‘கழுகுப் பார்வை’ கிடைக்கும் என்னும் விளம்பரங்களைப் பெரிதும் நம்பியதில்லை என்பதால் ஏமாற்றம் ஒன்றுமில்லை. பெருஞ்சிக்கல் ஏதுமின்றி முடிந்ததில் அவர்களுக்கும் ஒரு நிம்மதி ஏற்பட்டிருக்க வேண்டும்.

சரியாகச் சூன்யம் என்றில்லை. +0.75, +1.0 என்று பொதிவான பார்வைச்சக்தி இருந்தாலும் சோதனையில் கிட்டப் பார்வை, தூரப் பார்வை எல்லாம் சரியாகவே இருந்தது. சில மாதங்களுக்குக் கண்கள் அடிக்கடி ஈரப்பசை காய்ந்து போய்விடும் என்று அதற்குச் சொட்டுமருந்து (உப்பு நீர்க்கலவை) விட்டுக் கொள்ள வேண்டும் என்று பரிந்துரைக்கப் பட்டது.

காய்ந்து போகின்ற நேரங்களிலே சற்றே பார்வை மங்கியது போல் தோன்றும். சொட்டு விட்டுச் சரி செய்து கொண்டால் முன்னேற்றம் இருக்கும். சில மாதங்கள் வரை ‘ஒருவேளை பார்வை மங்கிவிட்டதோ’ என்று அவ்வப்போது ஐயம் எழுந்ததுண்டு. இரவிலே இருட்டு முன்பை விட அதிகக் கருப்பாக இருக்கும். கண் காய்ந்த நேரத்திலே தூரத்து எழுத்துக்கள் சற்றுப் பிசிறி இருக்கும். இருப்பினும், இயற்கையில் கண் ஒரு அமோகமான இயந்திரம். தானே குணமாகிக் கொள்ளும் அற்புதம். சிகிச்சைக்குப் பிறகு சில மாதங்களில் இந்தச் சிறு சங்கடங்கள் தெளிவடையத் தொடங்கும்.

“ஏங்க, லேசிக் பண்ணிக்கிட்டவங்களுக்கு ரெண்டு வருசத்துல மறுபடியும் பார்வை மங்கிவிடுமாம். பொங்கல் விழாவுல பார்த்த ஒருத்தர் அவங்களுக்குத் தெரிஞ்சவங்களுக்குத் (தெரிஞ்சவங்களுக்குத் தெரிஞ்சவங்களுக்குத் தெரிஞ்சவங்களுக்கு) இப்படி ஆயிடுச்சுன்னு சொன்னாங்க” என்றார் ஒரு நாள் மனைவி பயந்தபடி.

‘அது போலெல்லாம் நடக்க வாய்ப்பில்லை’ என்று மருத்துவர் சொல்லியிருந்தாலும், அதைவிட இந்த வதந்திகளை நம்பிப் பயப்பட வேண்டியிருக்கிறது. இருந்தாலும் இரண்டு வருடம் மட்டும் நன்றாக இருந்தால் அதுவே சுகந்தான் என்று கிடப்பவனை என்ன செய்வது என்று சென்றுவிட்டார் மனைவி, உள்ளூரப் பயந்தாலும்.

இப்போது பல வருடங்களும் பல மாதங்களும் ஆகிவிட்ட நிலையில் பார்வை இன்னும் நன்றாகவே இருக்கிறது. அந்தக் கேள்வி ஞானத்தை நம்பவேண்டியதில்லை என்பதற்கு நானே சாட்சி. சற்று முன்னம் இந்தியா சென்றிருந்தபோது, அதே மருத்துவமனைக்குச் சென்று மீண்டும் சோதித்துப் பார்த்து வந்தேன். எல்லாம் சரியாகவே இருக்கிறது. கணினியில் அதிக வேலை செய்பவர்கள் யாராக இருந்தாலும் ஈரப்பசை சேர்க்கும் சொட்டுமருந்தைப் பயன்படுத்தலாம் என்றார் மருத்துவர். குறைந்த பட்சம் கண்களுக்கு ஓய்வு கொடுத்து அடிக்கடி சிமிட்டிக் கொள்ள வேண்டும். (யாரையோ பார்த்து ஒரு கண்ணை மட்டும் சிமிட்டி அடிவாங்கினால் அதற்கு நான் பொறுப்பல்ல!).

இந்த இரண்டு ஆண்டுகளில் லேசிக் சிகிச்சைக்கான கட்டணங்கள் மிகவும் குறைந்திருக்க வேண்டும். ஒரு கண்ணுக்கு $299 என்றும் மாதம் பதினெட்டு டாலர் என்று தவணை முறையில் கட்டலாம் என்றும், அமெரிக்காவிலும் விளம்பரங்கள் தென்படுகின்றன. கட்டணம் மட்டுமின்றி, இந்தச் சிகிச்சை செய்து கொள்ள விரும்புவோர் இதன் இக்குகளையும் (risks) ஆதாயங்களையும் (benefits) ஆய்ந்து அவரவர் நிலை பொருத்து முடிவெடுத்துக் கொள்ள வேண்டும். அதற்கு இந்தக் 'கண்கள் சொன்ன கதை' பயன்பட்டிருந்தால் மகிழ்ச்சி.

இவ்வளவிற்குப் பிறகும், "இப்படி எல்லாம் தெரிந்த பிறகு, நீங்கள் லேசிக் சிகிச்சை செய்து கொள்வீர்களா?" என்று கேள்வி எழுந்தால் "நிச்சயமாக" என்பதே என் பதிலாய் இருக்கும். கண்ணாடி அணிவது பெரிய சிரமம் இல்லை தான். அது தான் அழகு என்று கூட ரெண்டு பேர் சொல்கிறார்கள்!:).

இருந்தும், வசந்த வேனிற்கால வெய்யல் நாட்களில் கதிராடி/ குளிராடி (Sun Glass/Cooling Glass) போட்டுக் கொண்டு படங்காட்ட முடிவது;

'கண்ணு சரியாத் தெரியாததுனால தான் நீச்சல் கத்துக்க முடியவில்லை' என்று சொன்ன நொண்டிச் சாக்குகள் நீங்கி நீச்சலடிக்கத் தடைகள் நீங்கியது (இப்போது 'நீச்சல் கற்றுக் கொள்ள நேரம் தான் இல்லை' என்கிற சாக்கு மட்டும் தான் உண்டு);

மழை பெய்து நனையும் போது கண்ணாடிக்கு ஒரு 'வழிப்பர்' (Wiper) இருந்தா நல்லா இருக்குமே என்று சுயகிண்டலாய் எண்ண வேண்டாத நிலையும், குளிரில் கார் மீது கிடக்கும் பனியைச் சுரண்டி நீக்கும் போது ஆவியடித்துப் பார்வையை மறைக்கும் நிலையும் இல்லாதது;

'பெஸ்ட் கட்ஸ்' கடையில் ஏதோ கதை பேசியபடி முடிவெட்டி விடும் பெண் "போதுமா பாருங்க?" என்று கேட்கையில், "ஒரு நொடி பொறுங்க" என்று மடிக்குள் கையை விட்டுத் தடுமாறித் தேடிக் கண்ணாடி எடுத்துப் போட்டுக் கொண்டு, "இன்னும் கொஞ்சம் வெட்டுங்க" என்று சொல்ல அவசியமின்றி, உடனடியாகப் "போதும்" என்று சொல்லிப் புன்னகைக்க முடிவது;

எல்லாவற்றிற்கும் மேல், தலை மீது ஏறி ஆடும் சின்னவர்கள் கை பட்டோ கால் பட்டோ கண்ணாடி கீழ்விழுந்து உடைந்து போகும் என்கிற அச்சமில்லாத பெரு நிம்மதியோடு ஆட்டம் போட முடிவது;

.. என்று இந்தச் சின்னச் சின்னச் சந்தோஷங்கள் பல. அதற்காகக் கதிருக்குள் கண்ணை இன்னொரு முறையும் கொடுக்கலாம்.

மறு சிகிச்சை முடிந்த ஒரு வாரம் கழித்துச் சுள்ளி விறகு எரித்து வாசற் பொங்கல் வைத்துக் கும்பிட்டுவிட்டு நாங்கள் அமெரிக்கா கிளம்பினோம். மறவாமல் என் அன்னை சத்திரத்து மாரியம்மனுக்குக் கண்ணமுது சாற்றினார்.

(நிறைவு)

* * * *

ஒரு தந்தையின் கடிதம்

சிறிது காலம் முன் ஒரு நாள். வரண்டு போன அலுவலக மடல்களுக்கும், எரிச்சலூட்டும் எரிதங்களுக்கும் இடையில், உணர்ச்சி பொங்கிய ஒரு மின்மடல் வந்தது.

பிராங்க் (Frank)ஐ எனக்கு அவ்வளவாகத் தெரியாது. எங்கள் நிறுவனத்தின் வேறொரு கிளையில் வேறூரில் வேலை செய்யும் அவரை அதிக பட்சமாய் இரு முறைகள் சந்தித்திருப்பேன். அவரது மகன் சார்லியையோ நிச்சயமாய் முன்னர் எனக்குத் தெரிந்திருக்கவில்லை. அப்படியிருக்க, தன் மகனை விளித்து அவர் எழுதியிருந்த கடிதத்தை எங்கள் அலுவலகத்தில் பலருக்கும் நகலாக அவர் அனுப்பி இருந்தது ஏன் என்ற கேள்விக்குறியுடன் படிக்க ஆரம்பித்தேன். மடல்வரிகளுக்கு இடையே ஒரு விதமான கனமான அமைதி நிலவி உள்ளே ஈர்த்தது. உணர்ச்சிகள் நிரம்பிய அந்தக் கடிதத்தை இதுவரை பலமுறை படித்துவிட்டேன். இன்னும் கூட இம்மடலை அஞ்சல்பெட்டியில் இருந்து அழித்துவிட மனம் வரவில்லை. பிறரோடும் இதனைப் பகிர்ந்து கொள்ளுங்கள் என்று அவர் அந்த மடலின் தலைப்பிலேயே கூறிவிட்டதால், அதனைத் தமிழ்ப்படுத்திக் கீழே தருகிறேன்.

இப்படி ஒரு கடிதத்தை எந்த ஒரு தந்தையும் தன் மகனுக்கு எழுதவேண்டிய நிலை ஏற்படக் கூடாது.

இனி அந்தக் கடிதம்..

04/24/2004

03:03 PM

எனது மகன் சார்லஸுக்கும், என் நிலையை அறிந்து கொள்ள விரும்பும் ஏனையோருக்கும்..

சார்லீ,

உனது தற்போதைய மின்மடல் முகவரி என்னவென்று எனக்குத் தெரியவில்லை. ஆனால் இதனை நீ பெறுவாய் என்பது எனக்கு நிச்சயமாய்த் தெரியும். "ட்ரூப் A"வில் இருக்கும் மாநிலக் காவல் அதிகாரிகள் இன்று ஒரு மணி நேரம் என்னுடன் இருந்தனர். என்னைச் சரி நிலைக்கு மீளச்செய்து வழக்கம் போல நிகழ் உலகில் சிறப்பாய் இயங்க எனக்கு அவர்கள் உதவி செய்தனர். இந்த உலகில் வாழ்க்கை எல்லோருக்குமே சில விரும்பத்தகாத ஆச்சரியங்களைத் தாங்கி நிற்கிறது.

நீ சாலையின் வளைவில் நடுக்கோட்டைத் தாண்டிச் சென்றுவிட்டாய். ஒருவேளை அதிவேகமாய்ச் சென்றது காரணமாய் இருக்கலாம். உங்களிருவருக்கும் சுதாரித்துக் கொள்ள ஒன்றரை வினாடிகளே இருந்தன. நீங்கள் இருவரும் நடுவிலே சந்தித்தீர்கள்! இருவரில் ஒருவராவது சாலையின் மறுமுனைக் குழிப் பகுதிக்கு போகவில்லை என்பது துரதிர்ஷ்டமானது. ஆனால் மகனே, இதைத் தான் 'விபத்து' என்பார்கள் என்பதை நீயும் நானும் தெரிந்து கொள்ள வேண்டும் என்று அந்தக் காவலர் கூறினார்.

விபத்துக்கள் பொதுவாகவே பெரும் சோகத்தில் முடிவதுண்டு. இங்கே உனக்கும் இன்னொரு வண்டியில் இருந்தவருக்கும் நிகழ்ந்தது போலவே. ஆனால் வேண்டுமென்றே நீ இப்படிச் செய்யவில்லை. இன்னொரு வாய்ப்புக் கிடைத்தால், அந்த வளைவில் நீ வேறு விதமாய் ஓட்டியிருப்பாய், ஏன், ஒருவேளை அந்த அதிகாலை ஒன்றரை மணிக்குச் சாலையிலே அலையாமல், உனது அன்னையோடும் அன்புச் சகோதரியோடும் வீட்டிலேயே இருந்திருப்பாய்.

மகனே! இது தனிப்பட்ட மடல் அல்ல. நீ இரண்டு விஷயங்கள் தெரிந்து கொள்ள வேண்டும். முதலாவதாக நீ தெரிந்து கொள்ள வேண்டியது உனது தந்தை சரியாகி விடுவார் என்பது உனது சகோதரியும், அன்னையும், குட்டிப் பெண் அலெக்ஸிஸும் கூடச் சரியாகி விடுவார்கள். என்னை நம்பு.

இரண்டாவதாக நீ தெரிந்துகொள்ள வேண்டியது காவலர்கள் நேரடியாக யார் மீதும் குறை கூறவில்லை என்பது. நடந்தது ஒரு 'விபத்து' என்பதையும், இதைப் போன்ற நிகழ்வுகளை அவர்கள் சதா எதிர்கொள்வது உண்டு என்றும், நாம் அனைவரும் தெரிந்து கொள்ள வேண்டும் என்று விரும்புகிறார்கள். நீ ஒரு தவறு செய்துவிட்டாய். ஆனால், அது வேண்டுமென்றே செய்யப்பட்டதல்ல.

போக்குவரத்து ஆலோசகர் P.L. பெல்லூ III, (பேட்ஜ் எண் 1907) போன்ற பொதுநல அதிகாரிகளுக்கு நாம் நன்றி யுடையவர்களாக இருக்க வேண்டும். அவருடைய சுருக்கப் பெயர்

இரா. செல்வராசு ♦

ட்ரே. விபத்துகளை அலசுவதில் தேர்ச்சி பெற்ற அவர், நீ உனது பாதையைச் சரி செய்து கொண்டு சாலையின் சரியான பக்கத்திற்கு வந்துவிட உன்னால் ஆன முயற்சியைச் செய்திருப்பது தெளிவாகத் தெரிகிறது என்று கூறினார். அந்த முயற்சியில் ஏறக்குறைய வெற்றியும் பெற்று விட்டாய் என்றார்.

ஆனால், மற்றைய வாகனத்தின் ஓட்டுனருக்கு இது உறுதியாகத் தெரியவில்லை என்பதால், அவரும் சாலையில் உனது பகுதிக்கு வண்டியை ஒடித்து ஓட்ட முயற்சி செய்திருக்கிறார். ஒரு வினாடிக்கும் குறைவான நேரத்தில் எல்லாம் முடிந்து விட்டது. நீங்கள் இருவரும் ஒன்றும் உணர்ந்திருக்க மாட்டீர்கள் என்று நான் நிச்சயமாய் அறிவேன். டகோமா ட்ரக்கை ஓட்டி வந்தவர் மட்டும் பிழைத்துவிட்டார். கடுஞ்சோகத்திலும் ஒரு கருணை நிகழ்வு! அதனால், உன்னைப் படைத்தவனுடன் நன்றாக இரு.

உனக்கு 23 வயது. தன் இளம்பிராயத்தில், சுமார் 23 வயதிருக்கும் போது, தானும் உன்னைப் போன்றே இருந்ததாகக் கூறினார் ட்ரே. இப்போது காவலராக இருக்கிறார். மற்ற காவலர்களும் இதையே கூறினர். நான் உன்னிடம் நடந்து கொண்டது போன்றே அவர்களது தந்தையரும் அவர்களிடம் நடந்து கொண்டனர் என்றும், ஆனால் அவர்கள் எல்லாம் சரியான நல்ல நிலைக்கு வந்துவிட்டனர் என்றும் ஆச்சர்யத்துடன் கூறினார். அவர் உன்னுடைய படங்கள் சிலவற்றை (பள்ளி / கல்லூரி / பணியிடம் மற்றும் பிற இடங்களில் எடுத்தவை) பார்ததுவிட்டு, உன் மேல் பெருமை கொண்டு நீயும் ஒரு சிறந்த காவலதிகாரியாக ஆகியிருக்கக்கூடும் என்று நினைத்தார். அவரும் கூட ஒருமுறை தான் ஓட்டிய காவல் வாகனத்தைக் கட்டுப்பாடிழந்து ஓட்டி இருவரை இடித்துக் காயப்படுத்திவிட்டதாகவும், நல்ல வேளையாக அது மிகவும் மோசமாக அமைந்துவிடவில்லை என்றும் கூறினார். அதுவும் கூட ஒரு 'விபத்து' தான் என்றும், அன்று தானும் வண்டியின் கட்டுப்பாட்டை இழந்து விட்டதாகவும் கூறினார்.

ஓ, மறந்துவிட்டேனே! "ட்ரூப் A" வில் இருக்கும் இன்னொரு காவலர் மிகச் சமீபத்தில் தான் ஒரு நாள் உனக்கு வேக உச்ச வரம்பை மீறியதற்குப் பிணயம் கட்டச் சொன்ன ஞாபகம் இருக்கிறது என்றார். அது பற்றிப் பிறகு உன்னிடம் நான் தனிமையில் பேச வேண்டும்.

நீ போதுமான அளவுக்கு பாதிக்கப் பட்டுள்ளாய். நாங்களும் அப்படியே. இனி, அன்றாட நிகழ்வுகளுக்குள் மீளும் நேரம் வந்துவிட்டது. உனது இழப்பை நாங்கள் என்றும் உணர்வோம். அருமையான உன் வாழ்வு அற்பமாய் முடிந்துபோனதை எண்ணி அதனால் உந்தப்பட்டு, சில நல்ல காரியங்கள் செய்வோம். உன்னுடன் கழித்த நாட்களின் இனிய நினைவுகள் என்றும் எங்களோடு

நிலைத்திருக்கும். நீ எங்களின் மகனாக இருந்தமைக்கு பெருமைப் பட்டுக் கொள்கிறோம்.

தயவுசெய்து அங்கே வீட்டுப் பாடத்தை ஒழுங்காகச் செய். பத்திரமாகப் பறந்து செல்.

உனது அன்புத் தந்தை.

* * * *

முரடாய் மிரட்டாதே

விருந்தோம்பலுக்குப் பெயர் போன கொங்கு நாட்டின் அமெரிக்க வாரிசு என் தங்க மகள் நிவேதிதா அப்படிக் கூறிவிட்டாளே என்று மனம் சற்றே வேதனைப் பட்டது. "அப்பா.. நம் வீட்டிற்கு விருந்தினர் யாரும் வரவேண்டாம். அப்படியே வந்தாலும் இரவு நம் வீட்டில் தங்க வேண்டாம்!" அழுதபடி அவள் கூறியதை நண்பர் வீட்டினர் வேற்றறையில் இருந்து கேட்டும் விட்டனர். "நாங்க வேணும்னா பக்கத்து அறையில் படுத்துக் கொள்கிறோம். அவங்க படுக்கையை அவங்களுக்கே குடுத்துடுங்க", என்று அவர்கள் தர்மசங்கடத்துடன் முன்வந்தது என் கஷ்டத்தை இன்னும் அதிகப்படுத்தியது.

தங்களுடைய பெண்ணும் சில சமயம் தனது படுக்கைச் சொந்தம் பாராட்டித் தன் மாமா / அத்தைக்கே விட்டுத் தர மறுத்திருப்பதைச் சுட்டி, அது இயற்கையானது என்று தாங்கள் உணர்ந்திருப்பதாகக கூறினார்கள். அது உண்மை தான் என்றாலும், இங்கே நடப்பில் படுக்கை பிரச்சினையாக இல்லை. தவறு என்னுடையது(ம்) தான். இரவு ஒரு மணிக்கு நான் அப்படி முரட்டுத்தனமாய் மிரட்டி இருக்கக் கூடாது..

இரண்டு மூன்று நாட்களுக்கு முன்னர் நண்பர் மற்றும் அவர் தங்கை குடும்பத்தினர் எங்களைச் சந்திக்க வந்திருந்தனர். எல்லோரையும் முன்னரே அறிந்திருப்பதாலும், வந்தவர்களில் ஒரு எட்டு வயதுப் பெண்ணும் ஒன்றரை வயதுப் பையனும் இருந்ததாலும் அவர்களின் வருகையை நிவேதிதாவும் நந்திதாவும் மிகவும் எதிர்பார்த்தே இருந்தார்கள். வழியில் சற்றே தாமதமாகி விட்டதாலும், மறுநாள் காலை சென்று விடுவார்கள் என்பதாலும் அன்றிரவு வழக்கமான நேரத்தில் உறங்கச் செல்லப் பணிக்காமல், வெகு நேரம் பெண்களை விளையாட விட்டுவிட்டோம்.

கடைசியில் ஒரு வழியாய் விளையாட்டைக் கலைத்து எல்லோரையும் உறங்க அழைத்து வரக் கிட்டத்தட்ட இரவு ஒரு

மணி ஆகி விட்டது. அவ்வளவு நேரம் ஆனதன் சோர்வு உடலில் இருந்தாலும், அவர்களின் உள்ளமோ இன்னும் விளையாட்டில் இருந்து வெளி வர விரும்பவில்லை. அதற்குத் தடையாக நிற்கிறோமே என்று அந்த உணர்ச்சி மிகுந்த நிலையில் எங்கள் மீது ஒரு அதிருப்தி. உற்சாகத்தில் குதித்துக் கொண்டிருந்தவள் தெரிந்தோ தெரியாமலோ என்னைத் தன் கைவிரல்களால் குத்திவிட எனக்கும் சுருக்கென்று பட்டிருக்க வேண்டும். நானும் ஒரு சோர்நிலையில் இருந்தேன்.

யாராவது வந்து இரவு தங்கினால் பெண்கள் எங்களோடு வந்து உறங்கிக் கொள்வது வாடிக்கை தான் என்பதால் அது பற்றி அவர்கள் கவலைப் படவில்லை. ஆனால் சிறியதும் பெரியதும் படுத்த பின்னும் ஏதோ போட்டி போட்டுக் கொண்டும், அழுது அடம்பிடித்துக் கொண்டும் இருக்க, உடற்சோர்வில் அது எனக்குச் சற்றே பொறுமையின்மையை உண்டு பண்ணியிருக்க வேண்டும்.

"ஒழுங்காக அமைதியாகப் படுங்கள்", என்ற என் குரல் கடுமையாகத் தான் இருந்திருக்க வேண்டும். இரவு வெகுநேரமான சோர்வும், எனது மிரட்டலும், தான் விரும்பியபடி படுக்கையின் குறுக்கே படுக்க முடியவில்லை(!) என்பதும், சகோதரியோடு தகராறும், இன்ன பிறவுமாய்ச் சேர்ந்து ஒரு எதிர்ப்பு உருவாகிச் சற்று முரண்டு பிடிக்கவும் அழவும் ஆரம்பித்தாள் மகள். பொறுமையை இழந்த நான் "சத்தம் இப்போ வெளியே வரக் கூடாது. வாயை மூடு. அமைதியாகப் படுத்துத் தூங்கு", என்று முரட்டுத் தனமாய் மிரட்டி விட்டேன். அது அவளது உரிமையைப் பாதித்து விட்ட உணர்வையும் தந்திருக்க வேண்டும். (மன்னித்துவிடு மகளே!).

இது தவறு. இரவு ஒரு மணிக்கு மட்டுமல்ல. எப்போதுமே இப்படி மிரட்டி இருக்கக் கூடாது. குழந்தைகளைச் சக்தியற்றவர்களாய் உணரச் செய்யும் இது போன்ற மிரட்டல்கள் கூடாது என்று படித்திருக்கிறேன். எப்போதும் நான் எண்ணியிருக்கிறேன். மனைவியோ பிறரோ இப்படியான மிரட்டல்களில் ஈடுபட்டாலும் அப்படிச் செய்யவேண்டாம் என்றும் கூறி இருக்கிறேன். ஆனாலும் அந்த நேரத்தில் பொறுமை இழந்து விட்டேன். எனது அந்த மிரட்டல் தான் அவளது அழுகையை இன்னும் தூண்டி விட்டது. இங்கே இருந்தால் தானே பிரச்சினை நான் என் படுக்கைக்கே போகிறேன் என்று எண்ணிக் கூறியவள் அதுவும் முடியாது என்னும் இயலா நிலையிலேயே மேற்கூறிய புலம்பலை வெளியிட்டாள்.

* * * * *

எண்ணிப் பார்க்கிறேன். என்னிடம் அவள் முரண்டு பிடிக்கவும், குழந்தை என்றும் பாராமல் நான் பொறுமை இழப்பதும், எப்படி ஆயிற்று இப்படி? அவசர வாழ்க்கையில் பெண்களோடு உறவாடும் நேரம் சற்றே குறைந்து விட்டது என்பது ஒரு புறம். சேர்ந்திருக்கும் நேரங்களும் அங்கு போக வேண்டும், இங்கு அழைத்துச் செல்ல வேண்டும், கிளம்பு, காரில் உட்கார், ஓடு, பிடி, என்று ஒரு அவசர கதியாகவே சென்று விடுவதும் ஒரு நல்ல பிடிப்பை உருவாக்குவதாய் இல்லை என்பதும் காரணங்களாய் இருக்கலாம். இந்நிலை சரியில்லை.

அதனால் எனக்கு நானே சில அறிவுரைகளைக் கூறிக் கொள்ள வேண்டியது முக்கியமாகப் படுகிறது.

1. குழந்தைகளோடு இன்னும் சற்று அதிக நேரம் செலவிடு. அலுவலகத்தில் இருந்து இன்னும் ஒரு அரை மணி நேரம் முன்னதாகக் கிளம்பி வா.

2. அரை டவுசர் போட்டுக் கொண்டு அவர்களோடு விளையாடு. உப்பு மூட்டை தூக்கு. குதிரைச் சவாரி செய்.

3. பொறுமையாய் உட்கார்ந்து முழு ஈடுபாட்டுடன் ஒரு புத்தகம் படி.

4. முச்சக்கர சைக்கிள் வண்டியை முன்னாலே ஓட்ட விட்டு விட்டு ஒரு நடை சென்று வா. (உடற்பயிற்சியும் செய்த மாதிரி இருக்கும்).

5. தூங்கப் போகும் முன் கதை சொல்லி (அ) பாட்டுப் பாடி எத்தனை நாட்கள் ஆகிவிட்டது! எட்டு மணிக்குத் தூங்கப் போனால் தான் கதை சொல்வேன் என்று மிரட்டாமல், ஒரு நாள் ஒரு நல்ல கதை சொல். பாரதியைப் பாடு.

6. நீச்சல் குளத்திற்கு வாரம் ஒருமுறையேனும் அழைத்துச் செல். விளையாட்டுப் பூங்காவிற்கோ நீச்சல் குளத்திற்கோ சென்றால் வேறு வேலை செய்யும் வழியில் செல்லாமல் அதற்காகவே செல்.

7. அவர்களுடைய ஓவியங்களையும் கைவண்ணங்களையும் கண்டு பாராட்டு. அவர்களோடு சேர்ந்து அறையைச் சுத்தம் செய் (தமது குப்பையைத் தாமே சரி செய்ய வேண்டும் என்று அவர்களும் கற்றுக் கொடு)

8. வார இறுதியில் தீக்கக்கும் dragon ஆக மாறி பயமுறுத்தி விளையாட்டுக் காட்டு. அவர்களின் லீமர் பொம்மையைப் பிடிங்கி பிரியாணி செய்து சாப்பிடுவேன் என்று துரத்து. (இது இந்த வாரம் நடந்தது:).

♦ மெல்லச் சுழலுது காலம்

9. கையில் உறை மாட்டி விட்டுக் களை பிடுங்க அழைத்துச் செல்லும் போது கலங்கிய சேற்றைப் பிசைந்து விளையாடுவதைக் கண்டு ஒன்றும் சொல்லாதே.

10. தொட்டதற்கெல்லாம் சட்டம் போடாமல், முக்கியமான தளைகளை மதிக்கக் கற்றுக் கொடு.

11. அரைகுறையாய் இல்லாமல் அவர்களுடனான பேச்சுக்கும் கேள்விகளுக்கும் முழுக் கவனம் செலுத்து.

12. அவர்களுடைய உணர்வுகளையும் உரிமைகளையும் மதிக்கக் கற்றுக் கொள். அதே சமயம் அவர்களுக்கு மரியாதை கற்றுக் கொடு.

13. எக்காரணம் கொண்டும் கட்டின்றிக் கையை ஓங்காதே.

14. பாடங்கள் கற்றுக் கொடுப்பதையும் அன்பாகச் செய். இப்படிச் செய், அப்படிச் செய் என்று ஒருக்காலும் முரட்டுத் தனமாய் மிரட்டாதே.

15. இன்னும்..

இன்று இரவு படுக்க வைத்த பின் பத்தாவது முறையாய்க் கீழிறங்கி வந்தவளை உடனே மேலே போ என்று மிரட்டாமல், "என்னம்மா?" என்றேன்.

"பசிக்குதுப்பா"

"அம்மா கீழே போகச் சொன்னாங்களா?"

"ஆமாம்"

"பால் ஊத்திக் கொடுக்கட்டுமா?"

"ம்"

சூடான சர்க்கரைப் பாலை வெள்ளை மீசை உருவாகக் குடிப்பவளைக் கனிவுடன் பார்த்துக் கொண்டிருந்தேன். என்ன ஒரு சாந்தமான முகம்! மனசு நெகிழ்ந்தது.

தலையை வருடி விட்டு, "நீ என் மகளாய் இருப்பதற்காகப் பெரும் மகிழ்ச்சி அடைகிறேன்", என்றேன்.

அதைக் கவனித்தவளாய்க் காட்டிக் கொள்ளாமல் தனது கேள்விகளைத் தொடர்ந்து கேட்பதிலேயே மும்முரமாய் இருந்தாள். இவள் சின்னக் குழந்தை தான். ஆனாலும் தனக்கென்று ஒரு சுதந்திர மனமும் எண்ணங்களும் உணர்வும் கொண்ட ஒரு முழு மனுஷி!

ஒருநாள் எனது தவறுகளையும் இவள் மன்னிப்பாள்!

* * * *

ராசாக் கோயில்

கூட்டம் கூட்டமாய் வௌவால்கள் தொங்கும் மரத்தை அங்கு மட்டும் தான் பார்த்திருக்கிறேன். கோடந்தூர் ராசாக் கோயிலைச் சிலர் வௌவால் கோயில் என்று கூறும் அளவிற்கு அது பிரபலம். யாரோ ஒரு முறை கல்விட்டு எறிய, கோபங்கொண்ட வௌவால்கள் வேறிடம் எங்கோ சென்று விட, பிறகு ஊர் மக்கள் மங்கல இசை முழங்கக் கூட்டமாய்ச் சென்று, சீர் செய்து அப்பறவைகளை மீண்டும் வருமாறு வருந்தி அழைத்து வந்தார்கள் என்று ஒரு பேச்சு வழக்குக் கதை கூட இருக்கிறது. அது தவிர ஏன் அந்த இடத்தில் அந்த மரத்தில் மட்டும் அத்தனை வௌவால்கள் என்று எனக்கும் புரிந்ததே இல்லை.

"நம்ம ராசாக்கோய(ல்) கும்பாபிசேவம் ஆவணி மாசத்துல வச்சுருக்காங்க. நம்ம பங்குக்கு ரெண்டு ட்யூப் லைட் போட்டுத் தரோம்னு சொல்லி இருக்கோம்".

தொலைபேசியில் அம்மா கூறியபோது, எங்கள் குலதெய்வம் கோயிலில் பார்த்த குழல் விளக்குகளும் பிறவும் கண் முன் விரிந்தன. சிவப்பு வண்ணத்தில் கொட்டை எழுத்தில் உபயம் போட்டு, இந்தக் கூட்டத்தைச் சேர்ந்த இந்த ஊர்க்காரர் பேரனும் இவரின் மகனுமான இவர் வழங்கியது என்று பட்டையடித்திருக்கும் பலகைகளைக் கண்டு முன்பும் யோசித்திருக்கிறேன். இவற்றின் நோக்கம் கோயில் சேவையா, சுயவிளம்பரப்படுத்திக் கொள்ளலா என்று.

இன்று என் பெற்றோரும் இப்படித் தங்கள் பெயர்களைப் போட்டுக் கொள்ள முயலலாம். ஒருவேளை எனது பெயரும் கூட அடைப்புக் குறிக்குள் அமெரிக்காவோடு அங்கு சேருமாய் இருக்கும். இருந்தாலும் நான் அது பற்றி ஒன்றும் கேட்கவில்லை. போட்டுக் கொள்ளட்டுமே. இத்தனை வருடங்களில் இப்போது அது முடிகிறது. அது அவர்களுக்கு ஒரு நிறைவைத் தருமானால் நான் ஏன் குறுக்கே நிற்க வேண்டும்?

கோவையில் இருந்து கரூர் செல்லும் சாலையில் வெள்ள கோயிலைத் தாண்டி ஒரு எட்டு மைல் தொலைவில் வைரமடையிலோ நாலுகால் குட்டையிலோ வலது பக்கமாய்த் திரும்பி சிறு/மண் சாலைகளில் இன்னும் ஒரு நாலைந்து மைல் சென்றால் ஒரு தூக்கக் கலக்கத்தில் இருக்கிற கோடந்தூரை எட்டிவிடலாம். ஒரு பத்து முப்பது வீடு; சுற்றிலும் காடு தோட்டம்; அங்கங்கு எட்டிப் பார்க்கிற பனைமரங்கள். நடுவில் அமைந்திருக்கும் அந்த ராசாக் கோயில் எனக்குப் பிடித்த இடங்களில் ஒன்று. சராசரியாய் வருடத்திற்கு ஒருமுறை தான் சென்றிருப்பேன் என்றாலும், எனது வேர் தொடங்கிய இடம் அது என்றோ என்னவோ அந்த இடத்தின் மீது ஒரு கவர்ச்சி.

கும்பாபிஷேகத்திற்கு இம்முறை பராமரிப்பு வேலைகளும் கோபுரம் புதுப்பித்தலும் காரணம். பழங்காலத்துக் கோயில்கள் இதுபோல் பராமரிக்கப்படுவது அவசியம் தான். ஆனால் இப்படி அத்தியாவசியமில்லாத சில கட்டிடங்கள் / மண்டபங்கள் இதற்கு முன்னர் எழுந்தது உண்டு. ஏற்கனவே இருக்கிற மண்டபத்தை உபயோகிக்க இருக்கிற வெகு சில பேர் தங்களுக்குள் சண்டை / தகராறு போட்டுக் கொண்டு, தனியாய் ரெண்டு ஊர்க்காரர்கள் மட்டும் தங்களுக்கென்று ஒரு மண்டபம், சமையலறை என்று கட்டிக் கொண்டு இருக்கிற துளியூண்டு கோயிலுக்கும் மண்டபத்திற்குமே ஏன் இத்தனை சண்டை? ஏன் இங்கு ஒருவரோடு ஒருவர் ஒத்துப் போகக் கூடாது?

“மண்டப வேலைக்கு நம்ம ஊரில் எல்லா வீட்டுக்கும் வரிப் போட்டிருக்காங்க. நாம அஞ்சாயிரம் குடுக்கணும்”, என்று அம்மா சில மாதங்கள் முன்பு சொன்னபோதே விளையாட்டாய்க் கேட்டேன்.

“இவங்களுக்கு வேறு வேலை இல்லையா? இதுக்கு பதிலா ஒரு பள்ளிக் கூடம் கட்டலாமே. அதெல்லாம் குடுக்க முடியாதுண்ணு சொல்லிடுங்க”

இந்தச் சீண்டல்கள் அம்மாவுடன் எனக்கிருக்கும் தொடர்பிலும் உரையாடலிலும் ஒரு முக்கிய பகுதி.

“அதெப்படி அப்படிச் சொல்ல முடியும். ஊர்ல எல்லாரும் குடுக்குறப்போ நாமளும் தான் தரணும். நீ ஒருத்தன் மட்டும் பள்ளிக் கூடத்துக்குத் தந்து சாதிச்சிட்டியா?”

அம்மா சொல்கிற ஊர் அந்தக் கோயிலை ஒட்டி இருக்கிற பல கிராமங்களில் ஒன்று. கொக்குமடைப்பாளையம் என்று அழகான பெயர். ஆனால் நான் கொக்குகளையும் பார்த்ததில்லை. பெரிதாய் மடைகளையும் பார்த்ததில்லை. ஊரை விட்டு எங்கள் குடும்பம் வந்து ‘என்வயது' வருடங்கள் ஓடிவிட்டன. எனக்குத் தெரிந்து என் அப்பா

தன் அம்மாவுடனும் இரண்டு உடன்பிறந்தோருடனும் வாழ்ந்த இடத்தில் இன்று ஒரு குட்டிச் சுவர் மட்டுமே நின்று கொண்டிருக்கிறது.

குட்டிச் சுவருக்குச் சொந்தக்காரர்களுக்குக் இன்று கோயில் வரி! இருந்தாலும் அம்மா விட்டுக் கொடுப்பதாய் இல்லை.

“செல்வராசு, என்ன இருந்தாலும் நாம இன்னும் அந்த ஊர்க்காரங்க தானே..”

வாழ்க்கை நம்மைப் பல திசைகளிலும் அழைத்துச் சென்றாலும், எல்லோருமே மனதின் ஒரு மூலையில் அதன் ஆரம்பத்தைக் கெட்டியாகப் பிடித்துக் கொள்கிறோம். அறியாத எதிர்காலத் திசையை விட உறுதியான கடந்த கால நிகழ்வுகளோடு அதிகமாய் ஒன்றிப் போவது இயல்பு தான். கடந்த காலத்தின் நினைவுகளோடு நம்மை இணைத்துக் கொள்வதில் தான் நமது இருப்பு நிலைப்படுகிறதோ?

‘ராஜலிங்கமூர்த்தி’ என் வீட்டினரின் மனதில் தன்னை நன்றாக நிலைப்படுத்திக் கொண்டிருந்தார். குழந்தைகளின் பெயரில் ‘ராஜ’ என்று வரவேண்டும் என்றும் கூட ஒரு ஆசை இன்னும் பலருக்கு உண்டு. பள்ளியில் ஆண்டுத் தேர்வாய் இருந்தாலும் சரி, அமெரிக்கப் பயணமாய் இருந்தாலும் சரி, அம்மாவோ ஆத்தாவோ மறக்காமல் சொல்வதுண்டு:

“ராசாவையனை மனசுக்குள்ள நெனச்சுக்கோ. தைரியமாப் போயிட்டு வா!”

ராஜலிங்கமூர்த்தி என்கிற இந்தப் பெயர் சிவனைத் தானே குறிக்க வேண்டும், ஆனாலும் இங்கு ஏன் முருகக் கடவுள் தான் பிரதான கடவுளாய் இருக்கிறார் என்பன போன்ற கேள்விகளுக்கு விடை இல்லை. இந்த விலகீடு உருவானதற்குக் கூட ஏதாவது ஒரு சுவாரசியமான கதை இருக்கக் கூடும்.

கோயிலின் உயரப் படியைத் தாண்டி உள்ளே நுழைகையில், கிணற்றில் தண்ணீர் ‘சேந்தி’ கைகால் முகம் கழுவிச் செல்லும் நாட்கள் போய், இன்று ஆழ்துளைக் குழாய்த்தண்ணீரை உந்தித் தரும் குழாய்களில் இருந்து தண்ணீர் பிடித்துக் கொள்ள வேண்டும்.

“தென்ன மரத்துக்குக் கூட “போர்” போட்டுத் தான் தண்ணி உடறோம். தண்ணி இல்லைன்னு வேற ஒரு வெள்ளாமையும் பண்றதில்ல”

ஊரில் இருக்கிற ஒரு சித்தி சென்ற முறை சென்றிருந்த போது சொன்னதைக் கேட்கச் சோகமாய் இருந்தது. வருடத்திற்கு ஒரு முறை இளநீர் போட்டுக் கொள்ள எங்களுக்குக் கூட இரண்டு தென்னை

மரங்கள் சொந்தமாய் இருந்தன. இப்போது அவை செத்துப் போயிருக்கக் கூடும்.

எல்லா மாற்றங்களுக்கிடையிலும் ராசாக்கோயிலும் வெளவால்களும் மட்டும் நிலையாய் அதே இடத்தில். ஆண்டாண்டு காலமாய், சந்திரசேகர பிடாரி போன்ற வித்தியாசமான பெயர் கொண்ட சாமிகள் கல்மண்டபத்தினுள் உட்கார்ந்து கொண்டு பூசாரி கொண்டு வரும் ஆராதனை வெளிச்சத்திற்காக இன்றும் காத்திருக்கிறார்கள். சுமார் ஒரு அடி உயரமே இருக்கும் கூளக் (குள்ளக்?) கருப்பணசாமியும் தன் குறுகிய மண்டபத்தில் இருந்து பூசாரி அடிக்கிற தீர்த்தத்தில் சிலிர்த்துக் கொள்பவர்களைக் கண்டு களித்தபடி இருக்கிறார். வேண்டுதல்களுக்கான 'பொட்லி' என்னும் நாட்டு வெடிச் சத்தங்களும், அடசல் இட்ட கோழிக்குழம்பின் மிச்சங்களும் இன்னும் இருந்து கொண்டு தான் இருக்கும்.

தலைமுறை தலைமுறையாய் என் சொந்தங்களும் முன்னோர்களும் இங்கு உலவியிருப்பார்கள். அவர்களின் எண்ணங்கள், கஷ்டங்கள், நிறைவுகள், களிப்புணர்ச்சிகள் எல்லாம் வேண்டுதலாய் நன்றியுணர்ச்சியாய் இங்கு சுற்றி வந்திருக்கும். பகற்பொழுதின் வயல்வேலை அயர்வு நீங்க எனது தாத்தாக்கள் இந்த மண்டபங்களில் அமர்ந்து காற்று வாங்கியபடி கதைகள் பேசியிருக்கக் கூடும். பல நூறு ஆண்டுகளுக்கு முன் எழுதப்பட்ட பெயர்களைக் கொண்ட கற்சுவர்கள் இன்னும் இங்கு உண்டு. அந்தத் தொன்மை தானே இங்கு முக்கியம். அது தானே உயிர். வெறும் எலும்பும் கூடுமான கட்டிடங்களை ஒவ்வொருவரின் சுயவீம்பிற்காகவும் மீண்டும் மீண்டும் எழுப்பி என்ன பயன்? உட்கார்ந்து வெற்று விருந்து சாப்பிட எதற்கு இத்தனை மண்டபங்கள்?

பல ஆயிரம் மைல் தொலைவில் இருந்தாலும், கோயிலின் சுற்றுவெளி மண்ணையும் குத்தும் கற்களையும் எழும்பி நிற்கும் குதிரை வீரர் பொம்மைகளையும், கோபுரத்தையும், சுற்றி என் மனசு ஒரு வெளவாலாய்த் தொங்கிக் கிடக்கிறது. காலப்போக்கில் கட்டிடங்களும் மண்டபங்களும் மாறலாம். உணர்வுகள் மட்டும் என்றும் மாறாது நிலைத்திருக்கும்.

* * * *

இரா. செல்வராசு ♦

விமானப் பயணமும் குழந்தைகளின் பிரிவும்

க்ளீவ்லாண்டில் இருந்து ஆஸ்டின் செல்லும் விமானம் கிளம்பிய சில நிமிடங்களில் மேகக் கூட்டங்களுக்கு மேலெழும்பிப் பறந்து கொண்டிருக்கிறது. சாளரத்தின் வழியே பிரகாசமாய்ச் சூரிய ஒளி சுள்ளென்று உள்ளே பாய்ந்து கொண்டிருக்கிறது. மேலே தெளிந்த நீல வானம், கீழே வெண்பஞ்சுப் பொதிகளாய் மேகக் கூட்டங்கள். விமானம் இன்னும் மேலே செல்லச் செல்ல அந்தப் பஞ்சுப் பொதிகள் வெகு தொலைவில் இப்போது மிருதுவாய் வெறும் அலைகளாகத் தெரிகின்றன.

இது வேறு உலகம். சிலுசிலுவென்று மழை தூறி மப்பும் மந்தாரமுமாய் ஒளி குறைந்து ஒரு உலகம் தரையளவில் கிடக்கிறது. அதே நிகழ்கணத்தில் மேலே, மேகங்களையெல்லாம் தாண்டி உன்னதமான ஒரு உலகம் இங்கே ஒளி சூழ்ந்து ஜொலித்துக் கொண்டிருக்கிறது.

சில நிமிடங்களுக்கு முன் பின்னிருக்கைக் குழந்தை ஒன்று “ஆ..ஊ..” என்று ஆனந்த ராகமிட்டுக் கொண்டிருந்தது. இப்போது அதன் சத்தத்தைக் காணோம். காதிலே நிறையும் பறக்கும் விமான இயந்திர ஒலி தாலாட்டாகித் தூங்க வைத்திருக்கும்.

நேற்றிரவு நான் வீட்டுக்குச் செல்லும் முன் நந்திதா தூங்கியிருந்தாள். அலுவலகத்தில் இருந்து வீடு திரும்ப வழக்கத்தை விடத் தாமதம் ஆகியிருந்தது. “அப்பா எங்கே அம்மா?” என்று கேட்டபடி தூங்கியிருக்கிறாள் பாவம். பெரியவள் நிவேதிதா மட்டும் அப்பாவிற்குக் “குட் நைட்” சொல்ல வேண்டும் என்று கண் விழித்தபடி இன்னும் உறக்கத்தைத் தள்ளி வைத்துக் கொண்டிருந்தாள். அள்ளி அரவணைத்தபடி சொன்னேன்,

“அப்பா நாளைக்கு ஊருக்குப் போறேன் செல்லம்”.

"தெரியும்", என்றபடி தலையசைத்தது செல்லம். "அம்மா சொன்னாங்க.. என்னவோ A வில் ஆரம்பிக்குமே ஒரு ஊர்?"

"ஆஸ்டின்"

"ம்ம்", அம்மா சொல்லிக் கொடுத்திருந்த ஊர்ப் பெயர் நினைவுக்கு வர முகத்தில் ஒரு சந்தோஷக் கீற்று. சின்ன விஷயங்களுக்குக் கூடச் சந்தோஷப்பட்டுக் கொள்வதைக் குழந்தைகளிடம் இருந்து கற்றுக் கொள்ள வேண்டும்.

"வெள்ளிக் கிழமை இரவு தான் வருவேன்"

"சனிக்கிழமைன்னு அம்மா சொன்னாங்களே?"

வியாழன் கிளம்பிச் சென்று வெள்ளி திரும்புகிற இரண்டு நாள் பயணம் தான். ஆனால் திரும்பும் விமானத்தைக் குறைந்த நேரத்தில் தவற விடும் சிறு சாத்தியம் இருக்கிறதென்பதால் ஒருவேளை நான் சனிக்கிழமை தான் வரமுடியும் என்று சொல்லி இருந்தேன். அப்படியே வர முடிந்தாலும் வெள்ளி இரவு 12 மணிக்குத் தானே வருவேன்.

"எங்கே இன்னும் அப்பாவைக் காணோம்" என்று எழப் போகும் கேள்விகளுக்குத் தயாராய் இப்போதே மனைவி சொல்லி வைத்திருக்கிறார். இந்த அம்மாக்கள் விவேகமானவர்கள்.

"ஆம். சனிக்கிழமை தான் வருவேன்" சமாளிக்கச் சற்றுத் தாமதமாகி விட்டது வெள்ளி சனியாக மாறியது குறித்துக் கேள்விகள் எழும்பும் முன் முழுக்கதையையும் கூற வேண்டியதாகிவிட்டது.

"ஆஸ்டின் அமெரிக்காவில் இருந்து ரொம்ப தூரமா அப்பா, இந்தியா மாதிரி?"

"இல்லம்மா, அமெரிக்காவில் தான் இருக்கு. கொலராடோ போனோமில்லையா? அது மாதிரி தூரம்"

"ஓ, அப்போ ஒரு flight மட்டும் தான்". தனக்குரிய ஒரு வழியில் எப்படியோ அவள் புரிந்து வைத்திருக்கிறாள். மூன்று விமானங்களில் ஏறி இறங்கி, ரயில், கார் என்றெல்லாம், இரண்டு நாட்களுக்குப் பயணம் செய்யத் தேவை இல்லாத ஒரு குறும்பயணம். அமெரிக்க மற்றும் உலக வரைபடத்தை வீட்டில் ஒட்டி வைக்க வேண்டும் என்று மீண்டும் எண்ணிக் கொண்டேன்.

"சரி, தூங்குமா நேரமாச்சு". அன்பானவளை விட்டகல மனமின்றி எழுந்து வந்தேன்.

நல்ல வேளை. அடிக்கடி விட்டுவிட்டு வெளியூர் சென்றுவிடுகிற வேலை இல்லை. குழந்தைகள் "பொக்குனு" போய் விடுவார்கள். ஒரு வகையில் எல்லா உறவுகளுக்கும் இப்படி ஒரு தற்காலிகப் பிரிவு நல்லது தான். ஆனால், நெடுநாள் நெடுந்தொலைவுப் பிரிவிற்கு நான் தயாராய் இல்லை. ஊரில் ஆத்தா, தாத்தா, அம்மாயி, அப்பச்சியாகிய எனது மற்றும் மனைவியின் பெற்றோர்கள் பேத்திகளை ஊரில் விட்டு விட்டுப் போங்கள் என்று அவர்கள் பிறந்த நாள் முதலாய் ஆசைப் பட்டுக் கொண்டிருக்கிறார்கள். இருவர் வீட்டிலும் எங்கள் மகள்களே முதல் பேரக் குழந்தைகள். பெரியவர்களுக்கும் சரி, குழந்தைகளுக்கும் சரி, இது பேரிழப்புத் தான் என்று நான் அறிந்தே இருக்கிறேன்.

என்னுடைய கடந்த கால நினைவுகளிலும் அனுபவங்களிலும் அப்பச்சி அம்மாயி பெரிய அளவில் இடம் பெற்றிருக்கிறார்களே! அதனால், இந்தியப் பயணங்களின் போது வேண்டுமானால் குழந்தைகள் இன்னும் சில வாரங்கள் அதிகமாக இருந்து வரட்டும் என்று நானும் ஆசைப்படுகிறேன். அந்த நோக்கில் சில வாரங்கள் அவர்களைப் பிரிந்திருக்கச் சித்தமாயிருக்கிறேன்.

காலையில் கிளம்பிக் கொண்டிருக்கிற போது நந்திதா அருகில் வந்தாள். இவளுக்கு நான்கு வயது பூர்த்தியாகி ஒரு மாதம் ஆயிற்று. இருந்தாலும், இதே வயதில் முதலாமவளைப் போலின்றி இவள் இன்னும் எங்களுக்குச் சிறு குழந்தை தான்.

"நந்து, நான் இன்னிக்கு ஊருக்குப் போறேன்"

"ஓ, அப்பா, ஐ வில் மிஸ் யூ! நானும் வருகிறேன். என்னையும் கூட்டிக் கொண்டு போங்க!"

"நந்து, அப்படி திடீர்னு எல்லாம் போக முடியாது. எப்படியும் விமானத்தில் ஒரு டிக்கெட் தான் இருக்கு. ஒரு சீட் தான்.."

நான் பேச்சை முடிக்கும் முன் பதில் வந்தது. "பரவாயில்லை அப்பா. நான் உங்கள் மடியில் உட்கார்ந்து கொள்வேன் I will sit in your lap", முகத்தில் லேசான ஒரு எதிர்பார்ப்புக் கலந்த முறுவல்.

"இல்ல கண்ணு. அதெல்லாம் விட மாட்டாங்க. நீ இப்போ பெரிய பொண்ணு ஆயிட்டே இல்லியா?"

"..."

"அதோட இல்லாம, நான் ஆபீஸ் வேலையாப் போறேன். நீ வந்து என்ன பண்ணுவே? உனக்குப் போரடிக்குமே"

"இல்லை அப்பா. நான் போர்னு எல்லாம் சொல்ல மாட்டேன். உங்களோடயே நானும் ஆபீஸுக்கும் வந்துடுவேன்"

“நோ நந்து.. நான் மட்டும் போயிட்டுச் சீக்கிரம் வந்துடறேன்”. அப்படியே பேச்சை மாற்றினால் தான் வேலையாகும் என்று,

“பார். நீ இன்னிக்கு ஸ்கூலுக்குப் போகணுமே. அப்புறம் மிஸ்.நிக்கோல், மிஸ். மெல்லிஸா எல்லாம் உன்னத் தேடுவாங்களே நந்து எங்கேன்னு?”

தனக்குத் தெரிந்த காட்சி கண்ணுக்கு வர, அதோடு என்னுடன் வரும் பேச்சும் நின்றது.

விமானம் சீராகப் பறந்து கொண்டிருக்கிறது. இடையில் ஏதோ ஊர் வந்த சமயத்தில் மேகங்கள் விலகி இருந்தன. எட்டிப் பார்த்தேன். பாத்தி கட்டி விட்டது போல் நிலப் பரப்பு. மழை பெய்திருக்க வேண்டும். அங்கங்கே நீர்த்தேக்கங்களும், நனைந்த சாலைகளும் வெள்ளிக் கம்பிகளாய் மின்னிக் கொண்டிருந்தன. ஏதோ ஒரு சிற்றூராய் இருக்க வேண்டும். அதிகம் வீடுகள் கட்டிடங்கள் இல்லை. ஒன்றிரண்டு கார்கள் ஊர்வது மட்டும் கண்ணுக்குத் தென்பட்டது.

நந்திதாவைக் காரில் பள்ளிக்கு அழைத்துச் சென்ற நேரத்திற்கு நினைவு திரும்புகிறது. பயணம் பற்றிய பேச்சு மீண்டும் எழுந்தது.

“நீங்கள் ஏன் விமானத்தில் போக வேண்டும்? ஏன் காரிலேயே போகக் கூடாது?”

சாலைத் திருப்பத்தில் காத்திருந்த போது பதில் சொன்னேன்.

“நான் போற ஊர் ரொம்ப தூரம்மா. கார்ல போனா ரொம்ப நேரம் 24 மணி நேரம் ஆகும். விமானத்தில போனா மூணு மணி நேரம் தான்”

நீண்ட பதிலுக்கு அவள் காத்திருக்கவில்லை. அதற்குள் காட்சியும் கேள்வியும் மாறி விட்டிருந்தது.

“அப்பா, காருக்குள்ளே ஏன் பச்சை நிற அம்பு விட்டு விட்டு எரியுது?”

மனதிற்குள் சிரித்துக் கொண்டு பதில் சொல்லிவிட்டு மௌனமானேன். பள்ளியில் “போய் வருகிறேன்” என்று சொன்ன வனை ஒரு விநாடி கையை இறுகப் பிடித்துக் கொண்டாள் (இது நிச்சயம் என் கற்பனையாகத் தான் இருக்க வேண்டும்!). அதற்குள் கரடி பொம்மை ஒன்றைக் கொண்டு வந்திருந்த நண்பனின் பால் கவனம் திரும்ப, நான் கிளம்பியதைக் கூடக் கவனிக்கவில்லை அவள். வெளியே வந்து, திரும்பிப் பார்ப்பாளா என்று அரை நிமிடம் எட்டிப் பார்த்தபடி நின்றேன். அவள் திரும்பவும் இல்லை. அதனால் எனக்கு ஏமாற்றமும் ஒன்றில்லை.

இன்றிரவு நிச்சயமாய் வீட்டில் இல்லாத அப்பா பற்றிய பேச்சு எழும். மாலை தொலைபேசியில் பேச வேண்டும். பெரிதாய்க் காரணம் ஒன்றும் இல்லாமலேயே விமானப் பயணம் இனிமையாக இருக்கிறது. மணிக்குச் சுமார் ஐநூறு மைல் வேகத்தில் ஊர்ந்து கொண்டிருக்கிறது விமானம்.

* * * *

குழந்தை வளர்ப்பும் அன்பும்

பார்க்கின்ற எவரையும் கவர்ந்திழுக்கும் அழகான கண்கள் அங்கும் இங்கும் அலைந்தபடி, 'இனி எல்லாமும் உங்கள் கையில்' என்று முழு நம்பிக்கையையும் நம்மில் வைத்து, நம் கைகளில் ஒரு பிஞ்சு தவழ வருவது ஒரு உன்னத அனுபவம். 'உங்கள் அருகாமையில் நான் நிறைவாய் இருக்கிறேன்' என்று காட்ட விழைவதைப் போல் விரிந்த விரல்களோடு சிறு கரங்களும் கால்களும் மேலும் கீழும் உதற, அவசர அவசரமாய் மூச்சுக் காற்று உள்ளும் வெளியுமாகத் ததும்பும். விரல் நீட்ட, தளிர்க்கரங்கள் இறுகப் பற்றும். மெய் சிலிர்க்கும். சங்கீத அறிவே துளியும் இல்லாதவனைக் கூடத் தாலாட்டுப் பாடி மெய்யுருகச் செய்யும். அது ஆழ்ந்து உறங்கையிலே, அமைதியாக அருகமர்ந்து தலை கோதி, 'யார் நீ?', 'எங்கிருந்து வந்தாய்?', 'என்னை எப்படித் தேர்ந்தெடுத்தாய்?' என்று வினவத் தோன்றும். ஒரு குழந்தைக்குத் தாயாக, தந்தையாக இருப்பது ஒரு பேரானந்தம். பேரனுபவம்.

குழந்தை வளர்ப்பு என்பது பெரும் பொறுப்பும் கூட. ஆனால் அதைச் சரியாகக் கற்றுக் கொள்ளப் பாடங்களும் இல்லை. பள்ளிகளும் இல்லை. ஒவ்வொரு குழந்தையும் தனித்தன்மை வாய்ந்தது என்பதால் பிற அனுபவித்தவர்களின் பட்டறிவையும் அப்படியே ஏற்றுக் கொள்ளவும் முடியாது. இது நமக்கே உரித்தான ஒரு தனி வாழ்க்கைப் பாடம். பொதுவான திசையை அறிந்து கொண்டு, அன்பு ஒன்றையே அடிப்படையாக வைத்துக் கொண்டு பிறவற்றை எல்லாம் போகப் போகக் கற்றுக் கொள்ள வேண்டியது தான். சில சமயம் இந்தச் செலுத்தத்தில் நாம் தவறுகள் செய்துவிட நேரிடலாம். ஆனால் அவையும் இயல்பே என்று வாழ்வில் பாடங்கற்றுக் கொண்டு பயணம் செய்ய வேண்டும்.

தனி உயிராய், முழுச்சுயத்தோடு இருப்பதால் தளிர்கள் வளர்கையில் நமக்கு ஆனந்தத்தோடு கூடவே ஆச்சரியங்களும் சோதனைகளும் உண்டாவதும் இயற்கையே. நல்ல பெற்றோர்களாய் இருப்பதெப்படி,

வளர்ப்பது எப்படி என்று யோசித்தபடி காலத்தில் நாம் நகர்ந்து கொண்டிருப்போம். அதே வேளையில், தம் எல்லைகள் என்ன, விருப்பு வெறுப்புக்கள், திறமைகள், பயங்கள், மகிழ்வுகள், மனச் சோர்வுகள் என்னவென்று தம் சுயத்தை ஆய்ந்து கொண்டு அந்த உயிர்களும் தம் பயணத்தைத் தொடரும்.

குழந்தை வளர்ப்பில் ஒழுக்கம் பேணுவதற்குக் கண்டிப்பும் தேவை. அவர்களின் உற்சாகத்தைக் குலைக்காதவண்ணம் இருக்கச் செல்லமும் தேவை. இரண்டுமே அளவாக இருக்க வேண்டும். எது அளவு எது சமநிலை என்பதும் பொதுவாய்க் கூறிவிட முடியாது.

அளவு கடந்த கண்டிப்பும் மிரட்டலும் கொண்டு வளர்க்கப் படும் குழந்தை 'ஒழுக்கமாக' நடந்து கொள்ளலாம். ஆனால், அதில் ஏற்படும் பயமும், உள்மனக் காயங்களும் ஆற்ற முடியாதவை. இயற்கையான துறுதுறுப்பையும் உற்சாகத்தையும் வெட்டக் கூடியவை. நான் அறிந்த சில நண்பர்கள் சிறு வயதில் அளவு மிஞ்சிப் பயந்து கிடந்தது நினைவுக்கு வருகிறது. 'அப்பா' என்று சொன்னாலே அவர் இடுப்பில் அணிந்திருக்கும் 'பெல்ட்' மட்டுமே அதிகமாய் நினைவுக்கு வருவது கொடுமை தானே!

கட்டாயத்திற்கும் அதீத கண்டிப்பான வளர்ப்பிற்கும் மறுகோடியில் இருப்பது அளவு கடந்த செல்லம். எந்தக் காரணத்திற்காகவும் குழந்தையை மிரட்டவோ அடிக்கவோ கூடாது என்று, அவர்கள் என்ன செய்தாலும் ஏற்றுக் கொண்டு விட்டு விடுவதும் தவறு. பொது இடத்தில் ஐந்தாறு வயதேயான ஒரு குழந்தை பெற்றவரைப் பார்த்துத் திமிராக 'என்னடி முறைக்கிற?' என்று பெயர் சொல்லித் தரக்குறைவாய்ப் பேசுவதையும், ஏன், கை நீட்டி அன்னையை அடிப்பதையும் பார்த்திருக்கிறேன். அதையும் தாங்கிக் கொண்டு, ஆனாலும் ஒன்றும் சொல்லாமல் இருந்திருக்கிறார்கள். இதுவும் தவறு. குழந்தைகளுக்கு அவர்களின் எல்லைகள் சொல்லித் தரப் பட வேண்டும். தெரிய வேண்டும். அப்படிச் சொல்லித் தந்த பிறகும், அவர்கள் அந்த எல்லைகளைப் பரிசோதிக்கும் வண்ணம் நடந்து கொள்வதும் இயல்பு தான். எனினும் அப்போதும் உறுதியாக இருப்பது அவர்களுக்கும் குழப்பம் தராத ஒன்று. எல்லைகள் மீண்டும் வரையறுக்கப் பட்டுப் புரிந்து கொள்ளத் தெளிவாக இருக்கும்.

அதீத கண்டிப்பு, மிகையான செல்லம் என்று இரண்டு எல்லைகளையும் விட்டுவிட்டு இடையில் அளவான செல்லமும் கண்டிப்புமாக இருக்க வேண்டும். இதில் இரண்டு வழிமுறைகள். ஒன்று, பெரும்பாலான விஷயங்களில் கண்டிப்பும், சிறு சிறு இடங்களில் மட்டும் செல்லமுமாய் இருப்பது. இரண்டாவது, தொட்டதற்கெல்லாம் சட்டம் என்றில்லாமல், ஒரு சில விஷயங்களில்

மட்டும் சரியான, ஆனால் உறுதியான எல்லைக் கோடுகளை வகுத்து விட்டு, அதன் பிறகு எல்லாவற்றிலும் இயல்பாகவும், சற்றுக் குறும்புகளையும் அனுமத்தும் வளர்க்கலாம். இந்த இரண்டில் ஒன்றைத் தெரிவு செய்வது அவரவருடைய விருப்பம். இரு பெற்றோரில் ஒருவர் ஒன்றையும் மற்றவர் இன்னொன்றையும் கூடத் தெரிவு செய்யலாம் (ஹிஹி.. எங்கள் வீட்டில் கொஞ்சம் அப்படித் தான்!).

இரண்டில் எதுவாக இருந்தாலும் சரி. அன்பைப் பொழிந்து வளர்த்தல் அவசியமாகிறது. கண்டிப்போ செல்லமோ எதுவாக இருந்தாலும் அடிப்படையில் பெற்றோர் நம் மீது அளவற்ற அன்பு வைத்திருக்கிறார்கள் என்பதை உணர்ந்து வளரும் குழந்தைகள் இனியவர்களாக வளர்கிறார்கள். தம் மீது வைக்கப் படும் அன்பை உலகத்தின் மீது பிரதிபலிப்பவர்களாய் அமைகிறார்கள்.

புதிதாய்க் குழந்தைகளை எதிர்பார்த்துக் காத்திருப்பவர்களோ, இப்போது தான் பெற்றோர்களாய் ஆகியிருப்பவர்களோ, இந்தப் புதிய பொறுப்பிற்குப் பயப்பட வேண்டாம். உங்கள் பக்கத்து வீட்டுக்காரரோ, நண்பரோ, இது போன்ற வலைப்பதிவு வைத்திருப்பவரோ(!) சொல்வதை எல்லாம் கேட்க வேண்டாம். உங்கள் இயல்பு போலிருங்கள். அழுத்தம் கொள்ளாதீர்கள். அளவற்ற அன்பைக் கலந்து உங்கள் உள்ளுணர்வை நம்பி அதன் படி நடந்து வருவீர்களானால் இது அவ்வளவு ஒன்றும் கடினமான செயல் அல்ல. குழந்தை வளர்ப்பு பெற்றோர்களின் சுய வளர்ச்சியிலும் ஒரு முக்கியப் படி.

சந்தேகம் இருப்பின் நாற்பதுகளில் வெளியாகிப் பல பதிப்புக்கள் கண்டு, சுமார் நாற்பது மொழிகளில் மொழி பெயர்க்கப்பட்ட 'Dr. Spocks Baby and Child Care' புத்தகத்தில் ஒரு பிரதி வாங்கி வைத்துக் கொள்ளுங்கள். அதன் முதல் அத்தியாயத் தலைப்பே "உங்களை நம்புங்கள்" (Trust Yourself) என்பது தான்.

* * * *

கிறிஸ்துமஸ் கால நினைவுகள்

ஒரு கிறித்துவப் பள்ளியில் ஆரம்பக் கல்வி பயின்றபோது விவிலியம் கற்றிருக்கிறேன். பெரிதாய் ஒன்றும் நினைவில் இல்லை என்றாலும், "ஆதியிலே கடவுள் சொர்க்கத்தையும் பூமியையும் படைத்தார்" என்னும் ஜெனிஸிஸ் (1:1) வாசகம் மட்டும் மறவாதிருக்கிறேன். அறிவியல் விஞ்ஞான வளர்ச்சிகளும், இன்ன பிறவும் கடவுளின் இருப்பையே இப்போது கேள்வி கேட்க வைத்தாலும், அந்த நாட்களில் கடவுளின் குழந்தை கிறிஸ்து கட்டுத்தறியில் பிறந்தார் என்று நட்சத்திரங்கள் வழிகாட்டிய நாடகங்களில் மண்டிபோட்டுக் கொண்டு நடித்திருக்கிறேன்.

காணாமல் போன ஆட்டுக் குட்டியின் மீது அன்பு வைத்த ஆட்டு இடையன் கதையைக் கேட்டுக் கொண்டு, "கும்பாயா, ஓ மை லார்ட் கும்பாயா", என்று கூட்டத்தோடு சேர்ந்து ஒருங்கிசைப் பாட்டுப் பாடியிருக்கிறேன். வெள்ளைப் பஞ்சைத் தாடியாக ஒட்டிய ஒரு சாந்தா கிளாஸ் தாத்தா கிறிஸ்துமஸ் சமயத்தில் கொடுத்த பரிசுக்கு நானே வகுப்பில் முன்னரே காசு கொடுத்திருந்தேன் என்று தெரிந்தாலும் பூரித்து நன்றி சொல்லிக் கொண்டிருந்திருக்கிறேன்.

தினமும் முதல் வகுப்பாய் விவிலியமும் அதன் கதைகளும் போதனைகளும் போதாதென்று ஞாயிறன்று சிறப்பு வகுப்பாய் வைத்துப் பிரார்த்தனைக்கு அழைக்கப் பட, மதச் சாயங்கள் மூச்சுத் திணறடிப்பதை உணர்ந்து என் வீட்டு இந்து மதத்தார் ஞாயிறு அன்றெல்லாம் அனுப்ப முடியாது என்று எதிர்ப்புக் குரல் கொடுத்ததும் உண்டு. இதற்குள் குழுவாய்க் கூட்டமாய்ப் பாடிய "ஜீஸஸ்.. ஜீஸஸ்.. ஜீஸஸ் இன் த மார்னிங்." பாடல்கள் மனதுள் பதிந்து போயிருந்தன.

சேதம் ஒன்றுமில்லை. கார்த்திகைச் சனிக்கிழமை விரதங்களும், சுண்ணாம்படித்துச் சுத்தம் செய்த சரசுவதி பூஜைகளும், தெருமுக்கு விநாயகனும், காளி, மாரி, இத்யாதி அம்மன்களும், பஞ்சாமிருதம்

♦ மெல்லச் சுழலுது காலம்

தந்த பழனி மொட்டையாண்டியும், சரியான போட்டியைத் தந்து என்னை இழந்து விடாதிருந்தார்கள்.

"அத்தரும் சவ்வாதும் எங்கே மணக்குது?
ஆறுமுகன் சந்நிதியில் தானே மணக்குது!"

* * * *

கல்லூரியில் படிக்கும் காலத்தில் விடுதி நாட்களில் வார இறுதிகளில் நடக்கும் விவிலியக் கூட்டங்களுக்கு (Bible Study) ஒரு ஆர்வக் கோளாறில் சென்று பார்த்து வரலாம் என்றும் போனதுண்டு. உடன் படித்த நண்பன் கிட்டாரும் கையுமாகச் சென்றதும் கவர்ச்சிக்கு ஒரு காரணம். திறந்த மனதுடன் சென்றாலும், அவர்களும் திறந்த மனதுடன் என்னை ஏற்றுக் கொள்ள வேண்டும் என்று மறக்காமல் நெற்றியில் திருநீறு பூசிக் கொண்டு சென்றேன். உருவ வழிபாடு பாவம் என்ற போதனைக்கு அது ஒரு ஒவ்வாமையைத் தந்திருக்க வேண்டும். மதமாற்றப் பிரச்சார நெடி சற்று தூக்கலாக அடிக்கவே ஒரு சில முறைகளுக்குப் பிறகு அந்தப் பங்கேற்பையும் நிறுத்திக் கொண்டேன். கிட்டாரும் கையுமாகவும் இருந்த நண்பன் மட்டும் தனது நம்பிக்கைகளைத் திணிக்க முற்படாததால் இன்று வரையும் நல்ல நண்பனாகவே தொடர்கிறான்.

கல்லூரி இறுதியாண்டில் புத்தாண்டு தின நள்ளிரவில் 'சாந்தோம் சர்ச்சிற்குச் சென்றது நிச்சயமாய்க் கர்த்தர் கவர்ந்திழுத்ததால் அல்ல. மார்கழி மாதத்துக் குளிரில், நண்பர்களோடு இரவில், கூட்டமாய்ச் சென்று வந்த ஒரு கிளர்ச்சி. அவ்வளவே. அதே கிறிஸ்துமஸ் புத்தாண்டு இரவு ஒன்றில் அமெரிக்கா வந்த புதிதில் இங்கு இருந்த நண்பரின் நண்பர் ஒருவருக்காக இன்னொரு முறை தேவாலயம் சென்றிருக்கிறேன். ஏசுவின் ரத்தம் என்று எதோ பழச்சாறும், உடம்பின் பகுதி என்று ரொட்டித் துண்டும் பிரசாதம் போல் கொடுத்தது சற்றுப் புதிதாக வித்தியாசமாக, ஏன் விசித்திரமாகக் கூட இருந்தது. பணம் வசூலிக்கக் கைமாறி வரிசையாக வந்து கொண்டிருந்த தட்டில் ஒரு டாலரேனும் போட்டேனா என்றும் கூட நினைவில் இல்லை. கோயில்களிலும் 'கடவுளுக்கே காணிக்கையா? என்று எனக்கு எப்போதும் தயக்கமாகத் தான் இருந்திருக்கிறது.

* * * *

இன்றோ பள்ளிக்குச் சென்று கொண்டிருக்கிற மகள்களோடு சேர்ந்து கிறிஸ்துமஸ் பாடல்கள் பாடிக் கொண்டிருக்கிறேன்.

"ரூடால்ஃப், த ரெட் நோஸ் ரெயின் டீயர்."
"ஜிங்கிள் பெல்ஸ், ஜிங்கிள் பெல்ஸ், ஜிங்கிள் ஆல் த வே"

அவர்களின் விருப்பத்திற்கேற்ப, 'மத அடையாளம் இல்லை; இதெல்லாம் இப்போது ஒரு கலாச்சார அடையாளம்' என்று சமாதானம் சொல்லிக் கொண்டு வீட்டினுள்ளேயே ஒரு கிறிஸ்துமஸ் மரம் வைத்துக் கொண்டிருக்கிறோம். நிஜ மரத்துக்குக் காசு கொடுத்துக் கட்டுப் படியாகாது என்று வால்மார்ட்டில் வாங்கிய சீனத்துப் பிளாஸ்டிக் மரம் மூன்றாவது ஆண்டாய்ப் பெட்டியில் இருந்து வெளி வந்தாலும் கொஞ்சம் தடவி நீவிக் கொடுத்தால் இன்னும் புதிதாய்த் தான் தெரிகிறது. கொஞ்சம் இழுத்து மூச்சு விட்டால் நிஜ மர வாசம் கூட அடிக்கும் போலிருக்கிறது!

குழந்தை ஏசுவையும், நட்சத்திரங்களையும், பனித்துகள்களையும் மகள் வரைந்து வெட்டிக் கொண்டு வந்து அலங்காரம் செய்திருந்தாள். மனைவி செய்து கொடுத்திருந்த சப்பாத்தி மாவுப் பொம்மைகளுக்கு வண்ணம் தீட்டியும் மாட்டி விட்டிருந்தனர். மேலும் வண்ணக் காகித மாலையோடும், வாங்கி மாட்டிய அணிகளோடும், அலங்காரம் பூண்டிருந்த பிளாஸ்டிக் மரத்தைச் சுற்றி நூறு சரப் பல வண்ண விளக்குச் சுருளை என் பங்குக்கு நானும் மாட்டி வைத்தேன்.

இதைப்போன்றே இன்னும் பெரிதாய் அலுவலகத்தில் வைத்திருக்கிற மரத்தில் அனாதை மற்றும் ஏழைக் குழந்தைகளின் விருப்பப் பட்டியல்கள் தொங்கிக் கொண்டிருக்கும். பொதுவாய் ஒரு குழந்தையின் பட்டியலை எடுத்து வந்து வாங்கிக் கொடுப்பதுண்டு. இந்த ஆண்டின் கடல் பேரலைக் கொந்தளிப்புக்களில் எத்தனை குழந்தைகள் அனாதைகளானார்களோ!

பிறர் மீது நம் அன்பைக் காட்ட ஒரு பரிசோ, வாழ்த்தட்டையோ வாங்கித் தரவும் உகந்த காலம் என்று கிறிஸ்துமஸ் இங்கெல்லாம் கொஞ்சம் வணிகச் சாயமும் பூசிக் கொண்டிருக்கிறது. கடை வீதிகளில் கூட்டமும், மக்களின் அழுத்த அளவு கூடியும் தான் கிடக்கும். "இது ஒரு பெரிய தலைவலி" என்று நொந்து கொண்டே மகிழ்ச்சியாய் இருக்கும் படி வாழ்த்து அனுப்புபவர்களையும் பார்த்து இருக்கிறேன்.

ரோமாபுரியில் கொஞ்சம் ரோமாபுரிக்காரனாய் இருக்க வேண்டியது தான். தீபாவளிக்குப் பட்டாசு வெடிக்கவில்லை யென்றாலும், பொங்கலுக்குக் கரும்பு கடிக்கவில்லையென்றாலும் தான் என்ன? கிறிஸ்துமஸ் ஜோதியில் ஒரு ஓரமாகக் கலந்து கொள்ள வேண்டியது தான். குறைந்தபட்சம் குழந்தைகளுக்கு மட்டுமாவது ஏதேனும் பரிசுப் பொருட்கள் வாங்கித் தர வேண்டும். 'சாந்தா கிளாஸ்' என்றால், "இல்லையப்பா.. அது சேன்ட்டா" என்று திருத்துகிறாள் மகள். 'சேன்ட்டா' பற்றிய சந்தேகங்களுக்கும் கேள்விகளுக்கும் மனைவியிடம் அனுப்பி விடலாம். இந்தக் கேள்விகளுக்கெல்லாம் என்ன சொல்வது என்று அவர் தான் யோசித்து வைத்திருப்பார்.

பனி விழும் இரவினில், பலவித ஒளியினில், பச்சைப் பிளாஸ்டிக் மரம் எதிரில், அமைதியாய் அமர்ந்து நீள்மூச்சு வாங்கி வெளியிட்டு நிதானமாய் அமர்ந்திருக்கவும் பிடித்தே இருக்கிறது. கிறிஸ்துமஸ் புத்தாண்டு விடுப்பெல்லாம் இன்றோடு முடிந்து போக, அடுத்த வருடம் மீண்டு எழ பிளாஸ்டிக் மரமும் இனிப் பத்திரமாய்ப் பெட்டிக்குள் போகும்.

புதிதாய்ப் பிறந்த இந்த ஆண்டு எல்லோருக்கும் நம்பிக்கைகளையும் நிறைவையும் தருவதாய் அமையட்டும்.

* * * *

வறண்ட குளத்து வாத்துக்கள்

பெண்களுடன் நடந்து சென்று வந்தபோது வாத்துக்குளம் வறண்டு கிடந்தது. பாளம் பாளமாய் வெடித்துக் கிடந்த குளத்தைப் பார்த்துப் பெரியவளுக்குக் கொஞ்சம் ஏமாற்றம். இந்த வசந்தத்தில் போன வருடம் போல் மழையில்லை. தண்ணீரில்லாத குளத்தில் வாத்துக்கள் வரவில்லை. உள்ளே இறங்கிச் சிறிது நேரம் விளையாடியதில் வருத்தம் கொஞ்சம் மறைந்தது.

"வாழ்க்கையிலேயே முதன்முறையாக இப்படிப் பார்க்கிறேன்" என்றாள். "இது என்ன பெருசு? எங்க ஊர்ல பெரிய பெரிய ஆறெல்லாம் தண்ணியில்லாமக் கிடக்குது" என்றேன்.

"It's not fair" என்றாள். பேறாற்றைச் சொன்னாளா வாத்துக் குளத்தைச் சொன்னாளா? தெரியவில்லை.

தன்னுடைய Feelings புத்தகத்தில் இதை எழுதி வைக்க வேண்டும் என்றாள். நானும் கூட நாட்குறிப்பெழுதுவதை மீட்டுக் கொள்ள வேண்டும் என்று எண்ணிக் கொண்டிருக்கிறேன். போன வருசம் நாலு நாளோடு நின்று போய்விட்டது. அந்தச் சனவரி ஒன்றாம் தேதி எழுதியதை இரண்டு நாட்களுக்கு முன் படிக்க நேர்ந்தது. சில சமயம் உணர்ச்சிகளை மறந்து விடுதல் நலமா மறவாமல் நினைவிலிருத்திக் கொள்வது நலமா என்று யோசனை எழுகிறது.

குளக்கரைப் பாதையோரம் உட்கார்ந்திருந்த போது வரிசையாய் வைக்கப் பட்டிருந்த செம்மேப்பிள் மரங்கள் நேர்த்தியாய் இருந்தன. பாதையில் ஒரு சோடி மிதிவண்டிகள் அளவளாவிக் கொண்டிருந்தன. அவை ஈருருளிகள் அல்ல. ஒன்று மூவுருளி. மற்றது நான்குருளி (இரண்டு பேருருளி, இரண்டு சிறுபயிற்சியுருளி).

தங்கள் கற்றொகுப்பிற்காய் இன்றும் பொறுக்கிய இரண்டு கற்களைச் சுமக்கப் பணித்துவிட்டு மிதிவண்டிகள் பறந்தன. சுமந்து நடக்கையில் வெட்டியாய்ப் போனதோவென்று சனிக்கிழமையின் மீது

ஒரு ஆயாசம் வந்தது. வழியில் இருந்த வீடுகளின் கண்ணாடிச் சன்னல்களில் விட்டெறிந்தால் எப்படி இருக்கும் என்று மனசு குறுக்கே யோசித்தது. "ஏன் இப்படிக் கிறுக்காய் இருக்கிறாய்" என்று கேட்டுக்கொண்டு கட்டோடு வந்துவிட்டேன். எல்லாம் நொடி நேரத்தில். கற்கள் இன்னும் கையிலே தான்.

கோணை மனசு. சிலசமயம் இப்படித் தான். அதைக் கட்டில் வைத்திருக்கும் வரையில் பிரச்சினை இல்லை.

சில செடிகளின் ஊசிப் பூக்கள் பெருவாசம் வீசிக் கொண்டிருந்தன. ஒரு வீட்டிலே வேறோடு பிடிங்கிய செடியை வெளியே போட்டிருந்தார்கள். ஒரு கொத்து ஊசிப் பூவைப் பறித்துக் கொண்டு முகர்ந்தபடி நடந்தேன். வசந்த ஒவ்வாமை கூட உண்டாகவில்லை இன்று.

இழுத்து வரப் பணித்துவிட்டுப் பாதி தூரத்தில் மிதிவண்டிகளைப் போட்டுவிட்டு ஓடிக்கொண்டிருந்தனர் பெண்கள். கிறுக்குப் பெண்கள். ஒரு தலையசைவோடும் ஏற்போடும் குதூகலித்த மனதைக் கூட்டிச் சென்றேன்.

மீண்டும் ஒரு நாள் மழை வரும். வெடித்த பாளம் மறையக் குளத்தில் நீர் வரும். வாத்துக்களும் வரும்.

* * * *

இரா. செல்வராசு ♦

துள்ளுமான்

பாம்பி, பேம்பின்னு எல்லாம் பேரு வச்சு இந்த டிஸ்னிக்காரங்க மானுங்கள ஒரு செல்லப் பிராணியாக்கிட்டாங்க. நான் ரொம்ப நாள் பேம்பின்னா பொண்ணு பேருன்னு நெனச்சிருந்தேன். ஆனா போன வருசம் என் பெரிய மக வச்சிருந்த ஒரு புத்தகத்தப் பாத்தப்போ தான் அது ஆம்பளப் பேருன்னு தெரிஞ்சுது! ஆம்பளயோ பொம்பளயோ, மானுங்க அப்படி ஒண்ணும் பஞ்சு மாதிரி மெதுமெது மிருகங்க இல்லீன்னு தான் நான் நெனக்கிறன். அதுங்க கொஞ்சம் எரும மாதிரி தான். மொரடு.

அட, பாத்தாலே தெரியுமுங்களே. இதுக்கெல்லாம் சாப்பிட்டுப் பாக்க முடியுமா? மான்கறி சாப்பிடறதுக்கு வாய்ப்புக் கெடைக்குறது அப்படி ஒண்ணும் கஷ்டம் இல்லீன்னாலும் இந்தச் செங்கறிச் சமாச்சாரம் எல்லாம் நான் சாப்பிடறதில்ல. இப்போல்லாம் கோழி, மீனோடு நிறுத்திக்கறது தான். அதையும் இதையும் திண்ணு வச்சு எதுக்குக் கொழுப்பெடுத்து அலையோணும்?

எங்க வீட்டுக்கு பின்னால எப்பவாச்சும் சில சமயம் மானுங்க வரும், பாத்திருக்கேன். "ஹை.. அதோ பாரு மானு"ன்னு பொண்ணுங்க கிட்டக் காட்டி இருக்கேன். ஒண்ணோ ரெண்டோ ஓரத்துல போயிக்கிட்டு இருக்கும். வெள்ளயாப் பனி பேஞ்சு கெடக்குறப்போ கூட இந்த மானுங்க வருமுன்னு நெனக்கிறேன். ஏன்னா, பரவிக் கிடக்கிற பனியில கால்தடம் பதிஞ்சு கெடக்கும். அது மொசலாக் கூட இருக்கலாமுல்லன்னு கேட்காதீங்க; இருந்தாலும் இருக்கும். யாரு கண்டா?

மான் நடமாட்டம் இந்தப் பக்கம் கொஞ்சம் அதிகந்தான். பக்கத்தூட்டுப் பாட்டி தாம்போட்ட தக்காளிச் செடியெல்லாம் இந்த மானுங்க ராத்திரியில வந்து கடிச்சுப்புடிச்சின்னு திட்டிக்கிட்டு இருப்பாங்க. பாவம் எம்பது வயசுப் பாட்டி வெய்யலு பாக்காம புல்லுப் புடுங்கிச் செடி வளக்க நெனச்சா இப்படி மான் கடிச்சுட்டுப்

போயிருச்சுன்னா மனசு கஷ்டப்படும் தான? அதுல பாருங்க, பாட்டி, மானை 'அது'ன்னு சொல்ல மாட்டாங்க; அவன் வந்தான், தின்னுட்டுப் போயிட்டான்னு ஒரு ஆம்பளயா உருவகப் படுத்திப் பேசுவாங்க, கேட்க வேடிக்கையா இருக்கும். சின்னப் புள்ளயா இருக்கறப்பவே செக்கோஸ்லாவோக்கியாவில இருந்து இங்க வந்தவங்களாம். இந்த வயசுல செய்யற வேலயப் பாத்தா நமக்கெல்லாம் வெக்கமா இருக்கும். மூஞ்சியக் கொண்டு போயி எங்க வச்சிக்கரதுன்னு தெரியாது!

எங்கூட்டுச் செடியையும் மானுங்க தின்னுட்டுத் தான் போகும். ஆனா, நான் பெருசாக் கவலப் படறதில்ல. உடம்பு நோக வேல செஞ்சாத் தானே இழக்கறப்போ வருத்தம் வரும்? ஊர்ல இருந்து கொண்டாந்த வெதைங்களை என்னன்னே தெரியாமத் தூவியுட்டுட்டு, ஏதோ மழ பேஞ்சாத் தானா வளந்தாத் தான் உண்டு எங்க ஊட்டுச் செடியெல்லாம்.

பீக்கங்காச் செடிய மட்டும் மான் தொடறுதுகூட இல்லைங்க. கொஞ்சம் வறவறன்னு எலைங்க இருக்கும். மான் நாக்குக்கு ஒத்துக்காதோ என்னவோ! போன வருசம் ஒரு ஆறோ எட்டோ பீக்கங்கா புடுங்கிச் சமச்சோம். இந்த வருசம் ஒரு வெள்ளாமயும் இல்லீங்க. மழ வல்லீன்னு மட்டும் இல்லீங்க. கள புடுங்கறதுக்கே நேரத்தக் காணோம். புல்லு வெட்டரதுக்கே சில சமயம் ஆளு வச்சு முப்பது (அமெரிக்க) ரூவா அழ வேண்டியிருக்கு. இதுல செடி போடறதுக்கு எங்க போறது?

இந்த மான் தொல்ல இல்லாம இருக்கறதுக்கு எல்லாரும் என்னென்னவோ பண்றாங்க தெரியுமுங்களா?. ஒரு அலுமினியத் தட்டக் கம்பியில கட்டித் தொங்க விட்டுப் பாத்தாங்க. என்னவோ வாச (நாத்த?) மருந்தடிச்சுப் பாத்தாங்க. சோப்பைக் கட்டி உட்டா வராதுன்னு சொல்றாங்க. அதுவும் சோப்பக் கொஞ்சம் செதுக்கிக் கட்டோணும்னு இன்னு ரெண்டு பேரு சொல்வாங்க. எதுவும் ஒத்து வந்த மாதிரி தெரியல. வேலி கட்டி வச்சா வராதுன்னு பாத்தா அதையும் கூட மானுங்க விட்டு வக்கிறதில்ல. எட்டிக் குதிச்சு வந்துருதாம்.

என்ன பண்றது? மானுங்க வாழ்ந்த எடத்துல காட்ட அழிச்சு மனுசங்க வீட்டக் கட்டிப் புட்டோம். அதுங்க எங்க போகும்? சோத்துக்கும் வேற என்ன வழி? அதான் இந்தச் செடிங்களச் சாப்பிட வந்துருது. ஆனாப் பாருங்க. அதுங்குளுக்கு ஒரு நாயம்னா, மனுசங்களுக்கும் ஒரு நாயம் இருக்கு. இப்படி மானுங்களால நம்ம வீட்டுக்குத் தொல்லை. தோட்டத்துக்குத் தொல்லை. காரு, வாகனம், கொழந்தைங்க இப்படி எல்லாத்துக்கும் எதாவது ஒரு வகையில எடஞ்சலாத் தான இருக்குது. அதனால இதுக்கு ஒரு வழி

பண்ணோனும் மானை வேட்டையாடோனும்னு எறங்கறாங்க. இதுல எதச் சரி எதத் தப்புங்கறது?

இந்த வருசம் எங்க ஊர்ல அறுநூறு மானைக் கொல்லோனும்னு அதுக்குத் தனியா காண்டிராக்ட் உட்டுட்டாங்க. செலவு என்னன்றீங்க? சும்மா எரநூத்தி முப்பத்தி நாலாயிரம் டாலரு தான்! அடங்கொப்புரானேன்னு வாயப் பொளக்காதீங்க. நல்லாக் குறி பாத்துச் சுடோனும். வேற ஆளுங்களுக்கும் ஆபத்து வரக்கூடாது. அதுக்குத் தனியாளு எல்லாம் போட்டு இருந்தாலும் அத்தன காசான்னு எனக்குந்தான் அடிச்சிக்குது. என்ன பண்றது?

இப்படிச் சுட்டமான எல்லாம், மான்கறியாக்கி, சாப்பாட்டுக் கடைங்களுக்கும் ஏழை சனங்களுக்குக் கொடுக்கிற சாப்பாட்டு வங்கிகளுக்கும் அனுப்பிட்டாங்களாம். மொத்தமா இந்த வருசம் இருவத்தியெட்டாயிரம் பவுண்டு எடைக்கு வந்துச்சாம். எங்க ஊரு பேப்பருல போட்டிருக்காங்க. அட! நான் முன்னாலயே சொல்லீட்டனுல்ல. இருந்தாலும் இன்னோரு தர.. சொல்லிக்கறன். மான் கறியெல்லாம் நான் வாழ்க்கயில சாப்பிட்டதே இல்ல.

இப்படி மானைக் குறி பாத்து நொங்குன்னு சுட்டுத் தள்றது சரியான்னு ஒரு கூட்டம் சண்டைக்கும் வராங்க. கோர்ட் கேசுன்னு கூடப் போய்ப் பாத்தாங்க. உள்ளூர்ப் பேப்பருல பள்ளிக் கூடத்துப் புள்ளைங்க செல பேரு பிராணிங்க மேல அன்பா இருக்க வேண்டாமான்னு கேட்டொல்லாம் எழுதி இருந்தாங்க. (எம்பொண்ணுகளும் இப்படிப் பேப்பருல எல்லாம் ஒரு நாளக்கி எழுதுவாங்க!). என்னவோ தூக்க ஊசி போட்டு அதுங்க மயங்கிக் கெடக்குறப்போ வலி தெரியாமச் சுட்டுரலாம்னு ஒரு ரோசனை சொன்னாங்க. அமெரிக்காவில வேட்டைக் காலமுன்னு ஒரு மூணு மாசத்துக்கு மான் வேட்டைக்கு எந்தத் தடையும் இல்லாமக் கூடப் பண்ணி இருக்காங்க. ஆனா, அதெல்லாம் காட்டுல இருக்கற மானுங்களுக்கு. ஊட்டுப் பக்கத்துல இருந்தா இப்படி அரசாங்கச் செலவுல குறிபார்த்துச் சுட்டுச் சாவு.

ரெண்டு பக்கமும் நாயம் இருக்குது தாங்க. ஆனா எனக்குப் புடிக்காத பூச்சி பூரானெல்லாம் எங்கூட்டுக்குள்ள வராத வரைக்கும் எனக்குப் பிரச்சின இல்ல. வந்தா நான் கொல்லத் தான் செய்வேன். இது தான் எங்கட்சி. தப்பாக் கூடத் தெரியலாம். ஆனா என்ன பண்றது? நம்மளக் கொல்ல வந்தா பசு மாட்டக் கூடக் கொல்லலாம்னு காந்தி கூடச் சொல்லி இருக்காரே. (நமக்கு வசதியாச் சொல்லியிருந்தா எடுத்துக்குவோம். இல்லேன்னா டீல்ல உட்டுருவோம்!).

அது பாருங்க. போன வாரம் மூணு நாள் லீவு உட்டுருந்தாங்களா. இன்னோரு நா சேத்து எடுத்துக்கிட்டுக் குடும்பத்தோட நியுயார்க் நியுஜெர்சிப் பக்கமாக் கௌம்பிட்டோம். சீக்கிரமாப் போய்ச் சேரலாம்னு வெடியக்காலம் ஆறு மணிக்கெல்லாம் ஊட்ட விட்டுக் கௌம்பினோம். ஒரு ரெண்டு மணி நேரந்தாண்டி ஐஎய்ட்டியில கெழவுறமாப் பென்சில்வேனியாவுக்குள்ளற போய்க்கிட்டு இருந்தோம். அப்போ தான் நம்பாளு காட்டோரமா இருந்து எட்டிப் பாத்தாரு. துள்ளுற மான். கண்ண மூடித் தெறக்குற நேரத்துல என்ன நெனச்சுக்கிட்டு வந்தாரோ தெரியல, குதிச்சு வந்து நம்ப கார் மேல விழுந்தாரு! துள்ளுற மான் துள்ளுன மானாயிருப்பார்னு நெனக்கிறேன். மொரடுன்னு சொன்னம் பாத்தீங்களா, அவரு உளுந்த வேகத்துல, காரு போன வேகத்துல எங்கூட்டுக்காரி உக்காந்திருந்த பக்கக் கதவு ஒடுங்கி இடுஞ்சு போயிருச்சு. பின்னாடி பாக்குற கண்ணாடி துண்டாவிக் காணாமப் போயிருச்சு. ஏதோ நல்ல நேரம். முன்னாடிப் பக்கம் வந்து உளுந்துருந்தா ஆளுக்கெல்லாம் அடிபட்டு ஆசுபத்திரிக்குத் தான் போயிருப்போம். பின்னாடி தூங்கிக் கிட்டிருந்த என் கன்னுக்குட்டிங்களுக்கும் ஒண்ணும் ஆகல. கார்ச்செலவு மட்டும் ரெண்டாயிரம் சொச்சம் வருது. காப்பீடு இருக்கறதால எங்கைக்காசு ஒரு எரநூத்தம்பதோடு போச்சு.

இப்போச் சொல்லுங்க. எச்சா இருக்குற மானச் சுட்டுரலாம்னு சொன்னா நான் என்ன சொல்றது?

* * * *

வெளிநாட்டில ஒரு கட்டுச் சோத்து விருந்து

எங்கூர்ப் பக்கம் புள்ளைக மாசமா இருக்கறப்போ கட்டுச் சோத்து விருந்துன்னு ஒண்ணு போடுவாங்க. புளிச் சோறு, எலுமிச்சாங்காச் சோறு, தக்காளிச் சோறுன்னு விதம் விதமா கட்டுச் சோறு ஆக்கிக்கிட்டு பொண்ணூட்டுக்காரங்க பையனூட்டுக்கு வந்து விருந்து போட்டுச் சாப்பிட்டுட்டு அப்புறம் புள்ளையக் கூட்டிக்கிட்டு அவங்க வீட்டுக்குப் போயிடுவாங்க. பிரசவ காலத்தில அம்மா ஊட்டுக்குக் கூட்டீட்டுப் போற விருந்துன்னு வச்சுக்கலாம்.

சிலசமயம் வளையல் எல்லாங் கூடப் போடுவாங்க. ஆனா இதத் தவிரப் பெருசா ஒண்ணும் இருக்காது. (சந்தனத்தக் கன்னத்துல இலுக்கிக்கறது, ஊஞ்சலாடறது, பாட்டுப் பாடறது மாதிரி). சில ஊர்ல இதத் தான் வளகாப்புங்கறாங்க. அமெரிக்காவில பேபி ஷவர்னு ஒண்ணு வைக்கிறாங்க.

இங்க இருக்கிற எங்கூர்ப் புள்ள ஒண்ணுக்கு ரெண்டு வாரத்துக்கு முன்னால கட்டுச்சோத்து விருந்து. ஊர்ல இருந்தா அம்மா அப்பா வந்து வேணுங்கறதச் செஞ்சு கூட்டிக்கிட்டுப் போவாங்க. இங்க என்ன பண்றதுன்னு ஒரு கொழப்பம். சரி, கட்டுச்சோத்து விருந்து, வள்காப்பு, பேபி ஷவர் எல்லாத்தையும் கலந்துர வேண்டியது தான்னு வச்சுக்கிட்டோம். நாங்க எங்க? அந்தப் புள்ளையும் அந்தத் தம்பியுமே பாவம் எல்லா ஏற்பாடும் பண்ணீட்டாங்க. ஒரு இந்தியச் சாப்பாட்டுக் கடையில பத்துப் பேரு இருக்கற மாதிரி தனியா ஒரு ரூம்பு கெடச்சுது. தெரிஞ்சவங்க, சொந்தமுன்னு கொஞ்ச பேர் சேந்துக்கிட்டோம்.

என்னவெல்லாம் பண்ணனும்னு நாலு பேத்தக் கேக்க, ஆளாளுக்கு ஒண்ணச் சொல்லீட்டாங்களாட்டருக்குது. அவியவியலுக்குத் தெரிஞ்சது சட்டமாயிருச்சு. இப்படித் தான் மொறைன்னு அர்த்தம் இல்லாம சிலதச் செய்ய வேண்டியதாப் போயிருதுன்னு

நெனைக்கிறேன். என்ன ஏதுன்னு யோசிக்காம அப்புறம் மனுசங்க இந்த மொறைங்களுக்காகன்னு உறவ வெட்டிக்கரதுக்கும் உயிரக் கொடுக்கரதுக்கும் தயாராயிடராங்க. என்னவோ போங்க! சரி, எங்கியோ போயிட்டனாட்டருக்குது. வாங்க விருந்துக்கே போகலாம்.

ஒரு கையில பத்தும் இன்னொரு கையில பதினொன்னும் புது வளையல் போடணும்னு ஒரு ஆளு வளையல் கணக்கு மொறை ஒன்னச் சொல்லுச்சு. ஒத்தப் படையில கட்டுச் சோறு செய்யணும்னு இன்னொரு சட்டம் இன்னொரு ஆளு. சரி மூணு வகையாச் செய்யலாம்னு முடிவு. யாரோ ஒம்போது வகையாச் சோறு போட்டாங்களாம்னு ஒண்ணு சொல்லுச்சு. கட்டுச்சாதம்னா எனக்குப் பிடிக்கும்கறதால 'அட, அஞ்சாச் செஞ்சுரலாமே'ன்னு நானொரு பக்கம் ஜொள்ளு உட்டுக்கிட்டு. இத்தனைக்கும் பொறவு அதெல்லாம் சாங்கியத்துக்குத் தான், சாப்பாடு கடயில தான்னுட்டாங்க! இருந்தாலும் ஊர உட்டு வரும்போது, சின்னச் சின்னச் சொப்புல கொஞ்சம் கலந்த சாதத்தத் தூக்கிக்கிட்டு வந்துட்டேன்.

அட, இப்படி ஒரு வெழான்னா பலூன் கட்டி உடாம எப்படின்னு அதிலயும் கொஞ்சம். எப்படியோ போங்க, எல்லாம் கலந்த கூத்து நல்லாத் தான் இருந்துது. கொஞ்சம் முன்ன யோசிக்காமப் போயிட்டோம். இல்லாட்டி மாப்ள வேட்டி தான் கட்டோணும்னு அவரையும் மாட்டி உட்டுருக்கலாம். மொறையென்ன சட்டமென்ன சாமியென்ன? எல்லாரும் ஒண்ணாச் சேந்து சந்தோஷமா இருந்தாச் சரி தான்.

"மச்சானெல்லாம் பெரியவங்க; கால்ல உளுந்துக்கோ"ன்னு ஊர்ல சொல்லிட்டாங்களாட்டருக்குது. நெற மாசப் பொண்ணு கால்ல உளுந்ததுல மனசு நெகிழ்ந்து போச்சு. உணர்ச்சி பொங்கி வந்துருச்சு. "சந்தோஷமா இரும்மா"ன்னு மனசுக்குள்ள நெனச்சுக்கிட்டுப் பக்கத்துத் தட்டுல இருந்து ஒரு பூவெடுத்துக் குடுத்தேன்.

"பொன்னு குடுக்கற இடத்துல பூவக் குடுக்கறீங்களே மச்சான்!" கிண்டலடிச்சுது பொண்ணு.

"பொன்னென்ன பூவென்ன, என் பொண்ணே வேணும்னாலும் வச்சுக்கோ"ன்னேன். வேடிக்கையாப் பேசிக்கிட்டு உணர்ச்சிகள மட்டுப்படுத்திக்கிட்டோம்.

ராசாவும் ராணியுமா இருக்கற இவங்களுக்கு இனியவளா ஒரு பொண்ணு பொறப்பா. அவ எல்லாம் நெறஞ்சு சந்தோஷமா இருக்கட்டும். நல்ல அழகான தமிழ்ப் பெயரா வைக்கணும்னு ரெண்டு யோசிச்சு வச்சுருக்காங்க. "Unique" அப்படிங்கறதுக்குத் தமிழ்லே என்னன்னு கேட்டிருந்தாங்க. கண்டுபிடிச்சாச் சொல்றேன்னேன்.

அழகு தமிழ்ப் பேரா uniqueக்குங்கற அர்த்தம் வர்ற மாதிரி யாருக்காச்சும் தெரியுமா? தெரிஞ்சாச் சொல்லுங்களேன்.

பொன்னுக் கொடுக்காத மச்சான் பேரு வக்கறகாச்சும் உதவினாருன்னு சொல்லுவாங்களேன்னு தான்!

இரண்டு குரங்குக் கதை

ஒரு வீட்டுல ரெண்டு குரங்கு இருந்துச்சாம். ஒண்ணு பெரிய குரங்கு பேரு நந்திதா. இன்னொன்னு ரொம்பச் சின்னக் குரங்கு நிவேதிதான்னு பேரு. நிவேதிதாக் குரங்கு இத்துளியூண்டு இத்துக்குளியூண்டு தான் இருக்குமாம்.

அந்த நந்திதா குரங்குக்குப் பசிச்சா நிவேதிதாக் குரங்கச் சாப்பிட்டுடுமாம். ஆனா அதுல ஒரு சிறப்பு என்னன்னா, நிவேதிதாக் குரங்கச் சாப்பிட எடுத்துட்டோம்னா அந்த இடத்துல இன்னொரு நிவேதிதாக் குரங்கு வந்துடுமாம். ஒன்னு ஒன்னா எத்தனை எடுத்துச் சாப்பிட்டாலும் இன்னொன்னு மாயமா வந்து உட்கார்ந்துக்குமாம். தீந்தே போகாதாம்.

தெனமும் காலையில் அம்மா வந்து இன்னிக்கு என்ன சாப்பிடறேன்னு கேட்டா, நந்திதா குரங்கு சொல்லுமாம், "ரெண்டு நிவேதிதாக்கள் வேணும்"னு ("டூ நிவேதிதாஸ் ப்ளீஸ்").

தீரத் தீர வர்ற அந்த நிவேதிதா குரங்கு சிறப்பானதுங்கறதால அதுக்குச் சிறப்பான சாப்பாடு தான் வேணுமாம். அது வந்து..ம்ம்.. பச்சப் புல்லு மட்டும் தான் சாப்பிடும். ஆனா அதுல மூணு விஷயம் கட்டாயமா இருக்கணும்.

- ஒன்னு, அந்தப் புல்லு நல்ல பச்சையா இருக்கணும்.
- ரெண்டு, அது சரியா ரெண்டு அங்குல நீளம் இருக்கணும்.
- மூணு, அதுல அதிகாலைப் பனித்துளி (dew) கட்டாயம் இருக்கணும்.

இதுல ஒண்ணு இல்லைன்னாலும் அந்தக் குரங்கு சாப்பிடாதாம். அது சாப்பிடலைன்னா ஒரு பிரச்சினை. என்னன்னா நந்திதா குரங்குக்குச் அதச் சாப்பிடக் கொடுத்துட்டோம்னா அதுக்கப்புறம் முழுசா வர்றதுக்குப் பதிலா பாதி பாதியாத் தான் வந்து உட்காருமாம்.

இரா. செல்வராசு ♦

தலை முதல் கால் வரை இருக்கும். ஆனா, இடப்புறமோ வலப்புறமோ ஒரு பாதி தான் வரும்.

சரி, அதுனால என்ன? ரெண்டு நிவேதிதாவச் சாப்பிடறதுக்குப் பதிலா, நாலு அரை நிவேதிதாவச் சாப்பிட்டுக்கலாம்னா (நாலு அரை சேந்தா ரெண்டு முழுசு தானே?), அதெல்லாம் ஒத்துக்க முடியாது எனக்கு ரெண்டு முழு நிவேதிதா தான் வேணும்னு நந்திதாக் குரங்கு அடம் புடிக்குமாம்.

எதுக்கு இந்த வம்பெல்லாம்? இதுக்குத் தான், அப்பாம்மா, இந்தப் பிரச்சினையெல்லாம் வேண்டாம். இதுக்காக தெனமும் பனித்துளி இருக்கிற ரெண்டு அங்குலப் பச்சைப் புல்லுக்கு எங்க போயித் தேடறதுன்னு இனிமே நாமளே வீட்டுக்குப் பின்னாடி ஒரு தோட்டம் போட்டு, புல்லு, பூவு, எல்லாம் வளக்கலாம்னு சொன்னாங்களாம்.

இதக் கேட்டு ரெண்டு குரங்குக்கும் சந்தோஷமாப் போச்சாம். ஏன்னா அதுங்களுக்குத் தோட்டத்தில போயி வெளையாடறது, களை புடுங்கறது, பூவப் பாக்கிறது, மரத்துல தொங்கறது, இதெல்லாம் ரொம்பப் புடிக்குமே!

அப்புறம் இன்னொரு விஷயம் என்னன்னா, அந்த ரெண்டு குரங்கும் ரொம்ப சந்தோஷமாயிட்டா அழகான சின்னப் புள்ளைங்களா மாறிடுமாம். எப்பல்லாம் ரொம்ப சந்தோஷமா இருக்குதோ அப்போ அழகுப் பொண்ணுங்களாவும் சந்தோஷமா இல்லையோ அப்போ மறுபடியும் குரங்குங்களாவும் மாறிடுமாம்!

இப்போ தோட்ட விஷயம் கேட்டவுடனே ரெண்டு பேரும் சந்தோஷமா ஆகி பெரிய குரங்கு நந்திதா சின்னப் பொண்ணாவும், சின்னக் குரங்கு நிவேதிதா பெரிய பொண்ணாவும் மாறிட்டுச் சந்தோஷமா இருந்தாங்களாம்.

அட, அவங்க ரெண்டு பேரும் பொண்ணுங்களா மாறிட்டதாலே இனிமே சாப்பிடறுதுக்குப் புல்லு வேண்டியதில்ல. ஹனிநட்ச்சீரியோஸ் சாப்பிட்டுக்குவாங்க. அதனால இனிமே புல்லு, தோட்டம் தேவை இல்லைன்னாலும், அது இருந்தாத் தான சந்தோஷமா இருப்பாங்க, அப்போ தான் பொண்ணுங்களா இருப்பாங்க, இல்லேன்னா மறுபடியும் குரங்காயிடுவாங்களே அப்படீன்னுட்டு அம்மாப்பா தோட்டத்த வச்சுக்கலாம்னு சொல்லீட்டாங்களாம்.

அப்புறம் அந்த ரெண்டு பேரும் அழகான பொண்ணுங்களா எப்பவும் சந்தோஷமா இருந்தாங்களாம் !

* * * *

இரவு உறங்கச் செல்லும் பெண்களுக்குக் கதை சொல்லி நீண்ட நாட்களாயிற்று. இன்று மாட்டினார்கள்! உறங்கப் பணித்துவிட்டு அறைக்கு வெளியே வந்தேன்.

"அப்பா.." அழைத்தது ஒன்று.

"நாளைக்குப் பேசிக்கலாம். சீக்கிரம் தூங்குங்க"

"இல்லப்பா. ஒரே ஒரு விஷயம். சீக்கிரமா.."

"சரி சொல்லும்மா". குரங்குப் புள்ளைங்க. விடாதுங்க!

"நீங்க ஒரு பதிப்பாளரா ஆயிடுங்க! (You should become a publisher!)"

"அப்புறம், நாமளே இந்தக் கதை எல்லாம் பதிப்பிச்சிரலாம்!"

??!!

* * * *

உறங்கா நிலவு

உறங்காத ஓர் இரவில் வெளியே வந்தேன். பொன்னிற ஒளியிற் சந்திரன் குளித்துக் கிடந்தான். சந்திரன் ஆணா பெண்ணா? நிலவென்றால் பெண். சந்திரன் என்றால் ஆண்? ம்? அந்தக் கவலையெல்லாம் இன்றி 'அது' அதைச் சுற்றிக் கொண்டிருந்தது. சுற்றுவது அந்த நிமிடம் பார்க்கத் தெரிவதில்லை. சுற்றுகிறது என்பது கற்றது தானே. இங்கே கல்வி என்பது பார்த்து உணர்ந்து அறிந்தவர்கள் சொன்னதை ஏற்றுக்கொள்வது. ஆனால் எல்லாக் கற்பிதங்களையும் ஏற்க இயலாமல் போகிறது. சிலவற்றைக் கட்டுடைக்க வேண்டியிருக்கிறது. கல்வி வேறு, கற்பிதம் வேறு.

கண் கொண்ட அளவு கருவி கொள்வதில்லை. ஆனால் நினைவை விடக் கோப்பு நிலையானது என்பது வேடிக்கையாய் இருக்கிறது. மறந்து போயிருப்பேன். ஆனால் கோப்பை வெட்டிச் செதுக்கி வடிவமைக்க, மீண்டும் நினைவில் சேர்ந்து கொள்கிறது இந்த நிலவு. அப்படியென்றால் மீண்டும் நினைவு தான் வெல்கிறதோ? கோப்பு ஒரு மீட்டுக் கொடுக்கும் துணை(வன்) மட்டுமோ?

இருட்டில் செடிகள் எல்லாம் தூங்கிக் கொண்டிருந்தன. ஒளிபாய்ச்சி ஒரு படம் எடுக்கப் பளிச்சென்று பிரகாசிக்கும் இலைகள். இது செயற்கைத் தனமா? இல்லை இந்த ஒளியையும் வாங்கிக் கொள்ள முடிகிற இலைகளின் இயல்பென்று இதுவும் இயற்கையிற் சேர்த்தி தானா? பொன்னிற ஒளிச் சந்திரன், தூங்கும் இலைகள், கோப்பில் சிறை என்று தற்குறிப்பை மனிதன் ஏன் இயற்கை மீது ஏற்ற வேண்டும்? இவை கல்வியின் படிநிலைகளில் ஒன்று? கருத்துருவாக்கமும், கட்டுடைப்பும், மீண்டும் கருத்துருவாக்கமும் கட்டுடைப்புமாகக் கல்விப் பயணம் தொடர்கிறது. அது சுயமாய் இருக்கும்போது சிறக்கிறது. வெளியிருந்து வரும்போதும் யோசித்து ஏற்றுக்கொள்ள வேண்டியது முக்கியமாகப் போகிறது.

அப்படி இல்லாதபோது தலை சூடேறி அறிவு மயக்கமுற வைக்கிறது.

உறங்காத நிலவில் மனம் லயிக்கும் போது எல்லா இசங்களும் தளமுடைந்து போகும். போக வேண்டும்.

* * * *

ஒரு ஜெர்மன் கிராமத்தினளின் நேரிலிக் கதை

ஊர் சுற்றிக் காண்பிக்க அழைத்துச் சென்ற ரூட்டபேகோ உடன் பணி புரியும் ஜெர்மன். தன் காதலியையும் அங்கு அழைத்திருப்பதாகக் கூறினான். "நீ எங்கிருந்து வருகிறாய்? மான்ஹைம் நகரா ஹைடல்பர்க் ஆ?" என்று கேட்டவனைப் பார்த்து இரண்டும் இல்லை என்று தலையை ஆட்டினாள் அவள். அருகில் இருக்கும் கிராமத்தில் இருந்து வருவதாய்க் கூறினாள். முழுக்க ஆங்கிலம் தெரியாத அவளும் ஜெர்மன் தெரியாத நானும் ரூட்டபேகோ ஒண்ணுக்கிருக்கப் போனபோது பேசிக் கொண்டோம். குரங்கு தாவிக் கொண்டு கிடந்தது. கொஞ்சம் வெட்கப்பட்டுத் தனக்குள் பேசிக்கொண்டது. அவர்கள் இருவரும் ஜெர்மனில் பேசிக் கொண்டபோது சன்னல் வழியே பார்த்துக் கொண்டு முகத்தில் மட்டும் ஒரு இளிப்புக் காட்டிக் கொண்டு கிடந்தது. மூன்றாம் ஆள் இருப்பதற்கு அவர்களின் முத்தமோ குரங்கோ வெட்கப் படவில்லை.

ஆந்தலூசியா ஆந்தலூசியா என்று மனதுள் ஒலித்துக் கொண்டே இருந்தது. எங்கோ ஒரு முறை ஆந்தலூசியாவின் நாய் என்று படித்த நினைவு இப்போது ஏன் மேலெழும்ப வேண்டும்? பீர் தயாரிக்கும் வினைகலன்கள் இரண்டு பெரிதாய் இருந்த அறையில் பழமையின் தாக்கம் இருந்தது. "பன்றிக்கறியை இப்படிச் சாப்பிட்டும் எப்படி மெலிதாய் இருக்கிறாய்" என்றேன். இடையில் ரூட்டபேகோ ஜெர்மனில் அவளுக்கும் ஆங்கிலத்தில் எனக்கும் மொழிபெயர்த்துக் கொண்டிருந்தான். அவர்கள் விழிகளால் பேசிக் கொண்டதும் முத்தங்கள் கொடுத்துக் கொண்டதும் இடையில் நீ என்ன கரடி என்று குரங்கு கேட்டது. குலுக்கிய அவள் கை வணிக இறுக்கம் இல்லாமல் மிருதுவாய் இருந்தது. "உனக்கு இரண்டு குழந்தைகளா" என்றாள். "ஆம் இரண்டு பெண்கள் ஆறும் நான்கும் வயது" என்றேன். "படம் வைத்திருக்கிறாயா?" என்று வினவினாள். ஆந்தலூசியா. உனது

ஏழு வயது மகனை எங்கே விட்டுவிட்டு வந்தாய் என்று நான் இரவு பன்னிரண்டு மணியானபோதும் அவளைக் கேட்கவில்லை. ஆனாலும் ஊருக்குப் போன பின் பெண்களின் படத்தைக் கையோடு வைத்திருக்க முடிவு செய்து கொண்டேன். பேருந்தைப் பிடிக்க ஓடினோம். அலைந்து கொண்டிருந்த குரங்கையும் பிடித்து இழுத்துக் கொண்டு ஓடினேன். "மறுபடியும் பசிக்கிறதா?" என்றாள்.

"சாப்பாடு பிடித்திருக்கிறதா" என்று கேட்டேன். அவள் தட்டைப் பார்க்கச் சகிக்கவில்லை. பக்கத்து இருக்கைக்காரர்களின் தட்டும் அப்படித் தான் இருந்தது. "இதில் என்ன இருக்கிறது? ஒரு மெக்சிகனோ, இத்தாலியனோ, ஏன் இந்தியனோ அதெல்லாம் நல்லா இருக்கும். ஜெர்மன் உணவு அவ்வளவு தான்" என்றாள். தனக்குப் பீட்சா பிடிக்கும் என்று சொன்னபோது அவள் முகம் பெரிதாய் மலர்ந்தது. குழந்தை! அவள் தட்டின் மிச்சத்தை ரூட்டபேகோ சாப்பிட்டான். அவளுடைய கைப்பையைத் தூக்கிக் கொண்டு போன பொது இரண்டு பேர் விசித்திரமாய் அவனைப் பார்த்தார்கள் என்று அவள் சிரித்தாள். "நான் கூட என் மனைவியின் பையைச் சுமப்பேனாக்கும்" என்று சொல்லிக் கொண்டேன். குரங்கு சிரித்தது.

உதடுகளுக்கு நேர்த்தியாய் சிவப்புச் சாந்து பூசியிருந்தாள். பீன்யா கொலாடாவை உறிஞ்சிக் குடிக்கும்போதும் அந்தச் சாந்து எப்படி அழியாமல் இருக்கிறது? பக்கத்துக் கட்டிடம் ஒரு ஏலியன் வீடு என்றாள். முகத்தில் புன்னகை. "ஓ தலையில் கொம்பு முளைத்த மனிதர்களா" என்றேன். "இல்லை பச்சை வண்ணக் கூட்டம்". சும்மா அறிவுஜீவித்தனமாய் ரூட்டபேகோ எதையோ சொல்வதை விடத் தன் கதை சுவாரசியமாய் இருக்கும் என்றாள். இரும்புக் குதிரை தான் அந்த ஏலியனின் வாகனமோ? பாலகுமாரன் என்று எங்கள் ஊரில் ஒருவர் உண்டு என்றேன். ஆந்தலூசியா. "கீழே விழுந்தால் நீச்சல் தெரியுமா" என்று கேட்டாள். "ஏன் தள்ளிவிடப் போகிறாயா" என்று எட்டிப் பார்த்தேன். அப்படி ஒன்றும் தண்ணீர் ஆழமில்லை. "ஆனால் உருண்டைக் கற்கள் கடினமானவை. அடிபடும்" என்றாள். ஏலியன் வீட்டு அலங்காரமோ தெரியவில்லை கற்கள் பச்சையாக இருந்தன. "காலையில் இருந்து காப்பியும் கோக்குமாய் இருப்பதால் தண்ணீர் குடிக்கிறேன்" என்றேன். "ஏன் இப்படித் தயங்குகிறாய்" என்று ரூட்டபேகோ கேட்டான். ஆந்தலூசியா. தீவிரமாய் அலுவல் பற்றிப் பேசியபோது ஆன்னா சுவாரசியமற்றுப் பார்த்தாள். அவள் பெயர் ஆன்னா. மான்ஹைம் ஹைடல்பர்க் அருகே ஒரு கிராமத்தில் இருந்து வருகிறாள்.

ஹைடல்பர்க் நகரத்துப் பழைய கட்டிடங்களைப் பார்த்துக் கொண்டிருந்தோம். இது தான் இருப்பதிலேயே பழைய கட்டிடம்

என்று ரூட்டபேகோ கதை சொன்னான். "அவன் கதை விடுகிறான் அது சரியல்ல" என்று அவள் சொன்னபோது தான் இந்தக் கதையெல்லாம் எனக்கெதுக்கு என்று குரங்கு கேட்டது. குடியுறிஞ்சிக்குழாய் வெள்ளையாய் இருந்திருந்தால் உதட்டுச் சாயம் அழிந்திருப்பது தெரிந்திருக்கும் என்றது குரங்கு. அவள் பெயர் ஆன்னா.

பழைய பாலம் ஒன்றன் மீது ஏறிக் காட்டினர். "பாலம் பழையதாய் இருக்கும் போலிருக்கிறதே" என்றேன். "ஆம்! இதற்குப் பெயர் பழையபாலம்" என்றான் ரூட்டபேகோ சிரிக்காமல். சியாம் என்று தாய்லாந்து உணவகம் ஒன்றன் முன் உயரத்தில் ஒரு விளக்கு தொங்கிக் கொண்டிருந்தது. இங்கேயே சாப்பிட்டிருக்கலாம். "இவங்கெல்லாம் எப்பத் தாய்லாந்தில் இருந்து வந்தாங்க?" என்றது குரங்கு. குடிக்கிற தண்ணீருக்கு இரண்டு ஈரோ கேட்பார்கள் என்று முதலிலேயே தெரியாமல் போய்விட்டது. ஆன்னா மான்ஹைம் ஹைடல்பர்க் அருகே ஒரு கிராமத்தில் இருந்து வருகிறாள்.

ஸ்லீப்பிங் ப்யூட்டி கதை புகழ் லூட்விக் மன்னன் இருந்த இடம் இதெல்லாம் என்றார்கள். "இந்தப் பேரெல்லாம் வாய்ல நுழையற மாதிரி இருந்திருக்கலாம்" என்றது குரங்கு. "ரைன் நதி பெயர் அழகாத் தானே இருக்கு" என்றேன். "ஆமாம் நெக்கர்னு ஒன்னும் இருக்காம்ல" என்றது குரங்கு. குளியறையில் கண்ணாடி முன் நின்று தலைவாரிய போது "உன் தலையில நிறைய முடி இருந்திருக்கு" என்று படத்தைப் பார்த்து அவள் சொன்னது நினைவுக்கு வந்தது. இப்போது மட்டும் என்ன என்று அவசரமாய் வெளியே வந்துவிட்டேன்.

இரண்டு நாள் கழித்து ட்ராம் வண்டியில் ஊர் சுற்றிய போது நடுநகரின் செவ்வகச் சாலையின் ஒரு பக்கம் திரும்பிய போது அந்தப் பெயரைப் பார்த்தேன். "ஆந்தலூசியா ஸ்பானிய உணவகம்". அப்போது ஆன்னா அங்கில்லை. ரூட்டபேகோவும் இல்லை. அதற்குப் பிறகு ஆந்தலூசியாவும் வரவில்லை.

தாமதமாய்த் தான் வந்திருந்தாள். மழை வரப் போகிறது என்றாள். வந்தவள் பெரிய ஜெர்மன் உணவு ஒன்றை வாங்க இருப்பதால் பகிர்ந்து கொள்ள முடியுமா என்று கேட்டாள். என்ன ஒரு சிரிப்பும் மலர்ச்சியும் என்று பார்த்தேன். எதுக்கு சும்மா தலையை ஆட்டுறாவ என்று குரங்கு வேறு தமிழ் பேசியது. ட்ராம் வண்டியின் பதின்ம வயதுப் பையன்கள் சிலர் விடை பெற்றுப் போகும்போது கன்னத்தின் இருபுறமும் முகத்தைச் சேர்த்துக் காற்றில் முத்தம் கொடுத்துக் கொண்டனர். ஆன்னா முன்னிரவு என்னிடம் இருந்து விடைபெற்றுக் கொண்டபோது செய்தது போலவே. குரங்கு மலங்க மலங்க விழித்துக் கொண்டிருந்தது. சோர்வில் வாயடைத்துக் கிடந்தது.

நாற்பது இலக்கங்களை ஞாபகம் வைத்திருந்து தொலைப்பேசியில் அழைக்க முடியும் என்று நான் அவளிடம் கூறவில்லை. ட்ராமில் பதின்மப் பையன்களின் சேட்டையை அருகே இருந்த பதின்ம வயதுப் பெண் ரசித்தாளா இல்லையா என்று உறுதியாய்ச் சொல்ல முடியவில்லை.

0, 0, 800, 2255, 288, 841...... 0519180.... 330 நாற்பது இலக்கங்கள் தாண்டி மணியடித்து மறுமுனையில் மனைவியின் குரல் "என்னப்பா சுரமா? உடம்பு சரியில்லையா?" என்றது.

* * * *

அப்பாவின் வயது

"அப்பா.. ஓய் ஆர் யுவர் மாம் அண்ட் டேட் ஓல்ட்?" என்று கேட்டது குழந்தை. எட்டிக் குதித்து மேலே விழுகிறவளைத் தாங்கிக் கொண்டு தூக்கிச் சுற்றும் தெம்பு இன்றைக்கு அவருக்கு இல்லை. ஈரோடு நிலையத்திற்கு வந்து நின்ற இண்டர்சிட்டி ரயிலில் ஏற்றிவிடப் பெரியவளின் கையைப் பிடித்துக் கொண்டு நடந்து வந்த அந்த இரு நிமிடங்கள் கூட அவருக்கு ஒரு நிறைவைத் தந்திருக்கக் கூடும். ஒரு காலத்தில் இறுக்கி வைத்துக் கொள்பவரின் வயிற்றைக் குத்திப் பார்த்து விட்டு, 'கல்லு மாதிரி இருக்கு' என்று வியந்து நின்றிருக்கிறேன். இன்று பாதியாகிப் போன தேகமும் அங்கங்கு விழுந்திருக்கும் குழிகளும் குறுகும் தோளும் ஏறிக் கொண்டே இருக்கும் வயதிற்குச் சாட்சியங்கள் கூறுவனவாய் இருக்கின்றன. ஓரிரு வருட இடைவெளியில் ஒவ்வொரு முறை ஊருக்கு வரும்போதெல்லாம் இப்படி வயதாகும் மாற்றங்கள் முகத்தில் அறையும். இம்முறை அப்படி ஏதும் தாக்கங்கள் ஏற்படவில்லை என்பதற்கு இந்தச் செலுத்தத்தை இயல்பென்று மனம் ஏற்றுக் கொண்டது காரணமா அல்லது அந்த வயதேறும் செலுத்தமே இப்போது மிதமாகிவிட்டதா என்று தெரியவில்லை.

ஊரை விட்டுக் காவிரிப் பாலத்தைத் தாண்டி இரயில் விரைகிறது. பெரும் பசுமைப் பகுதி என்று சொல்லி விட முடியாது என்றாலும் இந்த மண்ணுக்கே சொந்தமான சின்னங்கள் காட்சி தருகின்றன. ஆங்காங்கே சில தென்னை மரங்களும் பனை மரங்களும் உயர்ந்து நிற்கின்றன. வண்ணக் கோலத்தில் எல்லைத் தெய்வங்கள் கண்ணை உருட்டிக் கொண்டு ஓரமாய் நிற்கின்றன. வண்டி முன்னே செல்ல நினைவுகள் பின்னே செல்கின்றன.

"ங்கோவ், ஒழுங்காச் சாப்பிடுங்க. இப்படி ஒண்ணும். சாப்பிடாம ஒடம்பே எளச்சுப் போச்சு. வெறும் மேலோடு இருந்த ஆளப் பாத்துக் கோயக் கும்பாவிசேத்துக்கு வந்த சனமெல்லாம் பேசுச்சு. ராமசாமி

ஒடம்பு பாதி ஆயிருச்சுன்னு", உணவு பரிமாறுகையில் அம்மாவின் கவலை அதட்டலாய் வெளி வந்தது.

"அட. வேண்டாம் போ. பசிக்கல"

"உடுங்க அம்மா. சாப்பிடாமத் தான் இப்படி ஆயிடுச்சா? அப்புறம் வயசும் அறுபதத் தாண்டிருச்சுல்ல" என்றேன். பணி ஓய்வு பெற்ற அப்பாவுக்குச் சுமார் அறுபது வயதிருக்கும் என்று கணக்கிட்டேன். அறுபது வயதுக்காரருக்கும் பல ஆண்டுகளாகச் சர்க்கரை இருப்பவருக்கும் உடம்பு சற்று இளைப்பது இயல்பு தானே.

ஒரு கவளம் சோற்றை வாயில் போட்டபடி அப்பா சொன்னார். "ம்..ம்.. அறுவதுக்கு மேலயே இருக்கும். முப்பத்தியஞ்சிலயே பொறந்தனே"

"முப்பத்திய..சா..? அப்பா, அப்படின்னா உங்களுக்கு இப்போ எழுவது வயசாகுதுங்ப்பா. தப்பா சொல்றீங்களா இருக்கும். போன வருசம் தானே ஓய்வு பெற்றீங்க?"

"இல்லப்பா. யுவ வருசம்னு பொறந்த நாளப் பனையோலைல எழுதி இருந்ததெல்லாம் நியாபகம் இருக்குது". உள்ளறைக்குச் சென்று என்னவோ ஒரு சிறு கையேட்டை எடுத்து வந்தார். வருடங்களும் அவற்றின் தமிழ்ப் பெயர்களுமாய் இருந்த பட்டியல் ஒன்றைக் காட்டிப் "பாரு.. யுவ வருசம் 1935 என்றார்.

இன்னும் சற்று அவநம்பிக்கையாகப் பார்த்தவனைப் பார்த்துச் சொன்னார். "உங்க தாத்தா செத்தது தாரண வருசம். அப்போ நான் நாலாவது படிக்கிறேன். அதுக்கு அடுத்த வருசத்துல இருந்து பள்ளிக் கூடத்துக்குக் கூடப் போகல"

கையேட்டைப் பார்க்கிறேன். தாரண ஆண்டு 1944-1945 என்று இருந்தது. ஒன்பது, பத்து வயது. நாலாம் வகுப்பு. சரியாகத் தான் இருக்கிறது.

"அப்போ அதுக்கு அப்புறம் நீங்க பள்ளிக்கோடம் போகலையா? பத்தாவது வரை போனீங்கன்னு நெனச்சேன்". அப்பாவைப் பற்றி நிறையத் தெரியவில்லை. அலுவலகக் குறிப்புக்களில் ஓரிரு வருடம் மாறிப் போயிருந்தது என்று நினைத்தேன். வயது பத்து வருடம் மாறி இருந்திருக்கிறது.

"இல்லை. வெள்ளகோயலுக்குக் கோர்ட் வேலைக்குப் போகும் போது செர்ட்டிஃபிக்கேட்ல வயசும் படிப்பும் மாத்தி அப்பிடிப் போட்டுக் கொடுத்துட்டாங்க".

"சரி. ஏங்கப்பா அதுக்கு அப்புறம் பள்ளிக்கூடத்துக்குப் போகலே. அனுப்பறதுக்கு ஆள் இல்லியா?"

“காட்டுல ஆடு மேய்க்கறதுக்கு ஆளு இல்ல. அம்மாவுக்கு மூணு பசங்க. மூணு பேரும் வேலைக்குப் போனா மாசம் மூணு மூட்டை கூலி கெடைக்கும் கம்போ, நெல்லோ மறந்துபோச்சு. அதனால பள்ளிக்கூடத்துக்குப் போகலே.”

இன்னும் நம்ப முடியவில்லை. அப்பாவைப் பார்த்தால் எழுபது வயது ஆளாகத் தெரியவில்லையே. சந்தேகம் தீர அம்மாவை இன்னும் ஒரு கேள்வி கேட்கலாம். “அம்மா, உங்க கலியாணத்தப்போ அப்பாவுக்கு என்ன வயசு?”

“அதென்னமோ முப்பத்தியொண்ணோ என்னவோ இருக்கும்னு நெனைக்கிறேன்”.

முப்பத்தியொண்ணு. ஒரு வருடம் கழிந்து நான் பிறந்து, இன்று என் வயதைக் கூட்டினால், கிட்டத்தட்ட எழுபது வரத்தான் செய்கிறது.

எழுபது வயது ஆள் என்று நம்பமுடியவில்லை என்று சொன்னேன். இளைத்த உடல் என்று சற்று முன் பேசிய அம்மாவின் முகத்தில் கூட ஒரு பெருமிதம் தெரிந்ததாகத் தோன்றியது. பெரிதாக எதைப் பற்றியும் அலட்டிக் கொள்ளாத குணம் அவருக்கு. “அடப் போ! என்ன பெரிய இது?” என்று எந்தக் கவலையையும் பெரிதாக எடுத்துக் கொள்ளாமல் அலட்சியப் படுத்திவிடும் குணமே அவருடைய பெரிய பலமும் பலவீனமும் என்று தோன்றியது. இரண்டில் இருந்தும் நான் எடுத்துக் கொள்ளச் சில பாடங்கள் உண்டு.

நான் எழுதிய கடிதங்களை எல்லாம் பத்திரமாய் ஒரு கோப்புக்குள் போட்டு வைத்திருக்கிறார். சமீப காலங்களில் நான் எழுதுவது குறைந்து போனதை நினைத்துப் பார்க்கிறேன். “இப்போது நேரமில்லை. விரிவாகப் பிறகு. இத்துடன் ஒரு காசோலை இணைத்துள்ளேன்” என்று நான் எழுதிய துண்டுக் காகிதத்தைக் கூடத் தூக்கியெறியாமல் பத்திரப்படுத்தி வைத்திருக்கிறார். சிலசமயம் கடிதத்திற்கு மாற்றாய் என் வலைப்பதிவுக் கட்டுரைகளைப் படியெடுத்து அனுப்பி இருக்கிறேன். அவையும் அங்கு பத்திரமாக இருக்கின்றன. அதுவும் என் பதிவுகளின் நோக்கத்தில் ஒன்று தானே. அதையாவது தொடர்ந்து செய்ய வேண்டும்.

ஓய்வு நேரங்களில் தானே வெட்டி ஒட்டி அட்டை போடுவதும், பைண்டு செய்வதும் ஒரு பொழுதுபோக்காய் வைத்திருக்கிறார். வீட்டில் கிடக்கிற புத்தகங்கள் கையேடுகள் எல்லாம் அவர் கையில் பட்டு பைண்டு செய்து கிடக்கின்றன. ரேசன் கார்டு, வங்கிக் கணக்குப் புத்தகங்கள், மின்சாரக் கணக்கட்டை, வாக்காளர் அடையாள

அட்டை என்று எல்லாம். மைப்புட்டிக்கும் கூடத் தானாக ஒரு பெட்டி செய்து வைத்திருக்கிறார். எழுத்தட்டை செய்து தன் பழைய அலுவலகத்தில் சிலருக்குக் கொடுத்துக் கொண்டிருக்கிறார்.

"ரெண்டு மாசம் முன்னாடி உன் பிரெண்டு செந்திலுக்கு பெருந்துறையில ஒரு கோர்ட் வேலைக்கு உதவி தேவைன்னு போயிட்டு வந்தேன்".

"நம்ம முன்னாடி இருந்த வீட்டுப் பழைய போஸ்ட்மேன் பையனுக்கு ஒரு வேலை விஷயமா உதவி தேவையாம். நீ வந்தா போன் பண்றேன்னு சொன்னேன். வரச் சொல்லட்டுமா?"

"அடுத்த வாரம் ஸ்ரீபெரும்புதூர் போறேன். அரச்சலூர்க்காரர் ஒருத்துரு பையனக் காலேஜ்ல சேக்கறதுக்குக் கூட ஒத்தாசைக்கு என்னையும் வரச் சொல்லி இருக்கார். அப்படியே சென்னைக்கும் ஒரு நடை போலாம்னு பாக்குறேன்".

ஓய்வான காலத்தில் சும்மா இருக்காமல் இப்படி ஏதேனும் ஒன்றில் ஈடுபட்டு ஊக்கமாய் இருப்பது முக்கியம் என்று தோன்றுகிறது. "சரி. பாத்துக்கங்க. ரொம்ப அலைஞ்சு ஒடம்பு கெடாமப் பாத்துக்குங்க" என்று மட்டும் சொல்லிவிட்டு வந்தேன்.

பெங்களூரை நோக்கி விரைகிறது ரயில் வண்டி. லேசான மழைத்துளியோடு காற்று வீசிக் கொண்டிருக்கிறது.

"யம்மி" என்று நாக்கைச் சப்புக் கொட்டிக் கொண்டு ரயில் வண்டியிற் தக்காளி சூப் குடிக்கிற என் மகளுக்காக ஊதி ஊதிக் கொடுத்துக் கொண்டிருக்கிறேன்.

* * * *

ஈரோட்டுக்குச் சென்ற இரவு ரயில்

வார இறுதியில் தஞ்சாவூர் விரைவு வண்டி ஈரோடு ரயில் நிலையத்தில் என்னை இறக்கிவிட்டபோது இரவு மணி ஒன்று. பெங்களூரில் முன்பதிவு செய்யாத ரயில்வண்டியில் ஏறி மூட்டைமுடிச்சு வைக்கும் இடத்தில் கிடைத்த இடத்தில் படுத்துக் கொண்டே வந்துவிட்டேன். கீழே உட்கார்ந்திருந்தவர்களும் இடையில் ஏறியவர்களும் இடத்திற்காக சிறு சிறு சச்சரவுகளும், விட்டுக் கொடுத்தல்களும், சமாதானமான பின் சுமூகமான பயணமுமாய் இருந்த ஊடாடல்களைக் கவனித்துக் கொண்டே வந்தேன். சுவாரசியமாய் இருந்தது. யாராவது கேட்டால் மேலே இடம் கொடுக்கவும் சித்தமாய் இருந்தேன். ஆனால் மேலே இடம் பிடிப்பவர்கள் படுத்துக் கொள்ளலாம் என்பது எழுதப்படாத விதி ஒன்று போலும். யாரும் என்னை அணுகவில்லை.

எளிதில் உணர்ச்சிவயப்பட்ட எதிரில் இருந்த வெள்ளைச் சட்டை வேட்டித் தாத்தா சகட்டுமேனிக்குச் சாப்பிட்டுக் கொண்டிருந்தார். உயரமூத்தக்காரராய் இருக்கும். உடன் வந்தவர்கள் அவரை நன்றாக கவனித்துக் கொண்டார்கள். சண்டைக்குப் போன அவரைச் சமாதானப்படுத்தி உடன் வந்தவர்களில் மூன்று பேர் அவரை மேலே அனுப்பக் கைகொடுத்தார்கள். நெரிசலிலும் மக்கள் எவ்வளவு சந்தோஷமாய் இருக்கிறார்கள் என்ற என் மையலுணர்ச்சியைக் கெடுப்பதற்கென்றே அமைந்த மாதிரி வண்டி கிளம்பிய சிறிது நேரத்தில் சற்றுத் தள்ளி ஒரு பெரிய சண்டை ஆரம்பமாகி இருந்தது. பெரிதாகத் தூக்கம் வரவில்லை என்று வேடிக்கை பார்த்துக் கொண்டிருந்தேன். இடம் பிடித்துக் கொடுப்பதும் கூட ஒரு தொழிலாகி இருக்கிறது. ஆரம்பத்தில் ஓர இருக்கை இரண்டில் ஒவ்வொரு செருப்பு இருந்ததைப் பார்த்தேன். இருபது ரூபாய்க்கு விலை போயிருக்கின்றன அந்த இருக்கைகள். ஒற்றைச் செருப்புப் பதிவு முறைக்கு இருபது ரூபாய். பரவாயில்லை.

சண்டை வந்த திக்கில் எட்டிப் பார்த்தேன். அங்கு யாரோ நூற்றைம்பது ரூபாய்க்கு படுக்கும் உரிமையை வாங்கி இருந்ததாகவும் அதனால் தாங்கள் படுத்துக் கொண்டு தான் வருவார்கள் என்றும் உட்கார இடம் கேட்டுக் கொண்டிருந்தவர்களிடம் சத்தம் போட்டுக் கொண்டிருந்தார்கள். அது கொஞ்சம் அதிகம். அநியாயம். முறையாகப் பயணச்சீட்டு வாங்கி வருபவர்களுக்கு உட்கார உரிமையுண்டு தானே. தாம் நியாயமின்றி யாருக்கோ காசு கொடுத்துப் படுத்துக் கொண்டு வந்தால் மற்றவர்கள் என்ன செய்ய முடியும்? பேச்சும் சத்தமும் சண்டையும் அதிகரித்துக் கொண்டே வந்து தர்மபுரியில் போலீசார் உள்ளே ஏறும் வரை தொடர்ந்து கொண்டிருந்தது. இத்தனைக்கும் இடையிலும் சில மகானுபாவர்கள் பழைய செய்தித்தாளைக் கீழே விரித்து உறங்கிக் கொண்டிருந்தார்கள். நான் எடுத்துச் சென்ற ஒரு பழைய செய்தித்தாள் கூட பைக்குள் பத்திரமாய் இருந்தது. இப்போதெல்லாம் அந்த வழிமுறை ஒத்துவராது என்று தோன்றியது.

“சாப்பிட்டுட்டீங்களா?” என்று கேட்டபடி எதிர் இருக்கைக்காரர் இட்லியைச் சட்னியில் புரட்டி வாயில் போட்டுக் கொண்டிருந்தார். தன் பெரியப்பா மகனைப் பெங்களூர் ஆஸ்பத்திரியில் பார்க்கப் போன கதையை நான் கேட்காமலே சொன்னார். பேசிக் கொண்டிருந் தவர்களில் ஒருவர் பெயர் ‘செல்வராஜ்’ என்று அறிந்து “என் பெயரும் அதுதாங்க” என்றேன். ‘ஓஹோ’ என்று திரும்பிப் படுத்துக் கொண்டார்!!

இப்போதெல்லாம் ரயிலில் சாப்பாட்டுக்குப் பஞ்சம் இல்லை. அடிக்கடி ஏதேனும் ஒன்றை அந்த அர்த்த ராத்திரியிலும் விற்றுக் கொண்டு தான் இருந்தார்கள். ஆனால் மிச்சக் கழிவுகளைப் போடுவதற்கோ, குப்பைகளைச் சேகரிக்கவோ தான் சரியான வழிமுறைகள் இல்லை. சாளரத்தின் வழியாய் ஒவ்வொரு முறையும் யாரேனும் எதையேனும் எறியும் போதெல்லாம் ‘இந்தியா ஒரு பெரிய குப்பைத் தொட்டி’ என்று யாரோ சொன்னது, எங்கோ படித்தது வந்து வந்து குத்தியது.

ரயில் நிலையத்தில் இருந்து வீட்டிற்கு நடந்தே சென்றுவிட முடிவு செய்தேன். சற்று தூரம் அதிகம் தான். ஆனாலும் பகல் நேரத்தில் போனாலே ஆட்டோக்காரர் நாற்பது ரூபாய் கேட்பதுண்டு. இரவிலே இன்னும் இருபது ரூபாயாவது சேர்த்தே கேட்டிருப்பார். பெங்களூரில் இருந்து எழுபத்தாறு ரூபாய்க்கு ஈரோடு வந்துவிட்டு, ‘இவடத்துக்கால’ இருக்கிற வீசத்திரத்திற்கு ஐம்பது அறுபது ரூபாய் கொடுக்க மனம் ஒப்பவில்லை என்பது ஒரு பக்கம். சரி, தனியாகத் தானே இருக்கிறோம், அப்படியே ஒரு உடற்பயிற்சியாகவும் இருக்கட்டுமே என்று

எண்ணியது இன்னொரு பக்கம். இந்தப் பக்கமெல்லாம் எப்படி மாறி இருக்கிறது என்றும் பார்த்துக் கொள்ளலாம்.

அந்த அகால வேளையில் யாரேனும் எதிர்ப்பட்டு வழிப்பறி முதலியவைகளில் ஈடுபட்டால், கையில் தூக்கிச் சென்ற பழைய மிக்ஸியைப் போட்டு அடித்துவிடலாம் என்று நினைத்துக் கொண்டு சென்ற என் வீர தீரக் கனவுகளுக்கு வேலையில்லை. ஈரோடு அவ்வளவு மோசமாகவில்லை. எலும்பும் தோலுமாய் இருந்த தெருநாய் ஒன்று கூடத் தொந்தரவு செய்யாமல் அதன் வேலையைப் பார்த்துக் கொண்டு சீராக ஓடிக் கொண்டிருந்தது. பெரும்பள்ளம் ஓடைப்பாலத்தருகே ஒரு குப்பைத் தொட்டியை நிமிர்த்தி வைத்து விட்டுக் குப்பைகளைக் கீழே போட்டு வைத்திருக்கிறார்கள்.

உள்ளூர்ப் பேருந்துகள் அங்கங்கே பெட்ரோல் நிலையங்களில் நிறுத்தி வைக்கப்பட்டிருக்கின்றன. பிரசவங்கள் பார்த்துக் கொண்டிருந்த டாக்டர் மரகதவல்லி ஒரு பெட்ரோல் பங்க் வைத்திருக்கிறார். பள்ளியிறுதிப் பரிட்சைக்குப் படித்தபோது நண்பரோடு நான் இரவிலே வந்து டீக்குடித்த நால்ரோட்டுக் கடை இன்னும் திறந்திருக்கிறது. இடையில் நிறுத்திய ஒரு ஆட்டோக் காரர் 'பத்து ரூபாய் தருகிறேன்' என்று சொன்னதைக் கேட்டுக் கொண்டு 'மினிமமே இருவது ரூவா சார்' என்று போனார். மணியைப் பார்த்தேன். ஒன்றரை. அரை மணி நேரமாயிற்று. இன்னும் பாதி தூரம் தான்.

இருபத்தி நாலு மணி நேரமும் இருக்கிற ஒரு தானியங்கிப் பணம் வழங்கியின் முன்னால் ஒரு காவலாளி தூங்கிக் கொண்டிருந்தார். ஏ.பி.தாமஸ் ஃபர்னிச்சர் கடைக்காரர்கள் பேருந்து நிறுத்த இடம் ஒன்று செய்து கொடுத்துவிட்டு அதன் பின்னாலே ஒரு காட்சியகம் அமைத்துத் தங்கள் கடைக்கு விளம்பரம் அமைத்திருந்தார்கள். பேருந்து நிலையத்தருகே இருந்த உணவகங்களின் முன்னால் விடியலுக்குத் தயாராக இருட்டில் ஒரு பெண்மணி பாத்திரங்கள் தேய்த்துக் கொண்டிருந்தார். அந்த முக்கில் நின்று கொண்டிருந்த பேருந்தின் சக்கரத்தை ஒருவர் நீரூற்றிக் கழுவிக் கொண்டிருந்தார்.

மேட்டூர் ரோடு முழுக்க அளந்து சத்தி ரோட்டில் திரும்பிய போது அங்கும் சாலையில் சில பேருந்துகள் நின்று கொண்டிருந்தன. 'கம்பத்த நேராப் போட்டு டைட் வையுடா' என்று ஒரு சக்கரத்தின் 'நட்'டை இரண்டு பேர் இறுக்கிக் கொண்டிருந்தார்கள். இரவில் ஓய்வெடுத்துக் கொள்கிற சொகுசு எல்லோருக்கும் பொதுவான தில்லை. அரசியலில் குதிக்கும் விஜயகாந்த் மதுரை மாநாட்டிற்கு விட்ட அழைப்பு ஒரு சுவற்றிலும், 'ஆடம்பரத் திருமணங்கள் அவசியமா' என்று விவேகத்துடன் விவாதிக்கக் கொங்கு வேளாளர்

சங்கமொன்று விடுத்த அழைப்பு மறு சுவற்றிலுமாய்த் தெருவிளக்கொளியில் மின்னிக் கொண்டிருந்தன.

ஊர் கொஞ்சம் மாறி இருக்கிறது. இருந்தாலும் பெரும் பான்மையான அமைப்பு அப்படியே தான் இருக்கிறது. பல நாள் கழித்துப் பார்க்கிற குழந்தையை 'எவ்ளோ வளந்துருச்சு!' என்று வியக்கும்போது அதன் உடனேயே இருப்பவர் 'அப்டீங்களா எங்களுக்குத் தெரியலியே' என்பது போல் தான் இங்கேயே இருப்பவர்களும் ஊரைப் பற்றிச் சொல்வார்களாய் இருக்கும். வீட்டை நெருங்குகையில் ஒரு மணி நேரமாய் நடந்த அசதி மெல்ல எட்டிப் பார்க்கிறது. மணி இரண்டை நெருங்கிக் கொண்டிருக்கிறது. கதவருகே வந்து இருட்டிலே 'இங்கே எங்கயோ ஒரு அழைப்பு மணி இருக்குமே' என்று துழாவி மணியை அடித்த உடனே வந்து திறந்தார் அப்பா.

"என்னங்கப்பா தூங்கலியா?" என்று கேட்டபடி உள்ளே நுழைந்தேன்.

"இப்பத்தான் படுத்தம்" என்று எழுந்து அமர்ந்தார் அம்மா.

இரவில் இவர்களைத் தொந்தரவு செய்ய வேண்டாம் என்று நடந்தே வந்தால், "நீ வந்துருவேன்னு முழிச்சுக்கிட்டு இருந்தோம். எறங்குன உடனே ஒரு போன் பண்ணி இருந்தீன்னா டேசனுக்கு வந்துருப்பனே!" என்கிறார் அப்பா.

* * * *

ஜூரிக் நகரத்துக் கத்தரிக்கா

அவளுக்கு வயது சுமார் இரண்டு இருக்கும். பச்சை நிறப் பொட்டு வைத்திருந்தாள். தீர்க்கமாய்ப் பார்வையைச் செலுத்தும் கண்கள். கொக்கி மாதிரி தலையின் இரு புறங்களில் கொண்டைகள். அப்போது தான் உறங்கி எழுந்து வந்தவள் தன் தந்தையின் மீது ஏறிக் கொண்டாள். அவரின் சட்டையை இறுகப் பற்றிக் கொண்ட ஒரு பாதுகாப்பு உணர்வோடு என்னைச் சந்தேகமாகப் பார்க்கிறாள். ஒரு அன்புப் பொட்டலமாய் இருந்த அவளையும் கொஞ்சுகிற பெற்றோரையும் பார்க்கையில் இரண்டு வயதினளோடு இருப்பது என்ன ஒரு சுகம் என்று மனம் சுயநினைவுகளில் ஆழ்கிறது.

மெல்லப் பேச்சுக் கொடுத்தேன். “உன் பேர் என்னம்மா”

பதில் இல்லை.

“பாப்பா தானே?”

என்ன தவறாகச் சொல்கிறீர்கள் என்பது போல் உடனே நிமிர்ந்து பார்க்கிறாள்.

“குட்டிப் பாப்பா!”. திருத்தம் தெளிவாக வருகிறது. சொல்லிவிட்டு மீண்டும் தன் வேலையைக் கவனிக்கச் சென்றுவிட்டாள்.

நான் வெளியூருக்குப் போகிறேன் என்று தெரிந்தவுடன் எங்கள் வீட்டு நாலேமுக்கால் வயதுக் குட்டிப் பாப்பா ஒன்றும் என் கால்களைக் கட்டிக் கொண்டு “உங்க ஆபீஸ எனக்குப் பிடிக்கல்லே” என்று சொன்னதும் நினைவுக்கு வருகிறது.

அவளுடைய காய்கறி வண்டியில் நெகிழிப் (plastic) பண்டங்கள் விதம் விதமாய் இருந்தன. செந்நிறத்தில் ஒன்றை வாயில் வைத்து விளையாடிக் கொண்டிருந்தவளை வெளியே எடுக்கச் சொல்லி அன்பாய்ச் சொல்கிறார் தந்தை. தான் ஆரோக்கியமாய்ப் பழம் காய் சாப்பிடுவதை ஏன் வேண்டாம் என்று சொல்கிறார் என்று கேட்பது

போல் "கத்தியிக் காய்!" என்கிறாள். அவளுக்குக் கத்தரிக் காய் சுவை பிடிக்குமோ தெரியவில்லை, ஆனால் சொல்லப் பிடித்திருக்கின்றது.

"இல்லம்மா, அது தக்காளி", சரியாகச் சொல்லித் தர முயலும் தந்தை.

"ம்". ஒற்றை வார்த்தை கூட இல்லை. ஒற்றை எழுத்துத் தான் பதிலாய் வருகிறது. தொடர்ந்து நாம் என்ன பேசினாலும் அவள் ம் கொட்டிக் கேட்பது சுவாரசியமாய் இருக்கிறது.

"தக்காளீ..." விடா முயற்சியோடு தந்தை மீண்டும் முயல்கிறார்.

"ம்?"

"எங்கே சொல்லு பாக்கலாம், தக்காளீ"

"ம்!?"

"அப்பா சொல்றதச் சொல்லும்மா, தா.."

"தா". புரிந்து கொண்டவள் அடுத்து உற்சாகத்தோடு உடனுக்குடன் திருப்பிச் சொல்கிறாள்.

"இக்.."

"இக்"

"கா.."

"கா". கவனித்துக் கொண்டிருக்கிற எனக்கும் மனதுள் தா, இக், கா என்று எதிரொலிக்கிறது.

"ளீ.."

"ளீ". அவளுடைய வாயையே ஆவலுடன் பார்த்துக் கொண்டிருக்கிறேன். இதோ பாடம் முடிந்து சரியான சொல் உதிரப் போகிறது என்று ஒரு திருப்தியோடு எதிர்பார்த்துக் கொண்டிருக்கிறேன்.

"தக்காளீ.." என்று தந்தை முடித்து வைக்க, பின்னும் "கத்தயிக்காய்" என்று சற்றும் எதிர்பாராமல் புன்னகையோடு உடனே வந்து உதிர்கிறது ஒரு முத்து. குபீரென்று சிரிப்பு வந்து எல்லோரையும் தொற்றிக் கொண்டது. அவளும் சேர்ந்து சிரித்து விட்டுப் பிறகு தக்காளியைச் (தக்காயி?) சொல்லி விட்டாள். திருட்டுப் பொண்ணு!

அருகில் இருந்த 'அவள் விகடனை' எடுத்துப் பிரித்து என்னிடம் என்னவோ காட்டுகிறாள். மழலை மொழி கேட்கப் பரவசமாய் இருக்கிறது. புரியவில்லையே என்று சொல்லக் கூட எனக்குப் பிடிக்கவில்லை. அவள் காட்டிய இடத்தில் இருந்தவற்றைப்

படிக்கிறேன். தான் கேட்பது இல்லாமல் இந்த மாமா வேறு என்னவோ செய்கிறாரே என்று அவளுக்கு அது குழந்தைத்தனமாகக் கூட இருந்திருக்கலாம். படிக்கப் படிக்கப் பக்கங்களைப் புரட்டி வேறு எதையோ காட்டி இன்னும் தீவிரமாய் வேறு சொல்கிறாள். "ஓஹோ, அப்படியா?" என்று மட்டுமே சொல்ல முடிகிறது என்னால், வியப்புடனே.

அப்பா சொன்னதைக் கேட்டுக் குல்லாக்காரன் கதையைச் சொல்ல ஆரம்பித்தவள், "ஒரு ஊல்ல.." என்ற அடுத்த கணமே கதையை விட்டு வேறு எங்கோ தாவி விட்டாள். "குரங்கு வந்துச்சா?" என்று நான் கேட்டுப் பார்த்தும் பயனில்லை.

"தவளை மாதிரி குதிப்பாளாக்கும். எங்கே குதிம்மா" என்று தந்தை சொன்ன பிறகு சிறிது நேரம் கழித்துக் குதித்துக் காண்பிக்கிறாள். அந்தரத்தில் காலை அகட்டிக் குதிப்பதைப் படம் எடுக்கப் பலமுறை முயன்றும் முடியவில்லை. அது பற்றி எல்லாம் அவளுக்கு யாதொரு கவலையுமில்லை. மீண்டும் மீண்டும் குதித்துக் கொண்டிருக்கிறாள்.

இரவு திரும்புகையில் ரயில் வண்டியில் என்னை வழியனுப்பி வைக்க அப்பாவின் மேல் தொற்றிக் கொண்டு தானும் வருகிறாள். குட்டிக் கையின் பிஞ்சு விரல்கள் "டாட்டா" என்று சொல்லி அனுப்பி வைக்கின்றன. வண்டி நகர்ந்த பின்னும் நெடுநேரம் "மாமா", "மாமா" என்ற வெடுக்கென்ற குரல் இன்னும் ஒலிக்கிறது.

வார இறுதியில் மட்டுமாவது அதிக நேரம் உடனிருந்து விளையாட முடிகிற அவளுடைய அப்பாவை ஊர் சுற்றிக் காண்பிக்கச் சில மணி நேரங்கள் என்னோடு அழைத்துச் சென்று விட்டேன். ரயிலிலும் டிராமிலும் நடந்தும் என்னை இழுத்துச் சென்ற நினைவோடை ராதாகிருஷ்ணனுக்கும் நான் சென்ற அரை நாளில் என் காய்ந்த வயிற்றிற்கு இட்லி சட்னி சப்பாத்தி சாம்பார் ரசம் இரண்டு மூன்று பொரியல் பாயாசம் என்று எல்லாம் செய்த பிறகும் "இவர் கடசி வரைக்கும் சொல்லவே இல்ல. அதனால சிறப்பா ஒண்ணுமே பண்ணல" என்று குறைப்பட்டுக் கொண்ட அவரது மனைவிக்கும் சின்னதாய் ஒரு நன்றி மட்டும் சொல்லிக் கொள்கிறேன்.

முன்பின் பார்த்திராத ஒருவனுக்கு இப்படி மாய்ந்து மாய்ந்து செய்யும் நட்பையும் உருவாக்கி இருப்பது இந்த வலைப்பதிவின் சாத்தியங்களுள் ஒன்று இன்னும் சில மணி நேரங்களில் விமானம்.

ஸ்விட்சர்லாந்திற்கு ஒரு வணக்கமும் ஜூரிக் நகரத்துக் கத்தரிக்காயிற்கு ஒரு டாட்டாவும்.

* * * *

தன்னச்சில் மெல்லச் சுழலுது காலம்

இரண்டு புள்ளிகளை வைத்து அவற்றினிடையே ஒரு நேர்க்கோடு வரையச் சொன்னால் சிறு குழந்தை கூட அழகாக வரைந்து விடும். நேர்க்கோடு எளிமையானது. அதனை வரைவதும் எளிமையானது. வரைகோட்டைப் பல வண்ணங்களால் அமைக்கலாமே தவிர வடிவம் என்பது அதற்கு ஒன்றே தான். அதே இரண்டு புள்ளிகளிடையே ஒரு நேரிலிக் கோட்டை வரையக் கிளம்பினால், வரம்பிலியாகக் கோடுகளை வரைந்து கொண்டே இருக்கலாம். நேரிலிக் கோடுகளின் சாத்தியங்கள் கணக்கில் அடங்காதவை.

வாழ்க்கையும் அதனையொட்டிய அனுபவங்களும் ரசனைகளும் கூட இப்படித் தான். ஆரம்ப நிலையில் ஒரு நேர்க்கோடாய் இருந்து புரிந்து கொள்ள எளிமையாகவும் சுளுவாகவும் இருக்கிறது. அது ஒரு குழந்தைக்கான புரிந்துகொள்ளலாய்க் குறுக்கிய வடிவம் கொண்டதாய் இருக்கிறது. அதுவே போதும் என்று நினைப்பவர்களுக்கு அந்த நிலையே ஒரு திருப்தியைத் தருகிறது. அதையும் தாண்டிச் செல்ல நினைப்பவர்களுக்கு நேரிலியாய்ப் பல அனுபவங்களைத் தந்து சுவை கூட்டுகிறது. இன்னும், ஒரு பரிமாணம் தாண்டிப் பல பரிமாண வெளியில் நோக்குகையில் நேரிலிக் கோடுகள் நேரிலி வடிவங்களாகி அவற்றின் பலக்கிய அழகைக் காட்டி ஆச்சரியப்படுத்துகின்றன.

காலச் சுழற்சியில் மாறிய காட்சியில் ஒரு அமெரிக்க இரவில் எழுதிக் கொண்டிருக்கிறேன். வெளியே குளிர். சென்ற வருடத்தை விட இந்த வருடம் சற்று மிதமான குளிர் தான். சில தினங்களுக்கு முன்னர் பனிக்கொட்டி வெட்ட வெளியில் வெண்மை விரிந்து கிடந்தது. சில நிமிடங்களே ஆனாலும் அன்று, பெற்ற பிள்ளைகள் பனியெறிதல் விளையாட்டில் குதூகலித்தது நிறைவாய் இருந்தது. கதிரவனைக் காண்பது அரிதாய் இருக்கிற காலம் என்றாலும் சமீபத்தில் வீசிய கதிரொளி பனியைக் கரைத்துச் சென்றுவிட்டது.

காலம் சுழலும். மீண்டும் பனி வரும். பனியெறிதலும் பனிச்சறுக்கும் கூடவே வரும்.

இது ஒரு புத்தாண்டும் கூட. புதியது என்று காலத்தை மனிதன் வகைப்படுத்திக் கொண்டாலும் சலனமெதுவமற்றுச் சுழன்று கொண்டிருக்கிறது காலம். தனிச்சிறப்பானது ஒன்றுமில்லை என்றாலும் அகவாய்வு செய்துகொள்ளப் புத்தாண்டு ஏற்ற தருணம் என்று கொள்ளலாம் தான். எவ்வழியிற் செல்வதும் பரிபூரணச் சுகமாயில்லை என்கிறபோது, செல்லும் வழியைச் சற்றே செப்பணிட்டுக் கொள்ளச் சுய ஆய்வுகள் உதவத் தான் செய்கின்றன.

மனித உறவுகள் பலக்கியனவாய் இருக்கின்றன. ஒரு குழந்தையாய் இருக்கையில் பார்த்த நேர்க்கோடுகள் வளர்கையில் சிலசமயம் நெம்பப்பட்டு நேரிலிகளாகின்றன. பார்த்துக் கொண்டிருக்கையிலேயே மாயமாய் மாறிப் பல வடிவுகள் காட்டுவதாய் இருக்கின்றன. ஆட்டக்களம் மாறி வேறுவெளிக்குக் கடத்தப் படுகின்றன. மாறிய களத்தின் ஆட்டக் குறைகள் தொடர்பு இடைவெளிகளை உருவாக்குகின்றன. அங்கே 'நானென்ன செய்ய முடியும், செய்திருக்க முடியும்?' என்று உயரக் கையை வீசிக் கையாலாகாத்தனம் காட்டுவதை விட ஏதேனும் செய்ய முற்பட வேண்டும். மேலும் மேலும் மண்ணில் புதைந்து போகாமல் தொடர்பைப் புதுப்பித்துக் கொள்ள முயல வேண்டும்.

அதீத எதிர்வினை என்பது உடலுக்கும் மனதுக்கும் உறவுக்குமே நல்லதல்ல. உயிர் இருக்கையில் வினை இருக்கும். வினை இருக்கையில் எதிர்வினை இருக்கும். விளைவுகள் இருக்கும். மறுக்கவியலாத கூற்றுக்கள். எதிரெதிர்ச் சக்திகளின் இழுவைகளில் அல்லலுறாதிருக்கச் சுயசக்தி பெருக வேண்டும். சுதந்திரம் பரவ வேண்டும். முரடாய் இருக்கத் தேவையில்லை. எதிர்புறத்திற்கும் மூச்சுவிட இடம் வேண்டும்.

பலக்கிய அனுபவங்களுக்கு இலக்கியம் ஆறுதலைத் தந்தாலும் ஒரு தெளிவைத் தருவதாயில்லை. 'சொந்தமென்ன பந்தமென்ன, உன் தொழில் போர் செய்திருப்பது; சஞ்சலமடையாதே' என்று கீதை ஒருபுறம்; 'இன்னா செய்தாரை ஒறுக்க நன்னயம் செய்துவிடு' என்று தமிழ்மறை மறுபுறம். நன்றே செய்து பின் இன்னா செய்தாரை எப்படி ஒறுப்பது? நன்னயமே செய்துவிடலாம் தான், பின்பு.. முடிகிறபோது.. என்று தான் மனம் சுற்றுகிறது.

சுற்றத்தில் புதிய பிறப்புக்கள் பற்றிச் செய்திகள் வந்து சேர்கின்றன. புதிய கோடுகளுக்குப் புள்ளிகள் தயாராகின்றன.

மெல்லச் சுழலுது காலம்.

* * * *

மௌனத்தின் ஊடாக வார்த்தைகள்

சுற்றிலும் கொட்டிக் கிடக்கின்றன வார்த்தைகள். சில அருகிலும் சில தொலைவிலும். பெரும்பாலும் அவ்வார்த்தைகள் சலனமற்றும் சக்தியற்றுமே கிடக்கின்றன. ஒன்றைச் சொல்ல வந்தவை அந்த ஒன்றைச் சொல்ல முடியாமல் சுற்றிச் சுற்றிக் கும்மியடித்துவிட்டுப் பின்னும் சொல்ல வந்ததைச் சொல்ல முடியாமற் செத்துப் போவதைச் சில சமயம் வேதனையுடன் பார்க்கிறேன். சிலசமயம் பெருவேகத்துடன் வந்து சூட்டுப்புண் உண்டாக்குவதைத் தவிர வேறு எதையும் சாதிக்காத வார்த்தைகள் நிகழ்கணத்தில் உயிரின்றி அள்ள முடியாமற் சும்மா கிடக்கின்றன. ஒன்றோடு ஒன்று மோதிக் குற்றுயிராய்ச் சில சமயம் கிழிந்தும் கிடக்கின்றன. காரணமின்றிச் செத்து வீணாகியே போன வார்த்தைகள்.

வார்த்தைகளை விட மௌனங்களே சிறந்ததோவென ஒரு மயக்கம் உண்டாகினும், அந்த மௌனங்களாலும் சில சமயம் இடைவெளிகளை இணைக்க இயலுவதில்லை. இணைக்க இயலாமை மட்டுமல்ல. அந்த இடைவெளிகளைப் பெரிதாக்கியும் விடுகின்றன மௌனங்கள். ஆக, வார்த்தைகள் சிறந்தனவா, மௌனங்கள் சிறந்தனவா என்னும் கேள்வி எழுகிறபோது, எதற்கு என்னும் உபகேள்வியும் கூடவே எழுகின்றது. அவற்றின் குறிக்கோள் என்ன? அவற்றால் எதைச் சாதிக்க நினைக்கிறோம் என்பதைப் பொருத்தது தானே அது?

தொடர்புகளைப் பலப்படுத்திக் கொள்ளவும் புரிந்துணர்வை அதிகரித்துக் கொள்ளவும் உதவும் சாதனங்களாக இவற்றைப் பயன்படுத்த நினைக்கிறோமெனில் அந்தத் தொடர்பின், புரிந்துணர்வின், அடிவேர் உள்ளத்தில் இருக்கிறது என்பதை உணர நேரம் அதிகமாகாது. உள்ளங்களைச் சென்று சேர வேண்டுமெனில், அந்தக் குறிக்கோளை மறந்த கூரீட்டிகளாய் வார்த்தைகளோ மழுங்கம்புகளாய் மௌனங்களோ இருந்தென்ன பயன்? இதமான

தென்றலாய், அந்தத் தென்றலில் உதிர்ந்து மெல்ல ஆடியபடி கீழே விழும் மலராய், அது எழுப்பும் ஒலியில்லா ஒலியாய் இருக்க வேண்டும். நோக்கம் தெளிவாகவும் அது செலுத்தும் இயக்கம் சரியாகவும் இருக்கையில் வார்த்தைகளும் தேவையில்லை. மௌனங்களும் தேவையில்லை. தேவையில்லை என்பதை விட எதுவும் ஒரு பொருட்டில்லை என்பதே பொருத்தமான உண்மை.

சிலசமயம் அழுகின்ற ஒரு குழந்தையைத் தேற்றுவதற்குக் கூட என்னிடம் வார்த்தைகள் இல்லை. கோணித்துப் போகும் அதன் முகம் கண்டு, வேதனையில் கிழ்நோக்கிப் பிதுங்கும் உதட்டோரங்கள் கண்டு வருந்தி, அதன் ஏமாற்றத்திற்குக் காரணமாய் இருந்து விட்டோமோ என்று பதைக்கிறது மனம். அதன் பாதிப்பினூடாகப் பயணித்து உள்ளத்தை ஆற்றிப் பரிகாரம் தேடிக் கொள்வதெப்படி எஃறும் திகைப்பு உண்டாகிறது.

அழுகைக்கு இடம் கொடுக்கக் கூடாது, அதன் சொடுக்கலுக்கு ஆடக் கூடாது என்று ஒருபுறத்தின் ‘வாயை மூடுகிறாயா இல்லையா’ என்னும் மிரட்டல் அதன் உள்ளத்தில் இன்னும் எவ்வளவு தூரம் பாதிப்பை ஏற்படுத்துமோ என்று கலக்கம் உண்டாகிறது. ‘தனியாக அறைக்குச் சென்று அழுது வா’ என்று அனுப்பி வைத்துவிட்டு ‘என்னைப் புரிந்து கொள்ளேன்’ என்று சொல்லாமற் சொல்லுகிற அதன் கதறலைக் கேட்கச் சகிக்காமல் குப்புறப் படுத்துக் கொள்ளச் செய்கிறது.

புயலுக்குப் பின் ஓய்வைப் போல ஏமாற்றங்களை வெளியே விட்ட நிம்மதியில் கீழிறங்கி வருகிற குழந்தையிடம் ஒட்டுதலை அதிகரிக்க வேடிக்கைப் பேச்சும் வார்த்தைகளும் உதவத் தான் செய்கின்றன. நல்ல வேளை இவை உயிரோட்டமுள்ள வார்த்தைகள். முன் தின நிகழ்வுகளை, தன் வேதனையின் வெளிப்பாடுகளை, மறுதினம் தானே வேடிக்கையாக எடுத்துக் கொண்டு அதனால் சிரிக்க முடிகையில் இதமாய் இருக்கிறது. மானிடத்தின் மீது நம்பிக்கை பிறக்கிறது.

இளங்காலைக் குளிரில் எழுந்து தேடி வந்து ‘இதமாய் இருக்கிறீர் அப்பா’ என்று கட்டிக் கொண்டு கொஞ்சுவது சுகமாய் இருக்கிறது. பள்ளியில் இணையாய் விளையாடுகிற சிறுவன் சில தவறுகளைச் செய்துவிடும்போது அதைச் சுட்டிக் காட்டினால் பிடிக்காமல் முரண்டு பிடிக்கிறானே என்று ஆலோசனை கேட்பது நன்றாய் இருக்கிறது. கூராய் இருக்கிற அதன் வார்த்தைகளை இதமாய் ஆக்கிக் கொள்ள வேண்டும் என்று சொல்லிக் கொடுக்க முடிகிறது. ‘ஃபிலிப், நீ சொல்வது தவறு’ என்று நேராய் வெட்டாமல், ‘ஓ, ஃபிலிப், கிட்டத்தட்ட சரியாகச் சொன்னாய், சின்ன விதயம் தவறாகிப்

போய்விட்டது' என்று ஊக்கப்படுத்தி உற்சாகமூட்டச் சொல்லிக் கொடுக்க முடிகிறது. விதயம் ஒன்று தான், விதம் மட்டும் வேறு என்று புரிய வைக்க முடிகிறது.

வார்த்தைகளும் மௌனங்களுமாக ஈனியல் (genetic) வாரிசின் உள்ளத்தோடு ஒட்டுதலை அதிகரிக்க முடிகிறது என்று சுயநிறைவு கொண்டிருக்க முயலுகையில், 'அவளின் சொடுக்குக்கு ஆடுகிறீர்', என்று குற்றம் சாட்டும் மனைவி. உள்ளின் கொந்தளிப்பை வார்த்தைகளில் ஏற்றி அவர் மீது அனுப்பாமல் புன்னகைக்க முயல்கிறேன். 'இல்லை, அவள் உள்ளத்தைப் பார்க்கிறேன். புரிந்து கொள்ள முயல்கிறேன்' என்று நான் சொல்வதைக் கேட்டுப் பேச்சற்று நிற்கிறார்.

'திருத்த முடியாது இவரை' என்று திரைபோட்டு ஓடுகிறது அவர் மௌனம்.

* * * *

எங்கும் சுதந்திரம் என்பதே பேச்சு

குவிவிளக்கின் ஒளிப்பாய்வில் பளபளக்கும் பட்டுடுத்தி, மையிட்ட கண்ணுள்ளே கருவிழிகள் மிளிர்ந்தாட, கருங்கூந்தல் பெருஞ்சடையில் ஞெகிழ்கனகு மல்லியொளிர, அபிநயக்கும் செங்கரங்கள் பேசுமொரு பொன்மொழியால்,

"எங்கும் சுதந்திரம் என்பதே பேச்சு"

என்றே நம் தமிழ்ச் சிறுமியர் சிலர் ஆடிய நல்லாட்டத்தில் எனை மறந்திருந்தேன் ஒருநாள். சென்ற மாதத்துச் சுதந்திர விழவின் அமெரிக்க நிகழ்வொன்றில்.

"எங்கும் சுதந்திரம் என்பதே பேச்சு நாம்

எல்லோரும் சமமென்ப துறுதி யாச்சு"

என்று தொடர்ந்த வரிகளை, கூடியிருந்த 'இந்திய' மக்களின் வெவ்வேறு பின்புலத்தை வைத்து, ஏற்றுக் கொள்ள எண்ணினாலும், ஒன்றான தேசத்தில், சுதந்திரத் திருநாட்டில் 'நாம் எல்லோரும் சமம்' என்பது உறுதியான ஒன்றுதானா என்று கேள்விகளை எழுப்பி மனம் வேறு திக்கில் பாய்ந்தது. பல கேள்விகளை எழுப்பியது.

'நான் இந்நாட்டினன்' என்னும் தேசப்பற்று என்பது வேறு. கண்மூடித்தனமான தேசபக்தி என்பது வேறு. கடவுள்களின் புனிதங்களையே ஆய்வுக்கு உள்ளாக்கும் போது, தேசம் தேசபக்தி இவற்றின் புனிதம் மட்டும் போற்றிக் காக்கப்படவேண்டியதன் தேவை என்ன என்று கேள்வி எழுகிறது. புனிதம் என்று போற்றப்படுபவை எல்லாம் ஏதோ ஒரு வகையில் சமமற்ற ஏற்றத் தாழ்வுகளைப் பேணிக் காக்கவே ஆக்கிவைக்கப் பட்டிருக்கலாம் என்று எண்ணம் எழுகிறது. ஓர்ந்து பார்த்தால் புனிதங்களின் போர்வையில் ஒரு சாராரின் தன்னலத்திற்கு வழிவகுப்பதான அரசியல் ஒளிந்திருப்பதை ஏராளம் காணலாம்.

♦ மெல்லச் சுழலுது காலம்

9/11இன் போர்வையிலே மக்களின் மதியையும் கண்களையும் மறைத்து, தேசப்பற்று தேசபக்தி என்ற கட்டுவித்தை காட்டி, தான் நினைத்த அரசியல் நிலைப்பாட்டை இலகுவில் எடுத்துக் கொள்ளும் அமெரிக்க அரசுக்கும் இது பொருந்தும். இடிந்துவிட்ட இரட்டைக் கோபுரங்களை விட, தன் தன்னிச்சைச் செயல்பாட்டைக் கேள்வி கேட்டும் எதிர்த்தும் கருத்து வைப்பவர்கள் தேசத் துரோகிகள் என்றொரு மயக்கத்தை உலகின் தொன்மையான மக்களாட்சிக் குமுகத்திலேயே இவர்கள் ஏற்படுத்தி இருப்பது தான் சோகமான ஒன்று. தேசத்தைக் காக்கும் புனிதப் பணியென்று சாற்றி நாட்டின் உட்புறச் சிற்றூர்களின் பதினெட்டு இருபது வயதுப் பாலகர்களை அநியாயமாகக் காவு கொடுத்துக் கொண்டிருக்கின்றனர். இந்த மோசடிக்கு ஆளாவது தான் ஒரு புனிதத்தை வாழ்விக்க இம்மக்கள் கொடுக்கும் விலை!

* * * *

'நான் ஒரு இந்தியன்' என்பதும் ஒரு அடையாளம் தான். ஒரு வசதிக்காக ஏற்படுத்திக் கொண்ட செயற்கைத்தனம் நிறைந்த ஒரு அடையாளம். தவறேதுமில்லை. ஆனாலும் அதற்கொரு புனித முலாம் பூசி அதற்காகப் பெருமைப்படச் சொன்ன புரியாத மொழிப் பாடல்களும் நடன நிகழ்வுகளும், 'தேசியத்தின் பெருமைகளென்ன?' என்று கேள்விகள் கேட்டுக் கொண்டிருப்பவரையும் கொஞ்சம் மாற்றவல்லன. இருந்தாலும் அங்கும் தேசப்பற்றுப் பரவசத்தை ஊட்டப் 'பாரத தேசமென்று பெயர் சொல்லுவார்' என்று பாரதி வரவேண்டியிருந்த போது, மொழியின் ஈர்ப்பு நாட்டின் ஈர்ப்பை விட வலுவானது என்றே எனக்குக் காட்டியது. என் நாட்டினன் அல்லாதவனாய் இருந்தாலும் ஈழம், சிங்கை என்று இன்னும் பல நாட்டினரோடு ஒன்றவைப்பதும், ஒரே நாட்டினன் ஆனாலும் பிற சில மாநிலங்களில் இருந்து வருபவரோடு கணுக்கம் இல்லாதிருத்தலும் நாட்டை விட மொழி அடையாளத்திற்கு இன்னும் வலுச் சேர்க்கின்றன.

சிறுவயதில் பள்ளியேட்டில் முன்னட்டையில் ஒட்டும் பெயர்ப்பட்டியில் வகுப்பு, பிரிவு, பள்ளி, ஊர், மாவட்டம், மண்டலம், மாநிலம், நாடு, கண்டம், கோள், என்று விளையாட்டாய்த் தொடர்ந்து எழுதி, ஒரு நிலைக்குப் பின் அண்டத்தோடு சேர்ந்துவிடுவதுண்டு. என் சின்ன வயது மகளும் இந்நாளில் சில சமயம் அதைச் செய்வதைக் கண்டு மாறிய காலத்திலும் சில வட்டங்களுக்குள் நம்மை அடையாளப் படுத்திக் கொள்ளல் இயல்பென்பது புரிகிறது. தனியாய் இருக்கப் பயப்படும் மனிதன் ஏதோவொரு காரணத்தால் பிறரோடு

தன்னை இணைத்துக் கொள்கிறான். அல்லது, தன்னையொத்தவரோடு கூடியிருக்க இருக்கும் இயல்பான விருப்பம் என்றும் இதைக் கூறலாம். இன்றைய என் சார்புகள் தமிழ் தமிழர் என்று மொழி இனம் வரை வருகிறது. பிறகு நாட்டைத் தாண்டி மனிதம் உலகம் என்று பொதுமைப்பட்டுப் போகிறது. வாழ்ந்த வாழும் இடங்களை ஒட்டி இந்தியன் எனவும் அமெரிக்கன் எனவும் கூட அடையாளங்களை அவசியமானபோது ஏற்கலாம். காலப்போக்கில் இதுவும் மாறலாம்.

* * * *

விழாமேடையில் வடநாட்டு மொழியின் பாடல் ஒன்றுக்கு நடனமாடியவர் வெறும் மேலில் பூணூல் அணிந்திருந்தார். இதுவும் கூட ஒரு சாராரோடு தன்னை இணைத்துக் கொள்ளும் அடையாளம் தான். எந்த அடையாளமும் அடுத்தவர் உரிமைகளில் தலையிடாதபோது தவறென்று சொல்லிவிட முடியாது. மேல் கீழ் தட்டுக்களும், ஆண்டவன் அடிமை தீண்டத் தகாதவன் என்று பேதங்களையும் வளர்ப்பதாய் இல்லாத போது ‘சாதி’ என்னும் அடையாளம் கூட இப்படித் தன்னைச் சுற்றிய ஒரு கூட்டத்தோடு சேர்ந்திருக்கும் விருப்பமே என்னும் அளவில் தவறில்லை என்று ஏற்றுக் கொள்ளலாம். உண்மையில், அப்படி இல்லாமல் ஏற்ற இறக்கங்களை உருவாக்கச் சட்டதிட்டங்கள் வகுத்ததோடு அவற்றைக் காலத்தில் நீட்டித்திருக்கவென்று சாத்திரங்களும் மந்திரங்களும் இடுகதைகளும் கொண்டு ஒரு புனித முலாம் பூசி வைப்பதாலுமே சாதீயமோ பார்ப்பனீயமோ ஒரு குமுகாயக் கேடு என்றாகிறது. இந்தக் கேட்டை வளர்க்கச் சிலவற்றிற்குத் தேவமொழி என்று சிறப்பு அடைகள் சேர்ப்பதன் மூலம் என் மொழி அடையாளத்தின் மீதும் ஒரு புனிதம் மூர்க்கமாய் ஏறும் போது இன்னும் அதிகரித்த கொந்தளிப்பு ஏற்படுகிறது.

பிறரது உரிமைகளை மதிக்கும் வரையில்; இருத்தல்களை அச்சுறுத்தாத வரையில், வட்டங்களுக்குள் சேர்வதும், அடையாளங்கள் ஏற்பதும் தவறில்லை. இயல்பென்றே கொள்ளலாம். அதிகரித்த கல்வியும், விழிப்புணர்வும், விரிவடையும் தொடர்புகளும், விசாலமாகும் மனங்களும் சில நொசிவு அடையாளங்களைத் தாமாகக் களைந்து விடும். எல்லா அடையாளங்களின் பின்னிருக்கும் மனிதம் என்னும் குணம்/இயல்பு மேலோங்கி இருக்க முடியும். தனிப்பட்ட அடையாளங்களோ, அவற்றின் முக்கியத்துவமோ குறைய ஆரம்பிக்கும். அப்படி இயல்பான மனிதமனம் சாரும் தீங்கில்லா அடையாளங்களன்றிப் புனிதங்களால் போர்த்தப்பட்டுப் பேதங்களையும் வளர்க்கும் அடையாளங்கள் ஒழியும் நாள் எதுவோ

அன்று 'எல்லோரும் சமமென்பது உறுதியாச்சு' என்று கொண்டாடலாம் ஆனந்த சுதந்திரத்தை. என் முன்னோன் பாரதியும் அதையே தான் கனவு கண்டிருப்பான்.

* * * *

காரணமறியாச் சில மகிழ்தருணங்கள்

"ஏனோ எந்தக் காரணமும் இன்றி நான் இன்று மகிழ்வாக உணர்கிறேன் அப்பா", என்றாள் நந்திதா, ஆங்கிலத்தில். (Somehow, for no reason, I feel very happy today appaa!). சின்னவளின் இந்தச் சந்தோஷத்திற்கு என்ன காரணம் என்று எனக்கும் புரியவில்லை. பெரியவள் நிவேதிதா இதைக் கேட்டுக் கொண்டிருந்தாலும் தன்பாட்டுக்குப் பல்துலக்கிக் கொண்டிருந்தாள். ஆறு மணிக்குக் கடிகாரச் சத்தம் வைத்துத் தாமாக எழுந்து ஆர்வத்துடன் அவர்கள் நாளைத் தொடங்குவதே ஒரு நிறைவான விஷயம்.

பின்னிரவின் இணைய உலா முடிந்து சற்று நேரங்கழித்தே உறங்கச் செல்லும் நான் பெரும்பாலும் இன்னும் உறங்கிக் கொண்டிருக்கும் நேரம் அது!

"நான் நந்துவா, தித்துவா, சொல்லுங்க பார்ப்போம்?"

கண் விழிக்காது படுக்கையில் இருந்த என்னிடம் விளையாடிக் கொண்டிருந்தாள் நந்திதா. பெரியவளுக்குத் தன் பெயரை 'நிவேதிதா' என்று சொல்லிக் கொடுத்த ஒன்று ஒன்றரை வயதில் அவள் 'நிவே'வை விட்டுவிட்டு 'திதா' என்று மட்டும் சொல்ல முடிந்ததை வைத்து, அவளுடைய வீட்டுப் பெயர் செல்லமாய் 'தித்து' என்றாகி விட்டது. அது புரிந்தும் புரியாமலும் 'நித்து', 'நீத்தா' என்றும் அழைப்பவர்கள் உண்டு. 'நிவி' என்றும் சிலர் அழைக்க, இந்த வம்பே வேண்டாம் என்று பள்ளியில் 'நிலா' என்று இன்னுமொரு பட்டப்பெயர் சூட்டிக் கொண்ட இவளுக்குப் பின்னாளில் பெயரின் பின்னணிக் கதையென்று சொல்ல நிறைய இருக்கும்.

'நிலா' என்பது பிறக்கும் முன் இவளுக்கு வைக்க நாங்கள் பரிசீலித்திருந்த ஒரு பெயர் தான். முதற்பெண் பெயர் வைக்கும் நிகழ்வுகளை மட்டும் வைத்துத் தனியாக ஒரு கதை எழுதலாம். என்ன பெயர் இருந்தால் என்ன? இவள் இவளாகத் தான் இருந்திருப்பாள்.

◆ மெல்லச் சுழலுது காலம்

பெயரில் என்ன அதே ரோஜா ஷேக்ஸ்பியர். தம் புல்வெளியில் களைபிடுங்கிக் கொண்டிருந்த பக்கத்து வீட்டு மேரிஆன் இடம் ஒரு நாள் 'இனியும் பொறுப்பதில்லை' என்றாற்போல் வேகமாகச் சென்ற நந்திதா, "என் அக்கா பெயர் நீத்தா இல்லை, அவளை நிலா என்று கூப்பிடுங்கள்", என்று உறுதியாகச் சொல்லிவிட்டு வந்து விட்டாள்.

"நீ நந்து.. இல்லையில்லை.. ம்ம்.. தித்து.. சரியா?"

கண்விழிக்காமல் பதில் சொல்லியபடி நானும் விளையாட்டைத் தொடர்ந்து கொண்டிருந்தேன். உறக்கம் கலைந்திருந்தாலும் சிலசமயம் நான் இன்னும் உறங்குவதாகப் பாவனை செய்வதுண்டு. குறிப்பாகச் சின்னவளிடம்! வீட்டிலேயே சிறியவளாய் இருப்பதாலா என்னவோ, எதிலும் தான் கடைசி என்றால் இவளுக்குப் பிடிப்பதில்லை. கடைசி ஆளாகத் தான் எழுந்தாளென்றால் சுமார் இரண்டு மணி நேரமாவது விசும்பிக் கொண்டிருப்பாள் என்பது உறுதி. இவளது இன்றைய மகிழ்விற்கு அவள் முதலில் எழுந்து கொண்டது கூடக் காரணமாய் இருக்கலாம். தெரியவில்லை. எழுந்து கொள்ளும் நேரம் எதுவானாலும் நந்துவிற்கு என்னைக் கட்டிக் கொண்டு ஓரிரு நிமிடமாவது இருக்க வேண்டும்.

"நன்றாகக் கதகதப்பாய் இருக்கிறது அப்பா" என்பாள்.

அதில் தெரியும் அவளின் அன்பு பல நேரங்களில் எனக்கு மகிழ்வளித்திருக்கிறது. 'இது என் புள்ளை, அது உன் புள்ளை' என்று குடும்பத்துக்குள் சில நேரம் குழுக்கள் பிரித்து விளையாடிக் கொள்வதும் உண்டு. சில சமயம் குழுக்களின் ஆட்கள் மாறி இருக்கும். சில சமயம் மூன்று பெண்களுமாய் ஒன்று சேர்ந்து கொண்டு தனியே என்னைத் தவிக்க விட்டுவிடுவதும் உண்டு. அதிலும் ஒரு மகிழ்ச்சி உண்டு தான்.

காரணமேயில்லாத மகிழ்வுகளும், காரணமேயில்லாத வருத்தங்களும் சில சமயம் ஏற்படுவது இயற்கை தான் என்றாலும் இவளது இன்றைய மகிழ்விற்கு எனது/எங்களது செயல்கள் ஏதேனும் காரணமாய் இருக்குமோ என்று என் பொதிவுணர் மனம் விழைந்து தேடத் தொடங்கியது. அண்மைய காலத்தில் ("ஒரு ரெண்டு நாள்னு போடுங்க" என்று என் மனைவி குரலில் அசரீரி கேட்கலாம்) குழந்தைகளுடனான என் நேரம் அதிகரித்திருக்கிறது.

மாலையில் அவர்கள் பள்ளி முடிந்து வரும்போது வீட்டில் இருக்க முடிகிற நாட்களில் 'அப்பா' என்று சத்தமிட்டபடி ஓடி வருவது நன்றாக இருக்கிறது. 'இன்னிக்கு என்னல்லாம் செஞ்சோம் பாருங்க' என்று போட்டி போட்டுக் கொண்டு காட்டுகிற வண்ணந்தீட்டிய காகிதங்களைப் பார்த்து; "வாவ்.. அருமை" என்று சொல்ல

வேண்டியிருந்தாலும் அவர்களின் வளர்ச்சியில் பங்கு கொள்வது நன்றாக இருக்கிறது. அவர்களின் சிறு சிறு முயற்சிகளுக்கும் வெற்றிகளுக்கும் 'அருமை அருமை' எனப் பாராட்டுரை வழங்குவது சில சமயங்களில் சலிப்பாய் இருந்தாலும், வயதாகிவிட்ட போதும் நம் வேலையைப் பிறர் பாராட்டிக் கூறும் கருத்துக் கேட்கும்போது நாமே ஊக்கமடையும்போது, அந்த ஊக்க உணர்வு இவர்களுக்கும் எவ்வளவு முக்கியம் என்று புரிந்து போகிறது.

காக்கைக்கும் தன்குஞ்சு பொன்குஞ்சாய் இவர்களின் கிறுக்க லோவியங்களை உண்மையிலேயே விட மனசில்லாமல் சிலவற்றைச் சேர்த்து வருகிறேன். தாங்களே எறிந்துவிடச் சம்மதித்தாலும் விடாமல் எடுத்துச் சேர்த்துக் கொள்கிற என்னைப் பார்த்து www dot packrat dot com என்று கிண்டல் வேறு செய்கிறார்கள்!

காலையில் ஏழரை மணிக்குப் பள்ளிப் பேருந்து நிறுத்தம் செல்லப் போட்டி போட்டுக் கொண்டு என்னை விட்டுவிட்டுச் சென்றுவிடும் விளையாட்டு இவர்களிடம் அதிகம். நிறுத்தம் அடுத்த வீட்டின் முன்புறம் தான் என்பதால் நான் உடன் செல்ல வேண்டுமென்பது கூட இல்லை. சில நாட்கள் இவ்வாறு சோம்பிப் பெரியவள் மட்டும் சென்று கொண்டிருந்த சென்ற வருடம் பல நாட்கள் உடன்செல்லத் தவறி இருக்கிறேன். நான் செல்லாதது பற்றிக் கேட்டபோது, "I don't care" என்று விட்டேத்தியாகச் சொன்னாலும், உள்ளுக்குள்ளே அவள் ஏமாற்றம் அடைகிறாள் என்பார் மனைவி. தன்னைப் பெரிய பெண்ணாக எண்ணிக் கொண்டு பலவற்றை உள்ளுக்குள்ளேயே இவள் வைத்துக் கொள்வதை இப்போது அங்கங்கே உணர முடிகிறது.

மனதுக்குள் அதிகம் தனியாக வைத்துக் கொள்ள வேண்டியதில்லை என்று தெளிவித்துப் பெண்களுடனான எங்களது தொடர்பை பலப்படுத்திக் கொள்ளச் சில சமயம் முயல்வதுண்டு. ஆனால், கேட்கும் கேள்விகளுக்குச் சரியான பதில் இல்லாமல் போகும். அல்லது விளையாட்டான பதில்க்ள் வந்து விழும். இப்போதே இடைவெளியா என்று இது சற்று நெருடலாகத் தான் இருக்கிறது. அதற்கு மேலும் வலுக்கட்டாயமாக எதையும் செய்ய இயலாது என்று விட்டு விட்டாலும், இதற்கு மாற்று என்ன என்று மனம் யோசிப்பதுண்டு.

கேள்விகட்குப் பதில்கள் பெறுவது மட்டுமல்ல, சில நேரங்களில் வாக்குவாதங்களும், எதிர்ப்பும், சொல்வதை காதில் வாங்கிக் கொள்ளாமல் பாறையாய் நிற்றலுமாய் இருப்பது சரியான திசைப் பயணமாகத் தெரியவில்லை. குழந்தை வளர்ப்பு என்பது சடத்துவமான முறைகளைப் பின்பற்றுவதல்ல. அவர்தம் வளர்ச்சியைப் பொறுத்தும்,

சூழலைப் பொறுத்தும், கால ஓட்டத்தினை ஒத்தும், அதன் முறைகளும் மாறுபட வேண்டும்.

'வீட்டுச் சட்டங்களை மட்டும் சொல்லுங்கள். அதன் பின்னணியை, காரணங்களை விளக்க வேண்டியதில்லை' என்னும் முறை ஆரம்ப வயதுகளில் சரிவரலாம். ஆனால், வளரும் பருவத்தில் ஒரு கட்டத்தில், 'வீட்டுச் சட்டங்களுக்கான காரணங்களையும் அவர்களுக்குச் சொல்லுதல் அவசியம்' என்று அண்மையில் மீண்டும் படித்தது நினைவுக்கு வருகிறது.

எந்த வயதிலும் குழந்தைகளும் முழு மனிதர்கள் என்பதும் அவர்களுக்கும் 'ஈகோ' முதலியன உண்டு என்பதும் அலட்சியம் செய்யப்படாமல் இருக்க வேண்டும். அவர்களுடைய உணர்வுகளுக்கும் எண்ணங்களுக்கும் மதிப்புக் கொடுக்கப் படவேண்டும். 'நான் வெச்சது தான் சட்டம். அதன்படி தான் நீ நடக்க வேண்டும்' என்னும் அடக்குமுறைக்கு அவர்களை ஆளாக்கக் கூடாது. அதோடு 'தொட்டதுக்கெல்லாம் சட்டம்' என்றில்லாமல், முக்கியமானவற்றிற்கு மட்டும் என்று கொண்டு ஒரு எல்லைக்குள் சுதந்திரமாகவும் விட்டுவிட வேண்டும்.

வெளியூர்ப் பயணம் சென்றிருந்த ஒரு நாள் அருகில் படுத்திருந்த போது, ஆழ்ந்து யோசித்துக் கொண்டிருந்த பெரியவள், அண்மைய வாழ்வு மாற்றம் ஒன்று பற்றிய கேள்வியைக் கேட்டபோது தான், அது பற்றிப் பெரிதாக ஒன்றும் கரிசனம் காட்டியதில்லை என்றாலும் அதன் தாக்கங்களை அவளும் உணர்கிறாள், அது பற்றி எண்ணிப் பார்க்கிறாள் என்று உணர முடிந்தது. எதுவும் சொல்லாவிட்டாலும் நிலவும் சூழலை வைத்தே குழந்தைகளால் பலவற்றையும் உணர முடியும் என்பது உண்மை தான்.

அப்படித் தான் அன்றொரு நாள் வெளியே ஒரு சிறுநடைக்குச் செல்லும்போதும் பெரிய மனுஷியாகி எனக்குச் சில ஆலோசனைகள் கூறிக் கொண்டிருந்தாள். அவள் கேட்ட கேள்விகள் எல்லாம் பார்த்து, "இதெல்லாம் உனக்கு எப்படிடா தெரியும்?" என்று ஆச்சரியப்பட்டேன்.

"நீங்கள் எங்களிடம் சொல்லவில்லை என்றாலும், பெரியவர்கள் பேசும்போதோ, தொலைபேசியில் யாருடனாவது பேசும்போதோ நான் நல்லா ஒட்டுக் கேட்டுட்டு இருப்பேன்"

" "

"அந்த ரூம்ல இல்லாட்டியும், வேற எதாச்சும் விளையாடிட்டு இருந்தாலும் நீங்க பேசுறத காது குடுத்துக் கேட்டுட்டிருப்பேன்".

"நாங்க பேசுற எல்லாமே கேட்டுட்டு இருப்பியா?"

"இல்லை அப்பா. சில சமயம் எதாவது போரடிக்கிற விஷயமா (like ammaa talking about recipe..) இருந்தாக் கேட்க மாட்டேன்"!!

எங்களின் கேள்விகளுக்குக் கேட்கிற நேரத்தில் அவள் பதில் சொல்ல வேண்டும் என்று எதிர்பார்க்காமல் அவளுக்கு எப்போது இயல்பாய்ப் பேசத் தோன்றுகிறது என்று கவனித்தல் நலம் என்று தோன்றியது. அப்படிப் பொறுமையாக அவளால் பேச முடிகிற ஒரு நேரம் இரவு உறங்கச் செல்லும் முன் என்பதைப் புரிந்து கொள்ள முடிந்தது.

முன்பெல்லாம் போல் படுக்கை நேரத்துக் கதை நேரம் போய், எட்டு மணிக்கே படுக்கைக்குச் சென்றுவிட வேண்டும் என்னும் உறுதியான சட்டம் காரணமாய் அதிகம் பேச முடியாமல் போன நாட்கள் உண்டு. "நீங்களே போய்ப் படுத்துக் கொள்ளுங்கள்" என்று விரட்டி விடுவதுண்டு என்றாலும், அண்மையில் மீண்டும் அவர்களுடன் சென்று உறங்கும் முன் சில பொழுதுகள் கழித்து விட்டு வரவேண்டும் என்று எண்ணியிருக்கிறேன். ஒரு ஐந்து பத்துப் பதினைந்து நிமிடங்கள் தாமதமானாலும் பரவாயில்லை என்று எண்ணிக் கொள்கிறேன்.

இரண்டு நாட்கள் முன்பு உறங்க வைக்கச் சென்றபோது கண்ணில் இன்னொரு பொக்கிஷம் பட்டது. ஒரே அறையில் மேலும் கீழுமாய்க் கட்டிலில் இருப்பவர்கள், தம்மிடையே ஒரு தொடர்புக்கு எனவொரு குறிப்பேட்டைப் பயன்படுத்துவதைக் கண்டேன். "டியர் நந்து" என்று தொடங்கி ஒரு கடிதத்தை இவள் எழுதி அவளுடைய 'அஞ்சல் பெட்டியில்' வைக்க, அதைப் படித்தபின் சின்னவள் அதற்குப் பதிலாக என்னவோ எழுதி வைக்கிறாள். சில நாட்களாய் நடந்து கொண்டிருக்கும் இந்த வேலையில் சுவாரசியம் மிகுந்து, 'அப்படி என்னதான் எழுதுகிறீர்கள்' என்று நான் கேட்கப் போக, "நோ நோ அப்பா.. அது எங்களுக்குள்ளான ரகசியம்" என்று மறைத்துக் கொண்டார்கள்.

"சரி இரு.. இது பத்தி நான் என் வலைப்பதிவுல எழுதறேன்"

"அத நாங்க உங்களுக்குக் காட்ட மாட்டோம்னு சொல்லிட்டோம்னும் எழுதுங்க"

".."

"அப்படியே, வேணும்னா நான் திருட்டுத் தனமா அவங்க இல்லாதப்போ தான் படிக்க முடியுமாட்ட இருக்குன்னும் எழுதுங்க"

நந்திதாவுக்குக் கொஞ்சம் இளகிய மனசு. அல்லது, இன்னும் அப்படியாக ரகசியங்களை வைத்துக்கொள்ளத் தெரியவில்லை. அதனால் அவள் மட்டும் படித்துக் கொண்டிருந்த ஒரு பொழுதில் அனுமதி வாங்கிப் பார்த்து விட்டேன். பதில் எழுத ஆங்கில எழுத்துக்கூட்டவும் உதவினேன்.

"எனக்குச் சென்ற வாரத்துக் கனெக்டிக்கட் பயணம் மிகவும் பிடித்திருந்தது. உனக்கு?" என்று ஒரு கேள்வி. "உனக்கொரு ஆச்சரியம் வைத்திருக்கிறேன்", என்று சில விவரங்கள். "நம் பிறந்தநாள் பற்றித் திட்டமிடவேண்டும்" என்று அக்டோபருக்கான யோசனைகள்.

இவற்றிலென்ன ரகசியமோ தெரியவில்லை. இருந்தும் தன் முழுக்கட்டில் ஒரு விஷயம் இருக்கிறது என்னும் இறுமாப்புத் தேவையாய் இருக்கலாம். நம் எல்லோருக்குமே நமது கட்டில் சில விஷயங்கள் இருத்தல் சந்தோஷமாகத் தானே இருக்கிறது?

நல்ல நண்பர்களாய்ச் சகோதரிகள் இருப்பதும் ஒரு நெகிழ்வனுபவம். (அடித்துக் கொண்டு சண்டை போடுகிற நேரத்தை இப்போதைக்கு மறந்து விடலாம்). ஏனோ காரணமிருந்தோ இல்லாமலோ சில மகிழ்தருணங்கள் நிறைந்திருக்குமொரு வாழ்க்கை முறை அமைந்திருப்பதில் ஒரு நிறைவும் மகிழ்ச்சியும் உண்டாகிறது.

பெரிதாய் ஒன்றும் செய்ய வேண்டியதில்லை. சேர்த்துக் கொள்வதற்குச் சிறு நினைவுகள் போதும்.

சிலசமயம் ஏதாவது தீனி ஏற்பாடு செய்யும்படியோ தேநீருக்கு உதவும்படியோ நான் கேட்கும்போது ஆர்வம்/விருப்பம் இருப்பின் உதவி செய்பவர்களைப் பார்த்து, "வாவ்.. இன்னிக்கு ரொம்ப நல்லாருக்கே! என்னடா பண்ணீங்க?" என்றால்,

"ரெண்டு ஸ்பூன் அதிக அன்பு (extra love) போட்டுக் கலந்தோமப்பா" என்பார்கள்.

அவ்வளவு தான் தேவை.

இரண்டு ஸ்பூன் அன்பு.

* * * *

இனிக்காதது

என் அம்மாவிடமும் அப்பாவிடமும் இருக்கிறது. அப்பச்சியிடமும் அம்மாயியிடமும் இருந்தது. நான் சிறுவனாய் இருந்த போதே இறந்து போன அப்பத்தாவிடமும், தான் சிறுவனாய் இருந்த போது இறந்து போன தன் தந்தை, என் தாத்தனிடமும் கூட இருந்திருக்கும், யார் கண்டது? குடும்ப வரலாற்றில் அதற்கு முன்னர் வேர் பிடித்துச் சென்று பார்க்கத் தரவுகள் இல்லை.

வழி வழியாய் என் மூதாதையருக்குக் கிடைத்த தலைமுறைச் சீதனம் அது எனக்கும் கிடைத்திருக்கக் கூடிய அலுக்கம் ஓரிரு முறை இருந்த போதும் இன்னும் கிட்டவில்லை. ஒவ்வொரு வருடமும் கணக்குப் பார்க்கும் போது எனக்கும் ஒரு நாள் கிடைக்கும் வாய்ப்பு இருப்பதாய் ஆருடம் சொல்கிறார்கள். ஆனால், எப்போது வரும் அந்நாள் என்று ஏங்கி இருக்கும் ஒன்றல்ல இது. எதுவரை தள்ளிப் போட முடியும்; எப்படியும் பெறாமல் இருக்க முடியுமா என்பதற்காக அதி முயற்சிகள் மேற்கொள்ள வைக்கிற இந்தச் சொத்திற்குச் “சர்க்கரை” என்றொரு செல்லப் பெயர் கூட உண்டு. “நீரிழிவு” (Diabetes) என்பது இதன் பெயர்.

சர்க்கரை நோயில் இரண்டு வகை உண்டு. (இதை நோய் என்பதை விட ஒருவித உடல்நிலை என்றும் கூறலாம்). இரண்டு வகையும் ‘இன்சுலின்’ என்னும் ஒரு சுரப்பியைச் சம்பந்தப்பட்டதே. நாம் உட்கொள்ளும் உணவில் இருக்கும் சர்க்கரையை (குளுக்கோஸ்) உடைத்து உடலின் ‘செல்’களுக்குச் சக்தியாக மாற்றித் தரும் வேலையைச் செய்வது இந்த இன்சுலின் என்னும் சுரப்பி தான். எல்லோருக்கும் உடலில் இயற்கையாகவே உற்பத்தியாகும் இன்சுலின் சிலருடைய உடம்பில் உற்பத்தியாகாமல் நின்றுபோவது முதல் வகை. சிலருக்கு மட்டுமே இது காரணமாய் இருக்கும்.

பரவலாக, எண்பது சதவீதத்தினருக்கு மேலாக அமைவது இரண்டாவது வகைச் சர்க்கரை நோயே. உடலில் போதுமான

இன்சுலின் உற்பத்தியாகாததாலோ, உண்டான இன்சுலின் வீரியமின்றிச் சரியாக வேலை செய்யாததாலோ இது ஏற்படலாம். இதன் காரணமாக இரத்தத்தின் சர்க்கரை அளவு குறையாமல் அதிக அளவிலேயே இருக்குமென்பதால், உடலுக்குப் போதுமான சக்தி கிடைக்காத அயர்வு உண்டாவதோடு, கண்கள், நரம்புகள், சிறுநீரகம், இதயம் போன்ற உடலின் பிற பகுதிகள் பழுதுபடும் சாத்தியங்களும் அதிகம்.

சரியான உணவுப் பழக்கம், உடற்பயிற்சி மூலமும் இரத்தத்தில் சர்க்கரை அளவைக் கட்டுக்குள் வைத்திருக்க முடியும். பின்னாளில் இன்சுலின் ஊசி தேவைப்படலாம் என்றாலும் ஆரம்பக் கட்டத்தில் மாத்திரைகள் மட்டுமே கூடப் போதும்.

* * * *

"சிந்தாமணில போயி இந்த மாத்திர வாங்கீட்டு வாப்பா. அங்க தான் வெல கொறவா இருக்கும்" என்னும் வேண்டுகோளை ஏற்றுக் குருமூர்த்தி டாக்டர் எழுதிக் கொடுத்த சீட்டை எடுத்துக் கொண்டு 'கடவீதியில் இருக்கும் சிறப்பு அங்காடிக்குச் செல்வேன். அரசுசார் நிறுவனம் என்பதால் அங்கு விற்பனை வரி இருக்காது. சில சமயம் சிந்தாமணியில் பற்றாக்குறை என்றால் அடுத்த தெருவின் 'காவேரி மெடிக்கல்ஸ்' பாய் கண்டிப்பாக வைத்திருப்பார்.

வீட்டில் மங்கியதொரு 'மஞ்சப்பை'யில் (துணிக்கடைப் பை) மாத்திரைகளைச் சீட்டோடு சுருட்டி வைத்திருப்பார்கள். சில சமயம் அரை மாத்திரை உட்கொள்ள வேண்டுமென்று உடைக்க முற்பட்டு முடியாமல் கத்தியில் வெட்டிய கதையும் உண்டு. உடைக்க அவசியமில்லாத 'பவரு கொறைவான' மாத்திரை வாங்கலாம் தான். ஆனால், செலவு அதிகம்.

கொஞ்ச நாட்களில், மாத்திரை தீரும்போது சீட்டுக்குப் பதிலாக ஓட்டை ஓட்டையாய் இருக்கும் பழைய மாத்திரை அட்டையைக் காட்டி, "இந்தாப்பா, இந்த ரெண்டுலயும் ரெண்டுரெண்டு அட்டை வாங்கீட்டு வந்திரு" என்பார்கள்.

ஒருமுறை வந்துவிட்டால் எக்காலத்துக்கும் துணையிருக்கும் இந்தச் சர்க்கரை நோய் அதற்குள் நன்கு பழக்கமாகி இருக்கும். அடுத்த முறை என்ன மாத்திரை, எவ்வளவு வேண்டும், எவ்வளவு விலை என்று பைசாக் கணக்கு வரையில் அத்துப்படியாகி இருக்கும். மருத்துவரைக் கூட மாதா மாதம் பார்க்காமல் மூன்று மாதங்களுக்கு ஒருமுறை பார்த்தாலே போதும் என்று இருந்துவிடுவார்கள்.

மாத்திரை வாங்கிவர நாளடைவில் பழைய அட்டை கூட வேண்டி இருக்கவில்லை எனக்கு.

"ஏனுங்காத்தா, மாத்திரை தீந்து போயிருச்சா? சரி இருங்க, இன்னிக்கு சாய்ந்திரம் வாங்கிட்டு வந்துர்றேன்" என்று செல்வேன்.

கண்ணாடித் தடுப்பின் பின் இருப்பவரைப் பார்த்து, "(அ)ண்ணா, டிபிஜல ரெண்டு அட்டை, டயோனில்ல ரெண்டு அட்டை கொடுங்க" என்று கேட்டு வாங்குமளவு எனக்கே அந்த மாத்திரைகளோடு நெருக்கமான உறவு ஏற்பட்டிருக்கும்.

அந்தக் காலத்தில் சர்க்கரை நோய் இருந்த பலரும் வாங்கியது இந்த இரு மாத்திரைகளாகத் தான் இருக்கும். ஒரு சிலர் இனிப்புச் சாப்பிட ஆசைப்படும்போது, "அது என்ன கண்ணு. இந்த இனிப்பு சாப்பிடலாம்னு தோணறப்ப ஒரு டயோனில் எச்சாத் தின்னாப் போதும்" என்று சாதாரணமாகக் கூறக் கேட்டதுண்டு.

அளவாகச் சாப்பிட வேண்டும் என்னும் கட்டாயம் உருவாகும்போது தான் நிறையச் சாப்பிட உந்துதல் வரும் போலும்.

"கபகபன்னு பசிக்குதுடா. வெள்ளரிக்கா வாங்கியாந்தியா?" சில நேரங்களில் வயதான ஆத்தாவுக்குப் பசியெடுத்த பதற்றம் தெரியும். ஏதோ அயர்வால் உடனிருப்போருக்கு கவனித்துக் கொள்ளப் பொறுமையில்லாத சில நேரங்களில், "அது என்ன அப்படியொரு பசியோ?" என்று பொறுமையற்ற பதில்கள் தெறிப்பதும் அன்றாட வாழ்வில் இயல்பாகத் தொடரும்.

"இந்தாங்காத்தா. சீவீருக்குது. சாப்புடுங்க". பல் இல்லாத ஆத்தா பொக்கை வாயில் குதக்கிச் சாப்பிடுவார்கள். பசியடங்கிய தெளிவு முகத்தில் தெரிய, தன் இயலாமையை நொந்து கொள்வார்கள்.

"அதென்னமோ தெரீல. பசின்னு வந்துட்டா இப்போல்லாம் கொல எறியுற மாதிரி இருக்கு".

* * * *

இரத்தத்தில் சர்க்கரை மிகவும் குறைந்த நிலை, தலைச்சுற்றலும், பதற்றமும், கிறுகிறுப்பும், மயக்கமும் கொண்டு வந்துவிடும். சரியான நிலையில் இரத்ததின் சர்க்கரை அளவை வைத்துக் கொள்வது சவாலான ஒன்றாக இருக்கும்.

'சர்க்கரை' உள்ளவர்கள் நேரா நேரத்திற்குச் சாப்பிடும் உணவொழுங்கு கொண்டிருப்பது மிகவும் முக்கியம். இல்லாவிட்டால் இரத்தத்தில் சர்க்கரை அளவு அதிகமாகியும் சிலசமயம் குறைவாகியும் எதிர்வினைகளை உருவாக்கிச் சிரமம் தரும். நிலத்தடியில் விளையும் கிழங்கு வகைகளைத் தவிர்க்க வேண்டும். காய்கறிகளையும் தானிய வகைகளையும் அதிகம் சேர்த்துக் கொள்ளலாம். சர்க்கரையோ இனிப்போ மிகவும் அளவாகவோ மிகவும் குறைவாகவோ சேர்க்கலாம்.

துளிச் சர்க்கரை கூடக் கூடாது என்று அதை விடமென்னும் அளவிற்கு ஒதுக்க வேண்டியதில்லை. சில சமயம் உடலில் சர்க்கரை அளவு குறைந்த நிலையில் மயக்கம் கிறுகிறுப்பு உண்டாகும்போது ஒரு தேக்கரண்டி சர்க்கரை சரிநிலைக்குக் கொண்டு வரவும் பயன்படும்.

* * * *

"சக்கர போடாம டீ குடிக்க வேண்டியது தான? சொன்னா உங்கப்பா கேக்குரதேயில்ல" என்று என் அம்மா இன்றும் குற்றம் சாட்டிக் கொண்டிருப்பார்கள்.

"ஏங்கப்பா, போடாமத் தான் குடியுங்களேங்ப்பா", பன்னிரு வருடங்களுக்கு முன்னால் ஒருமுறை கடிதம் எழுதிய போது, 'சொல்வது எளிது தான் நம்மால் செய்யமுடியுமா' என்று முயன்று பார்த்தேன். முதல் சில நாட்கள் வெகு சிரமமாய் இருந்த போதும் பிறகு பழகிக் கொண்டு பல மாதங்கள் சர்க்கரை சேர்க்காது இருந்தேன். நமக்கும் அவசியம் ஏற்பட்டால் விட்டுவிடலாம் என்ற தெம்பில் பிற்காலத்தில் அளவு மட்டும் குறைத்துக் கொண்டேன்.

திருமணமான புதிதிலோ, அமெரிக்காவிலிருந்து ஊருக்கு விடுப்பிற்குச் சென்றபோதோ, 'எட்டிப்பார்க்க'ச் சென்றுவந்த கிராமப்புறச் சொந்தங்களின் வீட்டில், 'கொஞ்சமாச் சக்கர போடுங்க' என்று சொல்வதில் பயனிருக்காது என்று நினைத்தேன். அதனால் ஒட்டுமொத்தமாக,

"நான் காப்பி டீ எல்லாம் குடிக்கறதில்லீங்க", என்பேன்.

"அப்டீங்களா, போன்விட்டா, ஆர்லிக்ஸ் இருக்குதுங்க. அது குடிப்பீங்கல்ல?"

விருந்தோம்பலுக்குப் பெயர் பெற்ற கொங்கு நாட்டில் ஒருவர் வீட்டில் 'தலைகாட்டிவிட்டு' ஒன்றும் பருகாமல் உண்ணாமல் கிளம்பி விடமுடியுமா?

"சரிங்க.. சக்கரை கொஞ்சம் கம்மியாப் போடுங்க", என்று நான் அவசரமாய்ச் சேர்த்த பிற்பாதியைக் காதில் வாங்கிக் கொண்டார்களா என்று தெரியாது.

முதல் வாய்க்கே திகட்டுவதை உணர்ந்து நாவைச் சுழற்றிச் சப்பிக்கொண்டு நிதானித்துக் கொண்டிருக்கையில், "எப்பூம் போடறதுல பாதிச் சக்கர தான் போட்டிருக்கன். அதுவே போதுமுங்களா?", என்று அப்பாவித்தனமாகக் கேட்டு அதிர வைப்பார்கள். பாதியே இப்படியென்றால்..

* * * *

கிராமம் நகரம் என்று பாகுபாடின்றி நாட்டில் சர்க்கரையும் இனிப்பும் ஆரோக்கியமற்ற உணவுகளும் அதிகரித்துக் கொண்டிருக்கிறது. சரியான உணவுப் பழக்கம் இன்றி அதிகரித்த எடை கொண்டவர்களுக்கும், புகை, மது பழக்கம் இருப்பவர்களுக்கும் சர்க்கரை நோய் வருவதற்கான இக்கு (risk) அதிகம். இவற்றோடு உடற்பயிற்சி ஏதும் செய்யாத சடத்துவ வாழ்க்கை முறையும் முக்கிய காரணம். மரபியல் அடிப்படையில் வழிவழியாய்க் குடும்பத்தில் வருவதற்கும் வாய்ப்புக்கள் உண்டு.

முன்பெல்லாம் நாற்பது நாற்பத்தியைந்து வயதுக்கு மேல் வந்து கொண்டிருந்த சர்க்கரை நோய், உலகெங்கும் இப்போதெல்லாம் ஒரு பத்து வருடங்கள் முன்னுக்கு வந்து முப்பது முப்பத்தியைந்து வயதிருப்போருக்கே வர ஆரம்பித்திருக்கிறது.

இந்தியாவில் மூன்றரைக் கோடிப் பேருக்குச் சர்க்கரை வியாதி இருக்கிறது தெரியவந்திருக்கிறது. அடுத்த சில ஆண்டுகளில் அது ஏழரைக் கோடிக்கும் மேலாகிவிடும் அபாயம் இருக்கிறது என்கிறார்கள். இன்னும் கண்டுபிடிக்கப்படாமல் இருப்பது அதுபோல் இரண்டு மடங்காவது இருக்கும் என்றும் அனுமானிக்கிறார்கள். கோக்கும் பெப்ஸியும், விரைவு உணவகங்களும் வந்துவிட்ட இந்நாளில், கணிப்பொறி முன்னமர்ந்து வேலை செய்வது போன்ற சடத்துவ வாழ்க்கையும் அதிக அபாயத்தை ஏற்படுத்திக் கொண்டே இருக்கிறது.

சர்க்கரை நோய் வந்த பின்னும் உடற்பயிற்சி, நடைப்பயிற்சி இவற்றைத் தொடர்ந்து ஊக்கமாகக் கைப்பிடித்தால் பிரச்சினை யின்றிப் பல காலம் இருக்க முடியும். தன் வயதான காலத்திலும் என் தாத்தா ஒரு பெரிய குடையை எடுத்துக் கொண்டு தினமும் இரண்டு வேளையும் ஒரு மணி நேரத்துக்கும் மேல் நடைக்குக் கிளம்பிவிடுவார் நடப்பதற்கு உதவியாகத் தடியொன்று வேண்டிய காலகட்டத்திலும் சற்று வெட்கி தடிக்குப் பதிலாக்க் குடையை ஊன்றிக் கொண்டு சென்று விடுவார்.

உடற்பயிற்சியும், உணவுக்கட்டுப்பாடும், டயோனில், டிபிஐ மாத்திரைகளும் சமாளிக்க முடியாத ஒரு காலகட்டத்தில் தினசரி இன்சுலின் ஊசி போட வேண்டிய நிலையும் ஏற்பட்டிருக்கிறது. மாத்திரை கரைந்து இரத்தத்தில் கலந்து வேலை செய்வதை விட நேரடியாக இரத்தத்தில் கலக்கும் வண்ணம் போடப்படும் இன்சுலின் ஊசி பலனுள்ளதாக இருக்கும். அதற்கும் கேட்காமல் இரத்தச்சர்க்கரை அளவு அதிகமாக இருக்கும்போது தான் சற்றுத் தீவிரமான பிரச்சினைகள் ஆரம்பமாகும். பிற உடற்பாகங்கள் பாதிப்படையும்.

தனக்குத் தானே ஊசி போட்டுக் கொள்ள வேண்டிய நிலை சிரமமானது என்றாலும், சர்க்கரை நோயிருக்கும் பலரும் இதைப் பழகிக் கொள்கிறார்கள். அண்மையில் மூக்கில் நுகரும் இன்சுலின் மருந்து (Exubera) குறித்த கண்டுபிடிப்பு ஒன்று பற்றிச் செய்தி படித்திருக்கிறேன். பரவலான பயன்பாட்டிற்கு வரச் சற்று காலமாகலாம்.

* * * *

வயதாகும் போது ஏற்படும் உடல் தளர்ச்சியாலும், எலும்புத் தேய்மானங்களாலும் அதிக நடைபயில்வதும் பிரச்சினையாக இருக்கலாம். சில வருடங்களுக்கு முன்னால், "முட்டி வலின்னு பாலசுப்ரமணி டாக்டர் சைக்கிலு ஓட்ட வேண்டாம்னுட்டாரு. ஒரு மொப்பட் வண்டி வாங்கணும்" என்றார் அப்பா. பல காலமாய் மிதிவண்டி ஓட்டி முட்டி தேய்ந்திருக்க வேண்டும்.

டிவியெஸ் வண்டியில் சென்று இரண்டொரு முறை விழுந்தெழுந்தாலும் தினசரி மிதிவலியில் இருந்து நிவாரணம் கிடைத்திருக்கும். இருந்தும் உடற்பயிற்சிக்கு கொஞ்சம் நடக்க வேண்டும் என்ற போது காய்ந்து போயிருந்த குதியங்கால் வலி எடுத்தது அவருக்கு. மருத்துவர் பரிந்துரைத்ததால் 'ஷூ' ஒன்று வாங்கிக் கொண்டார். ஆனாலும், மாத்திரை மருத்துவமனை மருத்துவர் என்று பலதும் மாற்றிப் பார்த்தும் சர்க்கரை அளவு அதிகமாகவே இருந்து வந்தது. உடல்நிலை தவிர்த்த மன அழுத்தங்கள் கூடக் காரணமாய் இருந்திருக்கலாம். சென்ற பயணத்தின் போது அதுகுறித்தும் சிறிது கவனிக்க முடிந்தது கொஞ்சம் ஆறுதலான ஒன்று.

தொலைபேசியில் பேசும்போது 'சக்கரை அளவு எப்படி இருக்குது?' என்பது தவறாமல் இடம்பெறும் ஒரு கேள்வியாகிப் போனது.

"இந்த எட்டுக்குப் பரவால்லப்பா. எரநூறு பாயிண்டு தான் இருக்கு"

இருநூறு (mg/dL) என்பதே ஒரு அதிகமான அளவு தான் என்றாலும், பலகாலமாய் முன்னூறு நானூறு என்றே இருந்து சோர்ந்திருந்தவருக்கு இது பெரும் முன்னேற்றம் தான்.

"பரவால்லீங்கப்பா. அப்படியே வச்சுக்கப் பாருங்க. ஷூ போட்டுக்கிட்டு நடக்கப் போய்ட்டிருக்கீங்களா?"

"இல்ல.. முன்னால கொஞ்சம் இறுக்கமா இருக்குது.. சுண்டுவிரல் வலிக்குதுண்ணு போடறதில்ல?" என்று சிரிப்பார்.

என்ன காரணமாய் இருந்தாலும், முன்பை விடக் குறைந்த அளவில் இருப்பது ஒரு ஆறுதலான விஷயம். தொடரட்டும்.

நான் கூடக் கொஞ்சம் எழுந்து நடக்கச் செல்லவேண்டும்.

* * * *

புதூர் புகுதல் காதை

"இனிமேல் இந்த ஊர்ப்பக்கமா திரும்பி வரவேண்டியது இல்லை இல்லே?"

காரோட்டிக் கொண்டிருந்த மனைவியின் பக்கமாகத் திரும்பிக் கேட்டேன். அன்றொரு நாள் விடியற்காலையில் கிளம்பிய கிழக்கு நோக்கிய பயணத்தில் கண்ணளவில் இருந்த கதிரோன் அப்போது இன்னும் மேல்நோக்கிச் சென்றிருந்தான். பதில் கிட்டும் முன் நேர்திரும்பிக் கொண்டேன். விரையும் சாலையை அவசரமாக விழுங்கிக் கொண்டு கார் சென்றுகொண்டிருந்தது. பலமுறை இந்தச் சாலையில் முன்னும் பின்னுமாய்ப் பயணித்திருந்தாலும், இது திரும்புதல் இல்லாவொரு ஒருவழிப் பயணம்.

"ம்ம்" என்றோ, வேறு எதுவோ பதிலாய் இருந்திருக்கலாம். பதிலை எதிர்பார்த்தே எல்லாக் கேள்விகளும் கேட்கப் படுவதில்லை. பின்பக்கம் திரும்பினேன். பக்கத்து வீட்டு மிஸஸ் டினஸ் கொடுத்த குட்டிக்கரடி / நாய்ப் பொம்மைகளைக் கட்டியபடி பெண்கள் பின்னிருக்கையில் ஓய்ந்திருந்தார்கள். முன்வாரக் கிறிஸ்துமஸ் நாளையொட்டி எங்களை அழைத்துச் சிலமணி நேரம் இனிமையைப் பகிர்ந்து கொண்டு அவர்கள் கொடுத்த அந்தப் பொம்மைகளுக்குப் பெரியவள் 'ஜிங்கள் பெல்ஸ்' என்று பெயர் வைத்திருந்தாள்.

தானும் ஒரு பெயரை யோசித்துக் கொண்டிருந்தாள் சின்னவள். 'கோக்கோ' என்று சொன்ன தாயின் யோசனை கிஞ்சித்தும் கருணையின்றி நிராகரிக்கப்பட்டது. 'நானே தான் பெயர் வைப்பேன்' என்றவளின் கற்பனையூற்று அந்த நேரம் கொஞ்சம் வற்றியிருந்திருக்க வேண்டும். 'மாங்க்' என்று தான் ஊறியது. (மங்க்கி > மாங்க்!). புதிதாக நாமம் சூட்டிக் கொண்ட கருஞ்சட்டைக் கரடிக்குட்டியைப் பார்க்க எனக்கும் கூடப் பிடித்துத் தான் இருந்தது. அதைப் பக்கத்தில் வைத்துக் கொண்டு தூங்குவதாகப் பாவனை செய்து கொண்டிருந்தாள். சற்று முன்னர் தான், தொடை கிழிந்து பஞ்சு

வெளியே எட்டிப் பார்த்த 'மாங்க்'கை இருகரத்தால் நீட்டி, "ஊருக்குப் போனதும் இதைத் தெச்சுக் குடுங்க" என்று கேட்டிருந்தாள்.

நினைவு தெரிந்து சில ஆண்டுகளாய் வாழ்ந்த ஊரை விட்டுப் போக அவர்களுக்கும் பிடிக்கவில்லை. தெரிந்த இடம், நண்பர்கள், பள்ளி, ஆசிரியர்கள், நூலகம் என்று பழகியனவற்றை மாற்ற வேண்டிய கட்டாயம் உவப்பானதாய் இருக்கவில்லை.

மரத்துக்கு மரம் தாவிடும் குரங்குகளுக்கு ஊர்ப்பிடிப்போ வாழும் மரப்பிடிப்போ இருக்குமோ தெரியவில்லை. ஆனால் மனிதனுக்கு இருக்கிறது. 'பொட்டி தட்டுர வேலை' என்று சுயமாய்த் தம்மையே கிண்டலடித்துக் கொள்கிற கணினி வல்லுனர்களைப் போல 'ஒருராறு மாதம் வேறுராறு மாதம்' என்று இல்லையென்றாலும் மூன்று நான்கு ஆண்டுகளுக்கு ஒரு முறை இடம்பெயர்ந்திருக்கிறோம். இருப்பினும் இந்த முறை ஆறு வருடங்கள் மாறாதிருந்த ஊரை விட்டு இப்போது விலக சற்று அழுந்தத் தான் செய்கிறது. அதிலும் எம்மக்களுக்கு நினைவு தெரிந்த முதல் மாற்றம் இது தான்.

உணர்வோடு ஒன்றிவிட்ட ஒரு ஊர் இப்போது உயிரிழந்து கிடந்தாலும், அதன் நினைவுகளால் உந்தப்பட்டு அடர்ந்த புதர்களும் இடிந்த சுவர்களுமாய் இருந்ததனூடே போய் உடைந்த சுவற்றின் ஓடு ஒன்றினைப் பத்திரப்படுத்திப் பெருமூச்சு விடுகின்ற இலங்கைத் தமிழ்நதியின் ஊர்ப் பிரிதலும் விலகலும் பாசமும் போன்றதில்லை இது.

மிகச் சாதாரண ஒரு ஊர் மாறுதல் தான். இருப்பினும் ஒரு எட்டு வயதினளுக்குத் தன் உயிர்த்தோழி என்று இனங்கண்டவளை விட்டு விலக வேண்டியிருந்த சோகம் நிறைத்த ஊர். பல நட்புக்கள் இருந்தாலும் 'இது போல ஒன்று இனி அமையாது அம்மா' என்று ஏங்க வைக்கிற நட்பை விலகிச் செல்ல வேண்டிய கட்டாயம். நான்காண்டுகளுக்கு முன் இந்த வீட்டிற்குச் சென்றபோது, "நல்லது. பெண்களுக்கு நினைவுகளைச் சேர்த்து வைக்க வழி செய்கிறாய்", என்று பாராட்டிய நட்பொன்று நினைவுக்கு வந்தது.

* * * *

"ஐ விஷ் வீ டிண்'ட் ஹேவ் டு மூவ் அப்பா" என்று சோகப் பட்ட மனதைச் சில நேரம் சமாதானப் படுத்த என்னிடமும் பெரிதாய் ஒன்றுமில்லை.

"எனக்கும் கூட அப்படித் தான் இருந்தது கண்ணம்மா. ஆனால் நாம் போய்த் தான் ஆகவேண்டும். வேறு வழியில்லை."

"ஐ நோ.., பட்.." பாதியிலேயே அறுந்தது பேச்சு.

“நிச்சயமாய் புதிய ஊரும் உனக்குப் பிடித்துவிடும் பாரேன்”

ஆனால் சஞ்சனா மாதிரி இன்னும் ஒரு உயிர்த்தோழியைத் தான் பெறுவது இயலாத ஒன்று என்று திடமாக நம்புகிறாள். அவர்களிருவரும் ஆடிய ஆட்டத்தையும் போட்ட கூத்தையும் பார்த்திருப்பதால் அது உண்மையாகத் தான் இருக்குமோ என்றும் தோன்றி அவளுக்காக ஏக்கமாகவும் இருக்கிறது.

ஓரளவிற்கு எனக்கும் ஒட்டுதல் உண்டு என்றாலும், கடந்த சில மாதங்களாக இந்த மாற்றத்தை எதிர்நோக்கித் தயார்ப்படுத்திக் கொண்டிருந்ததாலும், இதுபோல் நிறைய ஊர் மாற்றங்களைப் பார்த்திருப்பதாலும் இதன் தாக்கம் பெரிதாகத் தெரியவில்லை. முதன்முறையாகப் பள்ளிவாழ்வு முடிந்து கல்லூரிக்குச் சென்றபோதோ, நாடுவிட்டு நாடுவந்து புதிய சூழலில் புதிய வாழ்விற்குத் தயார்ப்படுத்திக் கொள்ளவேண்டியிருந்தபோதோ இருந்த பிரிவுத்துயரும் மலைப்பும் இப்போது இல்லை.

இனி வரும் காலத்திற்கும் வாழ்க்கைக்குமான எதிர்பார்ப்புக்களை நான் நிறைத்துக் கொண்டதைப்போல இவர்களும் ஏற்றுக் கொள்வார்கள். இருப்பினும் நினைவுகளைச் சேர்த்துத் தருகிற எந்த ஒரு இடத்தையும் காலத்தையும் தாண்டிச் செல்வது நெகிழ்வளிப்பது தான்.

* * * *

ஆறு ஏழு மணி நேரப் பயணம். டஜன் கணக்கில் ஆப்பிள் விற்கும் வியாபாரி ஒரு டஜனுக்கு மூன்று ஆப்பிள் இலவசமாய்க் கொடுத்தாரெனில்.. என்பதையொட்டி எழுந்த என் கணக்குக் கேள்விகளுக்கு விடைகள் கண்டுபிடித்தபடி சில நேரம். எப்போதோ வாங்கிக் கொடுத்த ஓவியத்தாள் ஏட்டில் மிஸ்.ஃப்ரிஸ்ஸில் (Ms.Frizzle) படம் வரைந்தபடி சில நேரம். தூங்கிச் சில நேரம். தூங்குவதாய் நடித்தபடி சில நேரம். காரின் ஒலிபெருக்கியில் தமக்குப் பிடித்த ‘இருவர்’ படப்பாடலுக்குத் தலையாட்டியபடி சில நேரம்.

“வி..டு..த..லை.. விடுதலை..”

“மக்கள் மக்கள் என் பக்கம்

மாலைத் தென்றல் என் பக்கம்

சிட்டுக் குருவிகள் என் பக்கம்

செடிகள் கொடிகள் என் பக்கம்”

“அடக் கலங்காதே..”

* * * *

செடிகள் கொடிகள் இரண்டையும் இம்முறை தூக்கிப் போட்டுவிட்டேன். பெண்கள் இருவரும் பிறந்தபோது ஆளுக்கொன்றாய் வாங்கி இரண்டு மூன்று முறை ஊர் மாறி இன்னும் வளர்த்து கொண்டிருந்தேன். அதிலொன்று சமையலறைச் சுவற்றில் இரண்டு பக்கத்துக்குப் படர்த்து ஒரு பசுமையை அளித்துக் கொண்டிருந்தது. எட்டு வயதான மற்றொன்றோ பல தொட்டிகள் மாறினாலும் இன்னும் உறுதியாய் இருந்தது. மூன்று மாதம் நீர் காட்டாமல் விட்டுவிட்டுப் போன ஒரு வெளிநாட்டுப் பயணத்தின் பின்னும் உயிர்வாழ்ந்திருந்த அதனை நினைத்தும் கூட ஒருமுறை நெகிழ்ந்திருக்கிறேன்.

வளர்ந்தது செடிகள் மட்டுமில்லை. அந்த வீட்டிற்குச் சென்றபோது அதன் முன்மாடக் கட்டையை விடக் குட்டையாய் இருந்தவள், இப்போது சாலையோர அஞ்சல்பெட்டி உயரம் வளர்ந்திருக்கிறாள். அதன் நினைவாகச் சின்னவளை அதன்முன் வைத்துக் கடைசியாகப் படம் பிடித்துக் கொண்டபோது இன்னும் சரியாக விடிந்தும் கூட இருக்கவில்லை. அந்தத் தடவழியும் புல்தரையும் அஞ்சல்பெட்டியும் நடைபாதையும் வாத்துக்குளமும் இவர்களின் வளர்ச்சிக்குச் சாட்சியங்கள்!

காலத்திற் பின்சென்ற என்னைக் கவனிப்பவர்களைப் பார்த்துப் புன்னகைக்கிறேன்.

“வாட் அப்பா?” என்று அவர்கள் கேட்கும்போது ‘வர்ஜினியாவிற்கு வருக’ என்று எங்களை வரவேற்று இந்த மாகாணத்தின் ஆளுனர் வைத்திருந்த வரவேற்புப் பலகையைத் தாண்டி விரைகிறது எங்கள் வண்டி.

* * * *

வாஷிங்டன் முருகனுக்கு அரோகரா

வள்ளி தேவசேனா சமேதனாகிய ஸ்ரீ சுப்பிரமணியனுக்குப் பல மூலைகளில் இருந்தும் மணியடித்துக் கொண்டிருந்தார்கள். மின்கலம் பொருத்திய முரசொன்று மூலையில் டம்ட டம்ட டம் கொட்டிக் கொண்டிருந்தது. அமெரிக்கத் தலைநகரத் தமிழர் கூட்டம் சிறிதாகப் புத்தாண்டை வரவேற்கப் பட்டோடும் பிறவோடும் குழுமியிருந்தது.

மணியொலியும் முரசொலியும் நாசிகளில் ஏறிய நறுமணமும் ஒருபுறம் புற அறிவைச் சீண்டிக்கொண்டிருக்க, அவற்றினூடாக ஒரு அமைதியை நாடி மனம் மிதந்து கொண்டிருந்தது. தங்க விசிறியும் சாமரமும் வீச, அலங்கரிக்கப்பட்ட முருகக் கடவுள் இன்று பிறமொழி மந்திரத்தோடு தன் தமிழையும் அவ்வப்போது கேட்டதனால், தம்பதியர் சகிதம் சந்தோஷமாகத் தான் இருந்திருக்க வேண்டும்.

எல்லாப் பொழுதுகளையும் போன்று தான், இதுவும் ஒரு தெய்வீக நிமிடம்; நானும் அங்கே ஒரு சாட்சி என நிலைத்திருந்த என்னை அசைத்துப் பார்த்தும் முடியாமல், “சரி நாங்கள் போய் மத்த சாமியெல்லாம் கும்பிட்டுட்டு வர்றோம்”, என்று என்னுடைய சமேதகியும் வாண்டுகளும் நகர்ந்து சென்றனர்.

அப்பன் சுந்தரேசனும், அம்மா மீனாட்சியும் புறங்களில் இருந்தார்கள். பரவாயில்லை. அப்புறம் பார்க்கலாம் என்று இருந்துகொண்டேன். பார்க்காமல் விட்டால் தான் என்ன? காலையில் அப்பாவோடு தொலைப்பேசியபோது அனுப்பி வைத்த புத்தாண்டு வாழ்த்துக் கிடைத்ததா என்று கேட்டிருந்தார். எதைப் பற்றியும் கவலையற்றிருக்க முயல்வதாய்க் கூறினார்.

எதைப் பற்றியும் கவலையற்றுத் தாய் தந்தையர் தோளில் வகைக்கொன்றாய்க் கட்டிக் கொண்டு வாண்டுகள் பலவும் கோயிலில் மலர்ந்திருந்தன. வளர்ந்திருந்த சிலவோ, “இன்னும் நேரமாகுமா?” என்று கேட்டு மந்திரத்தில் மயங்காது முகத்தைத் தொங்க

வைத்திருந்தன. மதிய நேரத்துப் பசி என் மகளிடம் கூடக் காட்சிப் பட்டிருந்தது.

ஆரத்தியின் போது அனைவரின் கரங்களும் தன்னிச்சையாகக் கூப்பிக் கொள்ள அதனையும் மீறிக் கட்டிய கைகளுடனேயே நின்று கொண்டிருந்தேன். கூட்டம் செய்வதையே எப்போதும் நான் செய்வதில்லை. என் முருகன். என் கடவுள். என் இஷ்டம்.

“காயத்ரீ.. ஆரத்தி.. வந்து ஒத்திக்கோ” என்று ஒருவர் தன் மனைவியையோ மகளையோ அழைத்துக் கொண்டிருந்தார். வழிவிட்டு ஒதுங்கி என் ‘வீட்டைத் தேடினேன். எங்கோ பின்புறம் தீர்த்தத்துக்குக் கை காட்டிக் கொண்டிருந்தார்கள். இது தீர்த்தமா, பிரசாதமா,.. தெரியவில்லை. நீட்டிய கையில் ஒரு நெற்றிக்கு மட்டும் போதுமான அளவு திருநீறு கொடுத்தவரின் திறமையைப் பாராட்டத் தான் வேண்டும்.

“வாசிங்டன் முருகனுக்கு அரோகரா” வென்னும் கோசத்தோடு பூசை முடித்து வந்த அர்ச்சகர் தமிழிலே புத்தாண்டு வாழ்த்துக்களைச் சொன்னார்.

“ஆகா.. அரோகரா.”

‘அரகர அரகர அரோகரா’ வெனப் பழனி மலையடிவாரத்தில் சிறுவயதில் கிரிவலம் வந்த வேனிற்காலங்களின் எதிரொலி மனதில். மடம். சித்தனாதன். பேரீச்சை. காவடித் தீர்த்தம். பெருந்தொட்டியில் கால்மிதி பஞ்சாமிருதம். எவையுமில்லை இங்கு. ஆனால் யாரோ புண்ணியம் செய்தவர், அல்லது புண்ணியம் தேடுபவர் மதிய உணவென்று அன்னதானத்திற்கு ஏற்பாடு செய்திருந்தார். ‘முருகன் கடை’யில் சாப்பாடு என்கிற எண்ணமும் இன்றைய பயணத்திற்கு ஒரு உந்துதல். சுவையாகவே இருந்தன கத்தரிக்காய்ச் சாம்பாரும், வெங்காய இரசமும், சர்க்கரைப் பொங்கலும், தயிர்சாதமும், பக்கோடாவும், பாட்டில் தண்ணீரும். யாருக்கு என்று தெரியவில்லை. மனதிற்குள்ளேயே நன்றி சொல்லிக் கொண்டேன்.

இந்துமதப் பற்றோ, இணைந்தவன் பொருட்டோ அமெரிக்கப் பெண்ணொன்றும் நீல நிறச்சேலை கட்டிக் குங்குமப் பொட்டொன்று வைத்து அழகாக வந்திருந்தது. பின்னேரம் கடையொன்றில் என் நெற்றித் திருநீறையும் என் பெண் வைத்திருந்த ஒட்டுப்பொட்டையும் ஆர்வத்தோடு பார்த்தபடி இரண்டு பேர் போனார்கள். சீனத்துக்காரர் ஒருவர் ‘என்ன இது அழகாய்.. ஒட்டுப்பொட்டா?’ என்று பெண்ணிடம் கேட்டுவிட்டு வியப்புக் காட்டிவிட்டுப் போனார்.

பல நாட்டவரும் பல்லாண்டாய் இங்கிருந்து அமெரிக்கராய் உருகிச் சட்டியிலே கலந்து விட்ட போதும் அடிப்படையில்

தாய்நாட்டு, தாய்க்கலாச்சாரத்தோடு ஒரு பற்று இருக்கத் தானே செய்யும்? அப்பற்று இருப்பதாலேயே இவர்கள் இந்தத் தேசியத்திற்கு எதிரானவர் என்று கொள்ள முடியுமா?

பிறப்பாலேயே இந்நாட்டினராய் இருந்தாலும், இவ்வரசின் எல்லா முடிவுகளுடனும் மூடராய் ஒத்துப் போகத் தான் வேண்டுமா? "Out of Iraq" என்று ஏந்திய தட்டிகளுடன் சாலைகளின் மூலைகளில் இவர்கள் இன்னும் கொஞ்சம் முன்னரே விழித்திருந்தால் தம் மக்களைப் போருக்குக் காவு கொடுத்திருக்க வேண்டியிராது. அரச முடிவை எதிர்ப்பது தேசத் துரோகம் என்னும் பொய்ப்பிரச்சாரம் இங்கும் தான் நடந்தது. சிலகாலம் வெற்றியும் கூடப் பெற்றது.

அரசையோ, அதிகார வர்க்கத்தையோ, கேள்வி கேட்பதோ, எதிர்த்துக் கருத்துக்கள் வைப்பதோ துரோகம், தீவிரவாதத்தனம், பாவம், என்ற புரட்டுரைகள் மதியை மயக்க வரும்போது அவ்வூர் இவ்வூர் எவ்வூராயினும் எம்மக்களுக்கு இந்த முருகன் ஒரு தெளிவைக் கொடுக்கட்டும்.

நல்லது நிலைக்கட்டும். புத்தாண்டு இன்னும் துணிவும் தெளிவும் நம்பிக்கையும் கொண்டு வரட்டும்.

வாசிங்டன் முருகனுக்கு மட்டுமல்ல, உங்களுக்கும் எங்களுக்கும் எல்லோருக்கும் அரோகரா!

* * * *

வாழ்வும் சாவும் வாழ்வும்

"அப்பா..", குரல் கேட்டுத் திரும்பினேன். "திடீர்னு ஒருநாள் நான் செத்துப் போயிட்டா, என்னோட பொருள்லாம் என்னப்பா பண்ணுவீங்க?", எப்போதும் போன்ற சாதாரண நாளொன்றின் மாலைப்பொழுதில் நிவேதிதாவிடம் இருந்து வந்த கேள்வி கேட்டுத் துணுக்குற்றுப் போனேன்.

"என்னம்மா, என்ன சொல்றே?"

"சும்மா ஒரு பேச்சுக்குப்பா. ஒரு உதாரணத்துக்கு நம்ம கார் ஒரு மரத்து மேல மோதி விபத்து நடந்துடுச்சுனா.. அதுல நான் செத்துப் போயிட்டா, என் கிட்ட இருக்குற பொருள் எல்லாம் என்ன பண்ணுவீங்க?"

மரணத்தை இவர்களிடம் இருந்து மறைத்து வைக்க வேண்டும் என்று எண்ணியிராமல் சாதாரண ஒரு நிகழ்வாய்ப் பேசியிருக்கிறோம். மனித வாழ்வும், வயதானால் சாவும் இயற்கை நிகழ்வு தான் என்பதை முழுதும் புரிந்தோ புரியாமலோ இவர்கள் ஏற்றுக் கொண்டிருக் கிறார்கள். 'நாங்கெல்லாம் வளந்து பெருசாகுறப்போ உங்களுக்கு வயசாயிடும். அப்புறம் செத்துப் போயிடுவீங்க' என்று ஒரு நாள் வர இருக்கும் எங்கள் சாவு பற்றியும் இவர்கள் எங்களிடமே பேசியதும் உண்டு! மரணத்தை ஒரு புனிதமாகவோ, பயங்கரமானதாகவோ அறிமுகப்படுத்தாதிருந்தாலும், திடீரென்று மாலைத்தீனி சாப்பிட்டுக் கொண்டிருக்கும் ஒரு எட்டு வயதினள் தன் மரணத்திற்குப் பிறகு.. என்று பேசுகையில் சற்று திடுக்குற்றுத் தான் போனேன். ஒரு நுணுத்தத்தில் சுதாரித்துக் கொண்டவன், இந்தச் சிந்தனை செல்லும் திசையில் பயணிக்க எண்ணிப் பேச்சைத் தொடர்ந்தேன்.

"ம்ம்ம்.. விபத்துல எங்களுக்கு ஒண்ணும் ஆகலயா? நாங்க எல்லாம் இன்னும் இருக்கிறோமா?"

"ம். நான் மட்டும் தான் செத்துப் போயிட்டேன்னு வச்சுக்கலாம்"

“அப்படின்னா.. என்ன பண்ணுவோம்? நாங்க இருக்கோம்ல? உன் பொருள் பத்தியெல்லாம் நாங்க கவனிச்சுக்குவோம். நந்துவுக்குக் (சின்னவளுக்குக்) கொடுத்துருவோமா இருக்கும். இல்லன்னா எதாவது நன்கொடையா யாருக்காச்சும் கொடுத்துருவோம்”

அக்காவின் பொருட்கள் எல்லாம் தனக்கு வரும் என்று கேட்ட சின்னவள் பெருமகிழ்வுற்றுத் தன் முகத்திலே முறுவலாய்க் காட்டினாள்.

“என்ன நந்து? இப்படிச் சந்தோஷப் படுற? அக்கா இல்லையேன்னு உனக்கு வருத்தம் இருக்காதா?”

“நோ அப்பா. நிவேதிதாவின் பொருட்கள் எல்லாம் எனக்குக் கிடைக்கும்னா எனக்கு நல்லா இருக்கும். ஆனா ‘ஐ வில் மிஸ் ஹெர் வெரி மச்’. அதுனால எனக்கு அவ சாகவெல்லாம் வேண்டாம்”

தெளிவான பதில். இந்தத் தலைமுறையினர் பல விஷயங்களில் தெளிவாகத் தான் இருக்கின்றனர். வெறும் பொருள் மீதன்றி உறவுக்கும் உணர்வுக்கும் அன்புக்கும் முக்கியத்துவம் தருவதாய் அமைந்திருந்த அந்தப் பதிலில் நிச்சய திருப்தி அடைந்தவனாய்ப் பெரியவளிடம் திரும்பினேன்.

“ஏம்ப்பா? உனக்கு என்ன பண்ணனும்?”

“நந்துவுக்கு என் பொருள் எல்லாம் ரொம்பப் பிடிக்கும்ப்பா.. அதனால, என்னுடையதெல்லாம் அவளுக்கே கொடுக்கணும்னு தான் எனக்கு ஆசை”

அதைக் கேட்டு இன்னும் முறுவலிக்கும் சின்னவளை இப்போது புரிந்து கொள்கிறேன்.

“அவ்வளவு தானே.. அப்படியே செஞ்சுடலாம். கவலைப் படாதே”, எனது சம்மதத்தில் ஓரளவிற்கு நிம்மதியை முகத்தில் காட்டியவள் மேலும் தொடர்ந்தாள்.

“இல்லை அப்பா. இறந்து போனவங்களோட பொருள் எல்லாம் அவங்களையே எப்பவும் ஞாபகப் படுத்தும்னு சிலர் அவற்றை எல்லாம் எடுத்து கண்மறைவா யார்க்கிட்டயாவது கொடுத்துடு வாங்கன்னு படிச்சிருக்கேன். அதுனால தான் கேட்டேன். என்னுடையதெல்லாம் உங்களுக்கு என் ஞாபகத்தையே கொடுத்து சோகமா ஆக்கிரும்னு நீங்க யாருக்காவது கொடுத்துடலாம்னு நினைச்சீங்கன்னா.. அதனால தான்”

“ஓ.. யார் அப்படிக் கொடுத்தாங்க?”

"நான் சில புத்தகங்கள்ள படிச்சேன். ஆபிரகாம் லிங்கன் அவரோட மகன் இறந்தப்போ அப்படித்தான் பண்ணினாராம். மகனோட பொருட்கள் எல்லாத்தையும் தானமாக் கொடுத்திட்டாராம்"

அப்படியா? இந்தக் கதையெல்லாம் எனக்குத் தெரியாதே என்று பிறகொரு நாள் இணையத்தில் தேடி அறிந்து கொண்டேன். லிங்கனின் இரண்டாவது மகன் நான்கு வயதிலும், மூன்றாவது மகன் பதினொரு வயதிலும் இறந்து போயிருக்கின்றனர். அதனால் லிங்கன் தம்பதியினர் மனமுடைந்து இருந்த காலம் உண்டு.

ஆபிரகாம் லிங்கனை இவளுக்கு மிகவும் பிடிக்கும். பள்ளியிலே லிங்கன் பற்றிப் படித்ததுவும் வேறு புத்தகங்கள் வழியாக அறிந்ததில் இருந்தும் எப்படியோ பிடித்திருக்க வேண்டும். அடிமைப்பிடியில் சிக்கியிருந்த ஒரு இனத்தின் சுதந்திரத்திற்காகச் சிந்தித்துச் செயலாற்றிச் சட்டமியற்றிய ஒரு தலைவனைப் பற்றி இவளோடு சேர்ந்து நானும் அதிகம் தெரிந்து கொள்ளலாம். அருகில் தானே இருக்கிறது ஒரு நாள் லிங்கன் நினைவகத்துக்குக் கூடக் கூட்டிப் போக வேண்டும். எல்லையில்லாது விரிந்து கொண்டிருக்கிறது இவளின் / இவர்களின் உலகம். அதன் விரிதலுக்கு உதவியும் அதன் உள்ளேயே எப்போதும் இருந்து வரவும் எனக்கும் சின்ன ஆசை.

"சரிம்மா... உன் ஆசைப்படியே நந்துவுக்கே எல்லாப் பொருளும் கொடுத்துடலாம். நாங்க வேற யாருக்கும் கொடுக்கல்லே. அதோடு, உன்னை நினைவுபடுத்தவென்று அவை இருக்கின்றன என்று நான் மகிழவே செய்வேன்". அவளை / அவர்களைப் பற்றிய நினைவுகளைச் சேகரித்து வைத்துக் கொள்ள முயன்றும் முழுதாய் முடியாமல் படைப்புக்களால் நிறைந்து வழியும் கோப்புக்களும் உணர்வுகளால் நிறைகின்ற உள்ளமும், அனுபவங்களாய் நிறையும் நேரங்களும்.. எதை இழக்க மனம் வரும்?

"அது சரி அப்பா.. ஆனால், இந்த என் விருப்பத்தை எங்காவது ஆவணப்படுத்த வேண்டுமா? சட்டபூர்வமாய் (லீகலாக) எதையேனும் செய்யவேண்டுமா?" என்று வந்த அடுத்த கேள்விக்கு நிச்சயமாய் நான் தயாராய் இல்லை.

"இல்லம்மா.. அது வந்து.. அதெல்லாம் வேண்டியதில்லே. எங்க கிட்டச் சொல்லீட்டல்லியா? அது போதும். நாங்க அத ஞாபகம் வச்சுக்குவோம்", என்று வெறும் மொண்ணையாக மட்டுமே என்னால் சொல்ல முடிந்தது.

ஒரு தலையசைப்போடும் தீனிச்சுவையில் திளைத்தும் வேறு நிலைக்கு மாறி அவள் ஓடிவிட்டாள். பல நாட்கள் ஆகியும் எனது

♦ மெல்லச் சுழலுது காலம்

குளத்தில் அவள் எறிந்த கல் எழுப்பிய அலைகள் மட்டும் ஓய்ந்தபாடில்லை.

* * * *

தான் இறந்த பின் என்ன செய்ய வேண்டும் என்று ஒரு குழந்தை யோசிக்கிறது. அந்தக் குழந்தைக்கு என்ன பாதுகாப்பு இருக்கிறது என்று என் இறப்புப் பற்றி நான் பெரிதும் யோசித்திருக்கின்றேனா? இத்தனைக்கும் இது பற்றிய யோசனையை மனைவி என்னிடம் சொல்லிப் பல்லாண்டு பல்லாண்டு ஆகிவிட்டது.

என் வரட்டுப் பிடிவாதமும், என்றும் இழக்காத குருட்டுப் பொதிவுணர்ச்சியும் காரணமா என்று தெரியவில்லை, "நூறு வயசாகற வரைக்கும் எனக்குச் சாவில்லை", என்று சொல்லித் திரிந்தேனே தவிர சுயமரணம் பற்றிப் பேசவும் திட்டமிடவும் எனக்கு விருப்பம் இருந்ததில்லை. இப்போதும் பெரிதாய் இல்லை என்பது ஒருவகை முட்டாள்த்தனம் தானோ?

மரணத்தின் பின் பணியிடத்து ஆயுள் காப்பீடு, விபத்தானால் ஈட்டுத் தொகை, ஓய்வூதியம், அரசின் சமூகக்காப்பீடு (சோசியல் செக்யூரிட்டி) இன்ன பிறவும் பொருளாதார உறுதியைத் தர முடியும் என்று சில கணக்குப் போட்டு நிம்மதியை வாங்கிக் கொள்ள முயன்றாலும் பின்னணியில் மனைவியின் குரல் அசரீரியாய் அதனை நீண்ட காலம் நிலைக்க விடுவதாயில்லை.

"அது எல்லாம் சரிங்க. அதே மரத்து மேல மோதுன காரில் நம்ம ரெண்டு பேருக்கும் ஆபத்தாகிப் பொண்ணுங்க மட்டும் பொழச்சாங்கன்னா அவங்களுக்கு என்ன நிலைன்னு யோசிச்சுப் பாத்தீங்களா?" என்ற கேள்வி சற்று பயமுறுத்துவதானது.

பெற்றோரில் ஒருவர் இறந்து ஒருவர் பிழைத்தால் கூடப் பெரும் பாதகம் இல்லை. ஆனால் இருவருக்கும் ஏதாவது ஆனால்? அதிலும் சொந்த ஊரும் மண்ணும் அருகில்லாத புலம் பெயர் வாழ்வில் அப்படியான ஒரு நிலையில் என்னவாகும் என்பது குழப்பமான ஒன்று. இந்த அரசாங்கம் குழந்தைகளின் வளர்ச்சிக்குப் போதுமான உதவிகளைச் செய்யும் என்றாலும், தொலைக்காட்சியில் பார்க்கிற தொடர்களில் இருந்து கிடைக்கும் தகவல்களை வைத்து அது அவ்வளவு ஆறுதலான ஒன்றா என்று முடிவு செய்ய இயலவில்லை. அரசால் தத்துக்கு விடப்படும் குழந்தைகளின் வளர்சூழல், அதனைச் சார்ந்த பிரச்சினைகள் என்று பல அம்சங்கள் யோசிக்க இருக்கின்றன.

"ஏன்? நமது நண்பர்களோ, உறவினர்களோ பாத்துக்குவாங்க. இல்லாட்டி தாத்தா பாட்டி அப்பச்சி அம்மாயி கிட்ட ஊருக்கு

அனுப்பிடச் சொல்லிடுவாங்க" என்று முனகலாய்ச் சொல்ல முடிந்தாலும், உறுதியாக என்ன நடக்கும் என்பது தெரியவில்லை. பெற்றோரின் விருப்பம் என்ன என்று தெரியாவிட்டால், அரசே அவர்களைத் தத்தெடுத்து வளர்க்கும் வழிவகைகளை முடிவு செய்யும் வாய்ப்பிருக்கிறது. அதனால் தான் சட்டபூர்வமாய் நாம் ஏதேனும் ஆவணம் செய்து வைக்க வேண்டும்" என்று மனைவி பல காலமாகச் சொல்லிக் கொண்டிருக்கிறார்.

குறைந்த பட்சம் அது பற்றிய விவரங்களை அறிந்து வைத்துக் கொள்ளவாது செய்ய வேண்டும். சொந்தக் காப்பாளர் (பெர்சனல் கார்டியன்) யார் என்று மட்டுமாவது பிடித்த நண்பர், உறவினர், நம்பிக்கைக்குப் பாத்திரமானவர் யாராவது பெயரைக் குறிப்பிட்டு ஒரு 'பத்திரம்' ("வில்") எழுதி வைப்பது அப்படி ஒன்றும் சிரமமான காரியம் அல்ல தான். மக்களுக்குச் சொத்து விட்டுப் போனாலும், அவர்களுக்குப் பதினெட்டு வயதாகும் வரையாவது அதனை நிர்வகிக்கவென்று ஒருவரையும் நியமித்து விடுவதும் எளிமையான ஒன்று தான். சுய இறப்பு பற்றிய சிந்தனை குறித்த பெரும் மனத்தடையைத் துடைத்துவிட்டு இது பற்றி யோசிக்க வேண்டும் என்று எண்ணிக்கொள்கிறேன்.

* * * *

இரண்டு நாட்கள் கடந்த இன்னொரு நாள் மாலையில் வீட்டில் அடிதடிச் சண்டைச் சத்தம் கேட்டது. என்னவென்று எட்டிப் பார்த்தபோது ஒரு சிறு கருப்பு நாற்காலிக்காகப் பெண்கள் இருவரும் சண்டையிட்டுக் கொண்டிருந்தனர். உயிரைக் கொடுக்கவும், உயிரான பொருட்கள் அனைத்தையும் கொடுக்கவும் தயாராக இருப்பவர்கள் ஒரு சின்ன நாற்காலிக்காக அடிதடியில் இறங்கி இருப்பதை என்னவென்பது? வாழ்க்கை தான்.

சாவைத் தாண்டி வாழ்வை நினைந்து என் மனதுள் மெல்லவொரு புன்னகை அரும்புகிறது.

* * * *

◆ மெல்லச் சுழலுது காலம்

சிறுகதை எழுதாமல் இருப்பது எப்படி?

பழனிமலைச் சரவணனை நான் கடைசியாகப் பார்த்தது பம்பாயில் தான் என்று நினைக்கிறேன். அது பம்பாய் இல்லையப்பா, 'மும்பை என்போரிடம், நான் போயிருந்த நாளிலே உங்கள் மும்பை பம்பாயாகத் தான் இருந்தது என்று சொல்லிக் கொள்கிறேன். மற்றபடி, ஆங்கிலேயப்படுத்தப்பட்ட உள்ளூர்ப் பெயர்களை மீட்டெடுக்கும் முயற்சிக்கு என்னிடம் ஏதும் ஆட்சேபம் இல்லை. ஆதரவே உண்டு. நிற்க. பம்பாயோ மும்பையோ அதற்கும் நான் இங்கு சொல்லப் போவதற்கும் சம்பந்தம் இல்லை என்பதையும் சொல்லிக் கொள்ள வேண்டும். ஆனால் சரவணனுக்குச் சிறு சம்பந்தம் உண்டு.

துகில் நுட்பியல் படித்த சரவணன் சிலரோடு சேர்ந்து கொண்டு இளநிலை நுட்பியல் காலத்தில் ஓராண்டு தமிழிலே கையெழுத்துப் பத்திரிக்கை ஒன்றைக் கொண்டு வரும் முயற்சியில் எங்கள் விடுதியில் ஈடுபட்டிருந்தான். எத்தனை இதழ்கள் வந்தன என்பதை விரல் விட்டு எண்ணினாலோ இல்லை வெறுமனே எண்ணினாலோ ஒன்று என்று தான் முடியும் என்று நினைக்கிறேன். அந்தக் கையெழுத்துப் பத்திரிக்கைக்கும் முன்னர் கூட நான் ஏதேனும் கதையென்று எழுதியிருக்க வாய்ப்பிருக்கிறது என்றாலும், அப்போது எழுதியது தான் நினைவில் முதலாவதாக இருக்கிறது.

'சலனங்கள்' என்ற தலைப்பிலே ஒரு கல்லூரிக் காதல் கதையை எழுதியிருந்தேன். கல்லூரிக் காதல் வழியாகப் பின்னாளில் வாழ்க்கையை அமைத்துக் கொண்ட நண்பனொருவன் அதற்கு விமரிசனமாக, 'இந்தக் கதையைப் படிக்கும் போது எனக்கும் கூட கதை எழுதலாம் என்று தோன்றுகிறது என்று எழுதியிருந்தான்!

'இதுவெல்லாம் ஒரு கதையா? இதற்கு நானே கூட எழுதலாமே' என்று சொன்னானா, இல்லை, 'இப்படி அருமையான கதையைப் படிக்கும்போது எனக்கும் எழுத வேண்டும் என்னும் உத்வேகம் பிறக்கிறது என்பது போல் சொன்னானா என்று இன்று வரை எனக்கு

இரா. செல்வராசு ♦

உறுதியாகத் தெரியவில்லை. என்றாலும் வழக்கம்போல் அதனையும் பொதிவான பார்வையிலேயே பார்க்க எத்தனித்தேன்.

"கிரீடம்" தல(!) அஜீத்தின் கதையைப் போல 'சலனங்கள்' கதையின் என் நாயக நாயகியர் முடிவை நேர் எதிராய் மாற்றிக் கொள்ள வேண்டியதாகிப் போனதும் நடந்த கதை தான். பழைய முடிவை நீக்கிவிட்டுப். புது முடிவு மட்டும் வைத்து அனுப்பு என்று நான் வைத்த வேண்டுகோள் விதியிட்ட கோட்டின் காரணமாய் மாறிப் போய், பழைய முடிவு வெறும் கோட்டால் அடிக்கப்பட்டு அதன் கீழ் புதிய முடிவும் இருந்தது. நண்பர்கள் வெறும் நண்பர்களாகவே இருப்பதும், காதலர்களாக மலர்வதுமாய் இரண்டு முடிவுகளையும் படிக்கக் கிடைத்த வாசகப் பெருமக்கள் 'சலனங்கள்' என்று பெயர் வைக்காமல், 'ஊசல்கள்' என்று ஏன் பெயர் வைக்கவில்லை என்று கேட்காதது ஒன்று தான் குறை! (அப்படியும் கேட்டிருப்பார்கள். எனக்குத் தான் மறந்துவிட்டது!).

சிறுகதை ஒன்றை எழுதிவிடுவது என்பது என்னைப் பொருத்தவரையில் எளிமையானதொன்றல்ல. வெறும் புனைவாகவன்றி, தம்மைச் சுற்றி நடப்பனவற்றை மையமாக வைத்தே சற்றுப் புனைவைச் சுற்றி எழுத (என்னால்) முடியும் என்று தோன்றுகிறது. வெறும் புனைவு என்றால் பரவாயில்லை. இல்லை, உண்மைக் கதையை எழுதுகிறேன் என்று சொல்லிவிட்டாலும் கூடப் பரவாயில்லை. ஆனால், உண்மையையும் புனைவையும் கலந்து எழுதக் கிளம்பி, படிப்போர் புனைவை உண்மை என்றும் உண்மையைப் புனைவு என்றும் நினைத்து விட்டால் என் செய்வது? ஐயகோ!

இப்படித்தான் பாருங்கள்.. பன்னிரு வருடங்கள் கழித்து ஒருநாள் 'ஏமி'யை அலுவ உணவகத்தின் முன்பு பார்த்தேன். நான் படித்த கல்லூரியில் படித்த பெண்ணை தற்செயலாகப் பல்லாண்டுகள் கழித்து மீண்டும் சந்தித்து உரையாட முடிந்தது எனக்கு ஒரு அசாதாரண நிகழ்வாய்த் தான் இருந்தது. அமெரிக்க் பல்கலைக்கழகம் ஒன்றிற்குப் படிக்க வரும் தமிழக மாணவன் ஒருவனுக்கும் அமெரிக்கப் பெண்ணொருத்திக்கும் இடையே ஏற்படும் காதல், அதன் சிக்கல்கள், பிரிவு, சேர்தல் என்று எதையேனும் வைத்துக் கதை ஒன்று எழுதலாம் என்று பலகாலமாய் எண்ணியிருக்கிறேன். போன வருடம் வீட்டைச் சுற்றிய புல்வெட்டும் பொழுதொன்றிலும் கூட இது போன்ற கதையொன்றை யோசித்துக் கொண்டிருந்தேன் என்றெல்லாம் சொல்லி எதற்கு நான் உங்கள் முன் வாதாட வேண்டும் என்று புரியவில்லை. இருங்கள். அப்போது நான் ஏமியைச் (மீள்) சந்தித்திருக்கவில்லை.

தம்மைச் சுற்றி நடக்கும் நிகழ்வுகளை உன்னிப்பாகக் கவனிக்கும் பழக்கம் வேண்டும் என்றும் சொல்வார்கள். அதைக் கேட்ட போதிருந்து போகிற வருகிற வழியில் ஓடும் எந்த நாயையும் கூட நான் விடுவதில்லை. சென்னையில் இருந்து கிளம்பும் இரயில் வண்டியின் பெட்டியொன்றில் உச்சத்தில் சத்தமாய் ஓடும் ஒரு காற்றாடியின் கூண்டில் படிந்த குப்பையைப் பார்த்துக் கொண்டேவென முன்னொரு நாள் 'மரத்தடி' சிறுகதைப் போட்டிக்கும் கூட ஒரு கதை எழுத ஆரம்பித்தேன். ஆனால், என் இரயில் கிளம்புவதற்குள் கதைக்கான கெடு முடிந்துவிட்டது. சரி என்று பாதியில் தொங்கியிருந்த கதையை அப்படியே வார்த்துச் சில நாள் கழித்து நடத்தப்பட்ட அறிவியல் புனை கதைக்கு அனுப்பலாமா என்று பார்த்தேன். ஒரு காதல் கதையாக ஆரம்பித்து அதையே அறிவியல் புனைவாக மாற்ற முடியும் திறமை எனக்கு மட்டும் தான் உண்டு என்று என் மனைவி உளமாரப் பாராட்டினார். அதையும் முடித்து அனுப்பி இருந்தால், ஒரு வேளை இந்த உலகமே கூட என்னைப் பாராட்டி இருக்கக் கூடும். இல்லை, இது புனைவா, சொந்தக் கதையா என்று மனைவி என் முதுகில் டின் கட்டியிருக்கவும் கூடும். யார் கண்டது? நதிமூலம், ரிஷிமூலம் மட்டுமல்ல. என் கதைகளின் மூலமும் பார்க்கக் கூடாது என்று வேண்டிக் கேட்டுக் கொள்ளவேண்டியிருக்கும்.

தேன்கூடு தமிழோவியம் சிறுகதைப் போட்டிக் காலத்தில் களத்தில் இறங்கி நாமும் கூட எழுதலாம் என்று முனைந்தேன். ஒரு கதையைப் படித்து விட்டு, 'இது நல்லாத் தான் இருக்கு; ஆனா இது கட்டுரை தானே கதையென்று எப்படி சொல்றீங்க' என்று கேட்டார்கள்! 'அட அது பரிசோதனை முயற்சிங்க; விட்டுடுங்க' என்று சொல்லிவிட்டேன். மற்றொரு கதையையும் பார்த்து, 'இதுவும் நல்லா இருக்கு; ஆனா தலைப்புக்கு என்னங்க அர்த்தம்?' என்று கேள்வி எழுந்தது.

இடையில் 'பரவாயில்லையப்பா' என்று சொன்ன இரண்டு பேருக்காகவும், 'ஏன் நீ சிறுகதை வடிவத்தில் எழுதலாமே' என்று சொன்ன ரெண்டு நட்புக்காகவும், இன்னும் என் மனதிலே சமைந்து கொண்டிருக்கிற வெளிவரத் துடிக்கிற சில கதைகளுக்காகவும் என்றாவது நான் சிறுகதைகள் கூட எழுதக் கூடும் என்று எச்சரிக்கை விடுவதைத் தவிர எனக்கு வேறு வழி தெரியவில்லை. ஹலோ.. சொல்கிறேன் கேட்டுக் கொள்ளுங்கள். நான் அமெரிக்கப் பெண் சம்பந்தப் பட்ட காதல் கதை எழுதினால் அது எத்தனை சதவீதம் உண்மை எத்தனை புனைவு என்று ஆராய்ச்சியெல்லாம் செய்து கொண்டிருக்காதீர்கள். புனைவை உண்மையாகத் திரித்தலும், உண்மையைச் சற்றே புனைவு முலாம் பூசி மறைத்து வைத்தலும் ஒரு சிறுகதை ஆசிரியனின் தனியுரிமை!

இரா. செல்வராசு ♦

நல்ல படைப்புக்கள் தம்மைத் தாமே எழுதிக் கொள்ளும் என்பார்கள். நான் கூட அப்படித்தான். இந்தப் பக்கமாய் எப்போது ஒரு நல்ல கதை வந்து தன்னைத் தானே எழுதிக் கொள்ளும் என்று எதிர்பார்த்துக் காத்திருக்கிறேன். அக்கம்பக்கம் எங்கேனும் பார்த்தால் ஒரு வார்த்தை சொல்லி அனுப்புங்கள். பிடித்துப் போட்டு விடுகிறேன்!

* * * *

செம்மீன் சூண்டிய சில எண்ணங்கள்

காலையில் பார்த்த அந்த மீன்குட்டி என்ன காரணத்தாலோ என் நினைவில் இன்னும் நீந்திக் கொண்டிருக்கிறது. வண்ண வண்ணக் கண்ணாடிக் குண்டுகள் கீழாக நிரப்பப்பட்ட ஒரு அழகான வளைந்த குவளையில் செந்நிறத்து மீன்குட்டி சுற்றிச் சுற்றி வந்து கொண்டிருந்தது. பாருங்கள்.. தவறு செய்கிறேன். மீனின் சிறுசு குட்டியன்று, மீன்குஞ்சு என்று மாற்றிப் போட்டுக் கொள்ளுங்கள். உண்மையைச் சொல்லப் போனால் அது குட்டியா பெருசா என்று தெரியவில்லை. செந்நிறத்து மீன் என்று மட்டும் இப்போது வைத்துக் கொள்ளலாம்.

அமைதியாகத் தன்பாட்டுக்குச் சுற்றிக் கொண்டிருந்த மீன் பன்னிரண்டு மணி நேரத்துக்கும் மேலாகியும் ஏன் இன்னும் என்னைச் சுற்ற வேண்டும்? ஒருவேளை அந்த குவளையைப் பிடித்து ஒரு ஆட்டு வேகமாக ஆட்டி வைத்தால் என்ன ஆகும் என்று ஒரு நிமிடம் குரூரப்பட்ட என் மனம் காரணமாக இருக்கலாம். வாய்பேசாத சீவன் அப்படியொரு இடைஞ்சலுக்கு ஆளாகி (மீனாகி) இருந்தால் பெரும் மனத்தகைவை அடைந்திருக்கும் என்று தோன்றியது.

நிற்க. மீனுக்கு மனம் இருக்கிறதா; அது பற்றி உனக்குத் தெரியுமா என்றெல்லாம் நீங்கள் என்னிடம் கேட்கக் கூடாது. பாவம் செய்ய நினைத்த என் மனதில்.. (நிற்க நிற்க.. நான் அப்படியெல்லாம் செய்திருக்க மாட்டேன்..) பாவச்செயலைப் பற்றி நினைத்த என் மனதில் அந்த விநாடி அப்படியொரு பரிதாப உணர்ச்சியும் உண்டானதென்னவோ உண்மை. கூடவே, பெருஞ்சலனப்பட்டு ஆடுகின்ற நீரில் ஒரு மருண்ட பார்வையோடு வாயை என்ன செய்வதென்று தெரியாமல் மூடி மூடித் திறந்து கொண்டு வாலைச் சிறிதாக ஆட்டி ஒன்றிரண்டு அடிகள் பின்னோக்கி நகரும் அந்த மீனைக் கற்பனை செய்து பாருங்கள். மீன்களுக்கும் மனத்தகைவு உண்டாகும் என்று எங்கோ படித்த ஆராய்ச்சிக் கட்டுரை உங்களுக்கு

நினைவுக்கு வரவில்லை? இல்லாவிட்டாலும் பரவாயில்லை. பின்னொரு நாளில் அப்படி ஒரு கட்டுரை வரும்போது 'செல்வராசு அன்னைக்கே சொன்னாரு' என்று மட்டும் சொல்லி விடுங்கள்.

தொட்டிகளிலே அழகுக்குப் பலியாகி நீந்துகிற மீன்களை அருகே சென்று பார்க்கையில் எப்போதும் அவற்றின் முகங்களில் ஒரு சோகம் இழையோடுவதாய் எனக்குத் தோன்றும். வளர்ப்புப் பிராணிகள் என்று எதையும் வைத்துக் கொண்டதில்லை என்பதால் இறந்து மிதக்கிற மீன்குஞ்சுகளை வலையில் பிடித்து வெளியே எடுத்தெறியும் அனுபவம் எனக்கு இல்லை. ஆனாலும் பெண்களின் பள்ளியிலே எப்போதோ ஒரு முறை தங்கமீன் ஒன்றைக் கொடுத்தனுப்பியதும் அதை இரண்டு நாள் கூட உயிருடன் வைத்திருக்க முடியாமல் குப்பைத் தொட்டியில் கறிவேப்பிலைக் காம்பைப் போல் தூக்கி எறிந்ததும் நாட்போக்கில் மறந்து போய் விட்டது. இருந்தும் பல ஆண்டுகள் கழித்து இன்று நினைவு வருகிறது என்றால், மன இடுக்கில் எங்கோ அது உறைந்து போயிருக்க வேண்டும் என்று நினைக்கிறேன். அழகான தங்க மீன்களுக்கு ஆயுசு கெட்டியில்லை.

மீன்பிடித்தல் ஒரு பிரியமான பொழுதுபோக்காய்ப் பலர் சிலாகித்துப் பேசுவதைப் பார்க்கலாம். ஆனால், நான் மீன் பிடிக்கப் போனதில்லை. ஒரே ஒரு முறை நண்பனோடு சென்ற ஒரு களியாட்டப் பூங்காவில் (amusement park) சிறு தொட்டியில் மீன்பிடித்துத் திரும்பத் தொட்டியில் எறிந்துவிடவேண்டும் என்னும் விளையாட்டு(?) பார்த்திருக்கிறேன். தூண்டிலிற் புழு ஒன்றைச் சிக்க வைத்துத் தொட்டியில் எறிந்து நண்பன் உற்சாகத்தோடு சிக்கிய மீனை வெளியே எடுத்துப் பார்த்தான். அவனுக்கும் அதுவே முதல்முறை மீன்பிடி அனுபவம். கொக்கியில் மாட்டிக் கிழிந்த புண்ணில் இரத்தம் வழியக் காற்றில் துடித்த மீனைப் பார்க்கையில் எங்கள் இருவருக்குமே பாவமாக இருந்தது. இனிமேல் வாழ்க்கையில் மீன்பிடிக்கப் போவதில்லை என்று நினைத்துக் கொண்டோம். பேசிக் கொண்டோம். அதன் பிறகு நான் மீன் பிடிக்கப் போகவில்லை. அவனும் போகவில்லை. போவதற்கு அவன் இருக்கவில்லை. அடுத்த வருடமே ஜமால் சில மருத்துவக் கோளாறால் மறைந்து போனான்

மீன்பிடிக்கப் போவதில்லை என்பதால் இப்போது மீனைப் பிடிக்காமல் போகவில்லை. சிறு வயதில் வீட்டில் மீன் சுட்டுத் தரும் நாட்களில் (பல்லாண்டுகளுக்கு ஒரு முறை என்றாலும்) அந்த நாற்றம் பிடிக்காமல் அன்று முழுதும் வீட்டை விட்டு வெளியே ஓடி இருக்கிறேன். ஈரோட்டுப் பெரும்பள்ளம் ஓடையொட்டிச் சாலையோரம் போட்டு வைத்திருக்கிற மீன்கள் அப்படி ஒன்றும்

சுவையானதாய் இருந்ததில்லை. நல்ல மீன்களை வாங்கக் கடலோரம் இருந்திருக்க வேண்டும் என்று தூத்துக்குடி மற்றும் சென்னை நண்பர்கள் பேசுவதைக் கேட்டு நினைத்திருக்கிறேன். வங்கக் கடலாய் இல்லாவிட்டாலும் பரவாயில்லை. குறைந்த பட்சம் 'கொடிவேரி'யில் நல்ல மீன் கிடைக்கிறதாம். சொல்கிறார்கள், பன்னிரு வருடங்களாக வாங்கிக் கொடுப்பார் யாரையும் தான் காணவில்லை!

நாற்றம் அடிக்காத மீன் வேண்டுமென்றால் 'கேட்ஃபிஷ்' (பூனை மீன்:) என்று அமெரிக்காவில் ஒன்று கிடைக்கிறது. அதை வாங்கி வந்தால், சும்மா புடலங்காய் வெட்டிச் சமைப்பது போலத் தான் இருக்கும். கொஞ்சம் புளி போட்டுக் குழம்பு வைக்கப் பத்து வருடங்களுக்கு முன்னர் ஒரு நண்பர் சொல்லிக் கொடுத்ததை வைத்து வாரா வாரம் உண்ட காலம் உண்டு. அதைத் தாண்டி எப்போதாவது சால்மன், டிலேப்பியா என்று போவது உண்டு. உடலுக்கு நல்லது என்று சொன்னாலும் அங்கும் சிலவற்றில் பாதரசம் (mercury) தேங்கிக் கிடக்கும் அது கெடுதல் என்ற பயமுறுத்தல் காரணமாக அந்தக் கொஞ்சமும் இப்போது குறைந்து போய்விட்டது. பண்ணையில் வளர்த்ததா (farm raised) படுகடலில் வளர்ந்ததா என்று பலதையும் பார்க்க வேண்டியிருக்கிறது.

போன மாதம் 'ஹோல் ஃபுட்சு' கடையில் உறைந்த பனிக்கட்டிகளின் மீது முழுதாய்ப் படுத்துக்கொண்டிருந்த மீன் ஒன்றைப் பார்த்தேன். நீலமீன் (Blue fish) என்று பெயர் கூட நன்றாகத் தான் இருந்தது. வாங்கினால் என்னவென்று தோன்றியது. கடைக்காரரே வெட்டிச் சுத்தம் செய்து கொடுத்து விடுவார் என்பதால் இன்னும் வேலை மிச்சம். எப்படி வெட்ட வேண்டும் என்று கேட்டவரிடம் சிறு சிறு துண்டுகளாக வெட்டச் சொன்னவன், தலையை என்ன செய்வது என்று கேட்டபோது, "நீங்களே வச்சுக்குங்க" என்று கால்வாசி மீனைக் கொடுத்துவிட்டு வந்துவிட்டேன்.

எதற்கு வம்பு? அப்புறம் அது தன் 'முழியாங்கண்ணை' வைத்துக் கொண்டு என்னைப் பார்க்கும். முறைக்கும். பேசும். பாவம் பாவம் என்று வாயில் அடித்துக் கொள்ளும். வெந்த மீன் துண்டையும் குழம்பையும் சுடுசோற்றோடு அள்ளிப் போட்டுக் கொள்வதை விட்டுவிட்டு இதெல்லாம் நமக்குத் தேவையா, சொல்லுங்கள்?

* * * *

பூளப்பூவும் புதுவருசப் பொங்கலும்

“ஆவாரையச் சாப்பிட்டாச் சாவாரையா'' ன்னு யாரோ சொன்னாங்கன்னு அம்மா சொன்னாங்க. தொலைபேசியில பேசுறப்போ இந்த வாரம் பொங்கலு வருதுன்னு அதுபத்தி ரெண்டு பழம பேசிக்கிட்டோம். “ஆவாரம்பூ, தல, பொடியெல்லாம் ஒடம்புக்கு ரொம்ப நல்லதாம்”.

மொதல்ல இந்த வருசம் பொங்கல் நாளான்னிக்கு (சனவரி 14) வருதுன்னு நெனச்சுக்கிட்டிருந்தேன். எப்பவும் அப்படித்தானே வரும்? பேசறப்போ, என்னமோ ஒரு இதுல மறந்துபோயி அது நாளைக்குன்னு நெனச்சுக்கிட்டு (இந்தியாவுல இன்னிக்கு), “இன்னிக்கு உங்களுக்குப் பொங்கலு!?”ன்னு பாதிக் கேள்வியும் பாதிச் செய்தியுமாச் சொல்லி வச்சேன்.

‘பொங்கலுக்கு என்ன பண்றீங்க, தீபாவளிக்கு என்ன பண்றீங்கன்னு கேக்குறதுக்கு.., குறிப்பா அம்மாக்கிட்டக் கேக்குறதுக்கு எப்பவுமே கொஞ்சம் தயக்கம். “என்ன பண்றம்? ரெண்டு சீவனு எப்பவும் போல ஒரு ஒழக்குப் போட்டுக் காச்சிக் குடிச்சுக்குறோம்” அப்படீம்பாங்க. இல்லாட்டி, “மக்க மருமக்க, புள்ள குட்டில்லாம் பக்கத்திலயா இருக்கு? ஒரு நோம்பி நொடின்னு கொண்டாட?” ம்பாங்க. சங்கட்டமாத் தான் இருக்கும். அவசரமாப் பேச்ச மாத்திருவேன். இல்லாட்டி நானும் எதாச்சுக்கும் வம்பு பேசுவேன். அதது நேரத்தப் போல. சில நாள் சரியாப் போயிரும். சில நாள் எச்சா வம்புல போயி முடியும். ஒத்த மகன பத்தாயிரம் மைல் தள்ளியிருக்குற தாயி எல்லாத்துக்கும் கஷ்டந்தான், புரியுது. இருந்தாலும்..

“ஊடு வாச முழுக்க வழிச்சுட்டுக்கிட்டுருந்தா”ன்னு சொன்ன அப்பா கிட்ட, “யாராவது ஆளு வரச்சொல்லிப் பண்ணியிருக்கலாமுல்ல”ன்னு சொல்லிக்கிட்டிருந்தேன். சிலநாளு அப்பா கூட சேந்துக்கிட்டு இப்படித்தான் ரெண்டுபேரும் ஏதாவது பேசுவோம்.

‘அப்பனும் மவனும் ரெண்டுபேரும் சேந்துக்குறீங்களா? என்னப் பத்தி என்னடா பேசறீங்க’ன்னு சண்டைக்கு வருவாங்க. அப்பா எதையும் கண்டுக்காத ஆளும்பாங்க அம்மா. “அப்படி இருக்குறதுனால தான் சக்கரையெல்லாம் கூட கொறஞ்சுட்டுதாட்ட இருக்குது. பரவால்ல போ. நாந்தான் அதையும் இதையும் போட்டு மனச ஒழப்பிக்கிட்டுக் கெடக்குறேன்”. டாக்டரு என்ன சொல்லீரு வாரோன்னு பயந்துக்கிட்டு அடுத்த மாசம் பாத்துக்கலாம்னு தள்ளி வச்சுக்கிட்டு இருக்காங்க. ஒரு மாசம் கழிச்சுப் போனாச் சக்கர தானா கொறஞ்சுடுமா?

* * * *

“இன்னும் காப்புக் கட்டே வல்ல. நாளைக்குத் தான் காப்புக்கட்டு. மறாநாளுத் தான் பொங்கலு”ன்னு அப்பா சொன்னாங்க.

இந்த வருசம் மாறிப் போச்சாட்டருக்குது. “காப்புக் கட்டுக்கு எல்லாம் வாங்கி வச்சிட்டீங்களா”ன்னு கேட்டேன்.

“என்ன வாங்குறது?”

“அதான். கட்டுக் கட்டா வேப்பந்தல. அப்புறம், அதென்ன பேரு?”

“ஓ! அதுவா. வேப்பந்தல. ஆவாரந்தல. அப்புறம் பூளப்பூவு. நாளைக்குப் போனாக் கூடயில கொண்டாருவாங்க. அப்ப வாங்கிக்கலாம்”

உதிர்ற பூளப்பூவத் தடவிக்கிட்டே, பூவுந்தலையும் சேந்த வாசத்த முகந்துக்குட்டு, ஊடு முச்சூடும் காப்புக் கட்டறதுக்கும், கட்டமுடியாத எடத்துல அப்படியே தூக்கிப் போடுறதுக்கும் அப்பச்சிங்கற தாத்தங்கூடப் பெரிய மனுசனாட்டம் வேல செஞ்ச சின்னவயசுக் காலமெல்லாம் கொஞ்சம் மங்கிப் போனாலும், ஒரு ஓரத்துல மனசுக்குள்ள எப்பவும் இருக்கும்.

“ஒரு மஞ்சக் கலருப் பூவு இருக்குமேங்மா. சின்னதா. அது என்ன?”

“அதாம்பா ஆவாரம்பூவு”

“நீங்க ஆவாரந்தலன்னு மட்டும் தான சொன்னீங்க. அதான் கேட்டேன்”

“இப்போல்லாம் வெறும் தல மட்டும் தான் கெடைக்குது. எங்காவது கிராமத்துப் பக்கம் போனா வேணாப் பூவு கெடைக்கும். இங்க கொண்டாரதுக்குல எல்லாம் உதுந்து போயி வெறும் தல மட்டும் தான் இருக்கும்”

அப்பத்தான் மேல சொன்ன மாதிரி ஆவாரம்பொடி பத்திச் சொன்னாங்க. தமிழ்க் கலாச்சாரத்துல ஆவாரம்பூவுக்கு நெறயா எடமிருக்குங்கறது ஒரு முற கூகுள் பண்ணினாத் தெரியுது. பூளப்பூன்னு தேடினாத் தான் அதிகம் ஒண்ணயுங்காணோம். நானே இந்தப் பேரெல்லாம் மறந்து போயிட்டேன். நாளைக்கு எம்பொண்ணுக எப்படித் தெரிஞ்சுக்குவாங்க?

இப்போல்லாம் நாட்டு மருந்துக் கடையில ஆவாரம்பொடின்னே கெடைக்குதுன்னும், பக்கத்துத் தெரு பிரேமாக்கா ஒரு டப்பா வாங்கியாந்தவங்க, அதுல பாதிய குடுத்தாங்கன்னும், அத ஒரு நா பாசிப்பருப்புக் கொழம்புக்குள்ளயும் இன்னொருநா சாம்பாருக் குள்ளயுமோ என்னமோ போட்டுச் சாப்பிட்டோம்னும் அம்மா சொன்னாங்க.

நான் கருவேப்பிலப் பொடி சாப்பிட்டிருக்கேன். ஆவாரம்பொடி சாப்பிட்டதில்லையே. ஒரு நாளைக்கி அதையும் சாப்பிட்டுப் பாக்கணும்னு நெனச்சிக்கிட்டே, “ஆவாரம்பொடி கெடக்குது உடுங்க, உங்க பேத்திமாருக்கெல்லாம் கரும்பு தான் வேணுமாம். அதுக்காகவே இந்தியாவுக்கு வரணும்னுக்கிட்டு இருக்காங்க”ன்னு சொன்னேன்.

“அடப் பாவமே! அங்கயெல்லாம் கரும்பு கெடைக்காதா?”

‘பொங்கலுக்கு அங்கயெல்லாம் உங்களுக்கு லீவு இல்லியா’ன்னு கேக்கறவங்க கரும்பு கெடைக்காதுன்னு தெரியாம இருக்கறதுல ஆச்சரியமொன்னும் இல்ல தான்.

“நீங்க இங்க வரும்போது கரும்புச் சீசன் எல்லாம் முடிஞ்சு போயிரும். அப்ப எங்க போயி வாங்கறது?”

சூன், சூலை எப்பவாச்சும் போலாம்னுட்டு இருக்கோம். நாங்க முடிவு பண்றதுக்குள்ள டிக்குட்டு எல்லாம் வித்துப் போயிருமாட்ட இருக்குது.

“இங்கிருந்து குடுத்துடற மாதிரி சாமானா இருந்தாக் கூடப் பரவால்ல!” இப்படியாக் கறும்ப எப்படி ஏத்துமதி பண்ணலாம்னு யோசிக்க ஆரம்பிச்சவங்களத் திக்கு மாத்திக் கடல வியாபாரத்துக்குக் கொண்டு வந்தேன்.

“சரி. கரும்ப உடுங்க. எப்பவாவது கெடச்சா பச்சக் கடல வேணா வாங்கி வையுங்க. வேக வெச்ச கடல சாப்பிடறதுக்கும் இவங்களுக்குப் புடிக்கும். இங்க பொதுவா வறுத்த கடல தான் கெடைக்கும்”

அப்பா அம்மா எல்லாம் அவங்க அய்யங்காலத்துலயே காடு வெள்ளாம இதெல்லாம் உட்டுப்போட்டு டவுனுப் பக்கமா வந்துட்டாங்க. முன்னாடில்லாம், ஊரு சேதின்னு போனா,

காட்டுக்கம்பு, தட்டப்பயிறு, கடலக்கொட்டன்னு மஞ்சப் பை நெறயா வாங்கீட்டு வருவாங்க. இன்னிக்கு, "அதுக்கென்ன? நீங்க வரப்போ எங்க கெடச்சாலும் வேணுங்கறத வாங்கியாந்து தரேன்"னு சொன்னாங்க.

கம்பும் பயிறும் கடலையும் மட்டுமில்ல. நெல்லும், தேங்காயும், கரும்பும், மஞ்சளும், (ஆவாரையும்), இன்னும் எல்லாத்தையும் கொடுக்கிற நம்ம பூமிக்கு நன்றி சொல்லத் தான பொங்கலு வச்சுச் சாமி கும்பிடறோம். இன்னிக்கு நாம நேராப் பயிர் பண்ணாட்டி என்ன? பண்ணறவங்க பண்ணினாத் தானே மத்தவங்க வயித்துப்பாட்டுக்கு ஆச்சு. நம்ம பூமித் தாய்க்கும், இன்னும் ஒழவுத் தொழில் பண்ணிட்டிருக்கறவங்களுக்கும், அவங்களுக்கு உதவுற காத்து, தண்ணி, சூரியன் இப்படியான எல்லா இயற்கைச் சாமிகளுக்கும், மனுசஞ் சாப்பிடறதுக்காகத் தானும் உழைக்குற மாடு, கன்னு, ஆடுகளுக்கும் சேத்து நன்றி சொல்லி வாழ்த்திக் கலாம். பொங்கலோ பொங்கல்!

பயிர் பண்ணி, அறுவட முடிச்சுட்டு, இனி வர்ற வருசத்துக்குப் புத்துணர்ச்சியச் சேக்கிற அறுவடைத் திருநாள, பழசெல்லாம் ஒழிச்சுட்டுப் புதுசா தொடங்குற ஒருநாள, புது வருசத்தின் பொறப்பாவும் நெனைக்கிறது இயல்பான ஒண்ணு தான? அதனால, இனிமேலு தமிழ்ப்புத்தாண்டத் தை ஒண்ணுல இருந்து ஆரம்பிக்கலாம்னு மாத்தப் போறாங்களாம். நல்லது தான். தை பொறந்தா வழி பொறக்கும்பாங்க. இனிமே தை பொறந்தாப் புது வருசமும் பொறக்குதப்போவ்!

* * * *

ராசா வேசம் கலைஞ்சு போச்சு

பட்டக்காரர் தோட்டத்துக்குப் பின்னாடி இருக்குற எஸ்கேஎம் முட்டக்கடையில ஒடஞ்ச முட்டையப் பாதி வெலைக்கு வாங்கிச் சாப்பிட்ட கதையப் போன மாசம் ஒருநா எம்பொண்ணுங்க கிட்டச் சொல்லிக்கிட்டிருந்தேன். ரொம்ப ஒடைஞ்ச முட்டைன்னா ஒரு தூக்குப் போசில ஒடச்சு ஊத்துவாங்க. அதுக்கு இன்னும் கொஞ்சம் வெல கம்மி. இந்த ஒடஞ்ச முட்டை வாங்குற சொகுசும் எப்பவாச்சியுந்தான் கெடைக்கும். நெனச்சப்பவெல்லாம் பிரிஜ்ஜத் தொறந்து ரெவ்வெண்டு முட்டை ஒடச்சு, சுட்டோ வறுத்தோ சாப்பிட முடியற இந்தக் காலத்துல எதுக்கு அந்தப் பழங்கதை எல்லாம் சொல்லோணும்னு தோணுனாலும், காசு பணத்துல சூதானமா இருக்கக் கத்துக்கணும்னு அவங்களுக்கு யாரு சொல்லித் தர்றது?

அவங்க வளர்ற இந்த அமெரிக்க மண்ணோட அரசாங்கம் நிச்சயமா அதுக்கு உதவப் போறதில்ல. போன வாரஞ் செய்தி கேட்டுருப்பீங்க. என்னமோ நூத்தியம்பது பில்லியன் கணக்குல மக்களுக்கு வரிப்பணத்தத் திருப்பித் தரப்போறாங்களாம். எதுக்குன்னு கேக்கறீங்களா? பொருளாதாரஞ் சரியில்ல. போயி செலவு பண்ணுங்க அய்யா/அம்மான்னு கொஞ்சம் போட்டுக் குடுக்குறாங்க! வரவுக்குள்ள செலவு பண்ணு, முடிஞ்சதச் சேத்து வைய்யுன்னு அறிவு சொல்றத விட்டுப்புட்டு வரவப் பத்தி எதும் பேசாம, கவலப் படாம, சும்மா செலவு பண்ணு செலவு பண்ணுன்னு அவங்கதான் சொல்றாங்கன்னா, இந்த மக்களுக்கும் புத்தி எந்தூருக்குப் போச்சுன்னு தெரியல்ல!

நான் வளந்த காலத்துல எங்காத்தாவும் (அம்மாயி) எனக்கு இப்படிக் கொஞ்சம் கதைங்க சொன்னதுண்டு. கிராமத்துல வெவசாயம் பாத்துக்கிட்டிருந்தவங்க மழையே இல்லைன்னு வெவசாயம் படுத்துக்குட்டப்போ, சில நாளு மூணு வேள சாப்பாட்டுக்குக் கூட வழியில்லாமக் கஷ்டப்பட்ட கதையையும், நெல்லஞ் சோத்துக் கெல்லாம் வழியில்லைன்னு களி கம்மஞ்சோறு சோளச்சோறுன்னும்

சாப்பிட்ட கதையும் சொல்லி இருக்காங்க. அவங்களும் இப்போ என்னை மாதிரி தான் எதுக்குப் பழங்கதைன்னு அடிக்கடி சொன்னதில்லை. ஆனாலும் பச்ச மண்ணு பாருங்க, மனசுல நல்லா ஒட்டிக்குச்சு.

எனக்குக் கெடச்ச அந்தப் பாடத்த நான் எம்பொண்ணுங்களுக்கும் சொல்லணும்னு ஆசை. வேற ஒண்ணுமில்லீங்க. இன்னிக்கு வசதியா இருக்க முடியுதுன்னாலும், நாம வந்த வழிய மறக்கக்கூடாதுங்கறது ஒண்ணு. நம்மளப் போல இல்லாம இன்னும் வசதிக்குறைவா எத்தனையோ பேர் இருக்காங்கங்கறத ஞாபகத்துல வச்சுக்கரது ஒண்ணு. நேரடியா அதுக்கெல்லாம் முழுசா உதவ முடியாட்டியும், கொறஞ்சபட்சம் அந்த நெலைய எல்லாம் மனசுக்குள்ளயாவது நெனச்சுப் பாக்கணும்னு நான் நெனைக்கிறேன்.

* * * *

இந்த ஊர்ல கொஞ்சம் வேற மாதிரியாத் தான் வேல செய்யுது. ஒரு மாதிரி புரியவுஞ் செய்யுது. நாம செலவு பண்ணி எதையாச்சும் வாங்குனோம்னா, அதை வித்தவனுக்குக் கொஞ்சம் லாபம். அந்த லாபத்துல அவன் செலவு செய்வான். வேலைக்கு ரெண்டாளு வப்பான். அவங்களுக்குச் சம்பளம் கெடைக்கும். சம்பளம் ஒயரும். அப்புறம் அவங்க செலவு செய்வாங்க.. இப்படியே எல்லாரும் நல்லா இருக்கலாம்.

இதுல முக்கியமான ஒண்ண மறந்துட்டாங்களா இல்ல இவங்களுக்குத் தெரியாமப் போச்சான்னு தெரியல்ல. செலவு செய்யறதெல்லாம் சரிதான். ஆனா இருக்கறதுல இருந்து செலவு செய்யணும்னு யாரும் சொல்லாம உட்டுட்டாங்க. அத விட மோசம், இல்லாட்டியும் பரவால்ல, கடன வாங்கிச் செலவு பண்ணுங்க, எவ்வளவு வேணும் சொல்லுங்க நான் தர்றேன் நான் தர்றேன்னு போட்டி போட்டுக்குட்டுக் குடுத்தாங்க. மாசா மாசம் சும்மா ஒரு பேச்சுக்குக் கொஞ்சத்த மட்டும் திருப்பிக் கட்டுங்க. மிச்சத்துக்கு வட்டி போட்டு, வட்டிக்கு குட்டி போட்டுக் கணக்குல வச்சுக்கலாம், மெதுவாக் கட்டுங்கன்னு கண்ணைக் கட்டி உட்டுட்டாங்க. சரி, கடன் அட்டை தான் இருக்குதுல்ல, சும்மா தேயற வரைக்கும் தேய்ச்சுப் போடு கண்ணுன்னு இவங்களும் கண்ணுமண்ணு பாக்காமச் செலவு செஞ்சுடறாங்க.

கடன்ங்கறதே கெட்ட வார்த்தைன்னு நான் சொல்லலீங்க. அப்புறம் செலவே பண்ணாமக் கஞ்சத்தனம் பண்ணனும்னும் நான் சொல்ல வரல. முக்கியமான விசயத்துக்குச் செலவு பண்ணுங்க. இருக்கறதுல செலவு பண்ணுங்க. சிலதுக்கெல்லாம் கடன வாங்கிக் கூடச் செலவு

பண்ணலாம். ஆனா அது எதெதுக்குன்னு ஒரு மொறை இருக்குதுல்லீங்களா! ஒவ்வொருத்துருக்கும் இதுல கொஞ்சம் வேறுபாடு இருக்குந்தான். இருந்தாலும் பொதுவாச் சொன்னா, ஒரு தொழில் பண்றதுக்கோ, கடகண்ணி வக்கிறதுக்கோ, படிப்புக்கோ, இல்ல வீடு கீடு கட்டறதுக்கோ, பின்னால வருமானம் வர்ற மாதிரியான ஒரு மொதலீட்டுக்கோ இப்படியான விசயத்துக்குக் கடன் வாங்கலாம் தான்.

'நமக்குன்னு ஒரு கூரை' அப்படீன்னு சொந்தமா வீடு வாங்கறது இங்க அமெரிக்காவுல எல்லாத்துக்கும் ஒரு கனவு மாதிரின்னு சொல்லுவாங்க. அதுக்கு முப்பது வருசக் கடன்னு எல்லாரும் வாங்கறது சகசம் தான். திருப்பிக் கட்டறதுல அசலும் வட்டியும் சேந்த தவணையா மாசம் இவ்வளவுன்னு கணக்குப் போட்டுச் சொல்லிருவாங்க. மொதல்ல எல்லாம் ஒவ்வொருத்தர் நெலமையையும் பாத்து இவருக்கு மாசம் இவ்வளவு தொகையக் கட்டர வசதி இருக்கான்னு பாத்துத் தான் கடன் குடுப்பாங்க. அதிலயும், வீட்டு வெல நூறு ரூவாய்ன்னா, நீ இருவது ரூவா போடு, மிச்சம் எம்பது ரூவாய நான் கடனாக் குடுக்குறேன்னு கண்டிசனெல்லாம் போடுவாங்க.

இங்க தாங்க பிரச்சனை ஆரம்பிச்சுது. மக்கள் செலவு செஞ்சுக்கிட்டே இருந்தாத் தானே இங்க பொருளாதாரம் பெருகும். வீடு வாங்கிக்கிட்டே இருக்கறதும் முக்கியமாகுதே. வாங்க முடியாதவங்களுக்கு என்ன பண்றது? சரிப்பா, நீ இருவது ரூவா தரவேண்டாம். பத்து ரூவா குடு. நான் எம்பது ரூவாய்க்கு ஒரு கடனும், மிச்சம் பத்துக்கு இன்னொரு கடனுமாத் தர்றேன். என்ன? அந்த ரெண்டாவது கடனுக்கு வட்டி கொஞ்சம் அதிகம் கட்டணும். அவ்வளவு தான். அப்படீன்னாங்க. கொஞ்ச நாளுப் போயி, சரி உடு, எம்பது ரூவாய்க்கு மொதக் கடனும், மிச்சம் இருவது ரூவாய்க்கு ரெண்டாவது கடனும் தரேன்னாங்க. நயா பைசாக் கையில இல்லாம வீடு வாங்கிரலாம். அப்புறம் கொஞ்சம் நாளு போயி, நூறு ரூவாய்க்குப் பதிலா, பத்து ரூவா சேத்தி நூத்திப்பத்தாக் கடன் குடுக்குறேன். வீடு வாங்குனாப் போதுமா? அதுக்குக் கொஞ்சம் சோபா, கட்டில், டீவீன்னு சாமான் வாங்கக் காசுக்கு நீங்க என்ன பண்ணுவீங்க, வச்சுக்குங்கன்னு சேத்திக் குடுத்தாங்க. வட்டி மட்டும் எச்சாப் போட்டுக்கலாம்னாங்க.

அட, கிறுக்குப் பய புள்ளைக சில பேருக்கு எங்க விசயம் தெரியுது? வட்டியப் பத்தி என்ன சொன்னா என்ன? என்னால மாசம் இவ்வளவு தான் கட்ட முடியும். அதுக்கு என்ன பன்றது சொல்லுன்னு நின்னாங்க. இவ்வளவு தானா விசயம். சரி ஒண்ணு பண்ணலாம்.

முப்பது வருசக் கடன், ஒரே வட்டிக்கணக்குன்னு இல்லாம, மொத அஞ்சு வருசம் வட்டியக் கொறச்சுக்கலாம். அப்புறம் வருசா வருசம் சந்தையப் பொருத்து வட்டி மாறும்னாங்க. இப்பத்திக்கு மாசத் தவணை கட்ட முடியுதா, சரி சரின்னு பூம்பூம் மாடு மாதிரி தலய ஆட்டிட்டுக் காட்டுன எடத்துல கையெழுத்தப் போட்டுட்டுச் சொந்த வீட்டுக்குக் குடிபோயிட்டாங்க கடங்கார மகராசனுங்க. அஞ்சு வருசத்துல வட்டி ரெட்டிப்பாகும்ங்கறதப் பத்தி எல்லாம் அப்புறம் கவலப் பட்டுக்கலாம். இப்போதைக்கு இன்னும் ரெண்டு கடனட்டை வாங்கித் தேச்சு வாங்கிப்போட்ட வீட்டுக்கு அழகுச் சாமான் வாங்கி அடுக்கலாம்னு யோசிக்கவே அவங்களுக்கு நேரம் சரியா இருந்துச்சு.

இதுக்கெல்லாம் நடுவுல பெரியண்ணன் ஒருத்தரு இருக்காரு. மத்தியில வங்கி வச்சுக்கிட்டு, வட்டிக்கணக்குல ஏத்தம் இறக்கம் பண்ணிக்கிட்டுப் பொருளாதாரத்த நாம அசச்சுப் புடலாம்னு அவரு அங்க உக்காந்துக்கிட்டு ப்லூன் ஊதி விளையாடிக்கிட்டு இருப்பாரு. அதோட, வீட்டுக்கடன் வட்டிக்கு வரிச்சலுகைன்னு அரசாங்கம் சொல்றதுனால, ஒரு ரூவாய்க்கு முப்பது பைசா திரும்பி வருதே அதனால பெரிய கடனா வாங்கி அதிக நாள் வச்சிருந்தா நிறைய வரிச்சலுகை கெடைக்கும்னு மயங்குவாங்க. ஏங்க, அதையே கொஞ்சம் சீக்கிரம் கட்டி முடிச்சிட்டீங்கன்னா ஒரு ரூவாய்க்கு ஒரு ரூவாய் உங்க கைல இருக்குமேன்னு சொல்லிப் பாருங்க. பாதிப் பேருக்குப் புரியாது!

வட்டிக் விகிதம் கொறயரப்போ, மாசத் தவணை கொறையும். அதனால, ஏனுங்க நீங்க கொஞ்சம் பெரிய வீடாப் பாருங்களேன்னாங்க. விக்கரவனுக்கென்ன? பெரிசா வித்தா பெரிய லாபம். கடன் குடுக்குறவனுக்கென்ன? பெரிய கடன்னா நெறயா கமிசன். வாங்கறவனுக்குல்ல அறிவு வேல செஞ்சிருக்கணும்? அளவுக்கு மிஞ்சி வாங்கிப் போடுவாங்க.

சில பேரு இதையே ஒரு தொழிலாப் பண்ணிரலாமேன்னு தெரிஞ்சே பெருசா வாங்கினாங்க. கொஞ்ச நாள் இருந்துட்டு நல்ல லாபத்துக்கு வித்துடலாம்னு கணக்குப் போட்டு வாங்குனாங்க. சிக்கலான விசயம்னாலும் கொஞ்ச நாளைக்கு நல்லா வேல செஞ்சுது. அதுல பாருங்க. இது கொஞ்சம் சூதாட்டமாட்டப் போயிருச்சு. வெலை ஏறிக்கிட்டே இருந்தாச் சரி தான். திடீர்னு வெல கொறஞ்சுட்டுதுன்னா மொதலுக்கே மோசமாயிடுங்களே!

இதுல இன்னொரு கொடுமை என்னன்னா, நீங்க நூறு ரூவாய்க்கு வாங்குன வீடு சந்தைல ஒரு வருசத்துல நூத்திப்பத்து ரூவாய்க்குப் போற மாதிரி இருக்கும். அதனால, அந்த மதிப்புக்கு ஈடா இன்னும் கொஞ்சம் கடன் தர்றோம். எதுக்கு வேணாப் பயன்படுத்திக்கோங்க.

ரொம்பக் கஷ்டப்பட்டு வீட்ட வாங்கீருப்பீங்க. போய் ஜாலியா ஒரு சுற்றுலா போயிட்டு வாங்க. நல்லா செலவு பண்ணுங்க (அப்பத்தான பொருளாதாரமும் நல்லா இருக்கும்!), பணத்தப் பத்திக் கவலப் படாதீங்க. உங்க வீட்டு மதிப்பு மேல கடன் தர்றோம்னாங்க. ஏங்க அடுத்த மாசம் வெல கொறஞ்சு போச்சுன்னா என்ன பண்றதுன்னு கேள்வி கேக்காம, மந்திரிச்சுட்ட பொம்மைங்க மாதிரி அவங்க சொன்னதக் கேட்டுச் செலவு செஞ்சாச்சு. கடசியில என்ன ஆச்சு?

வீட்டு வெல கொறஞ்சு போச்சு டும் டும் டும்..
வட்டிக்கணக்கு ஏறிப்போச்சு டும் டும் டும்..
டாலர் மதிப்பு கொறஞ்சு போச்சு டும் டும் டும்..
வேல எல்லாம் வெளிய போச்சு டும் டும் டும்..

இப்போ கடன் வாங்குனவனுக்கு மட்டுமில்லாமக் கொடுத்த வனுக்கும் மொட்டத் தலைக்கு முக்காட்டுத் துண்டு தான் கெடச்சுது. கட்ட முடியாதவன் என்ன பண்ணுவான்? வீட்ட வச்சுக்க ஆள உடுன்னு போறான். இப்படியே நெறயா வீட்டு நெலமை ஆகிப் போயி அதுனால வீட்டு வெல கொறஞ்சு போச்சு. மதிப்பு மேல கடன் வாங்குனவன் வாங்குனதக் கட்ட முடியல்லே. கடன் கொடுத்த வங்கிக்காரன் இதையெல்லாம் இழப்பாக் கணக்கு காட்ட வேண்டியிருக்கு. அவங்க லாபத்த அது பாதிக்கிறதுனால பங்குச் சந்தை கொறயுது. அப்படியே ஒரு தொடர் சங்கிலியாட்டம் பாதிப்புக் கதை தொடருது. எங்கயோ தேளு கொட்டி எல்லா எடத்துலயும் நெறி கட்டிக்குச்சு.

ஒரு சுழல்லே மேல மேல போற ஒண்ணு, அதே மாதிரி சுழல்ல கீழ கீழ போறதுக்கும் வாய்ப்பிருக்குன்னு இத வச்சுத் தெரிஞ்சுக்கலாம்.

எல்லாத்தையும் சரி செய்யறதுக்கு என்ன பண்ணனும்னு யோசிச்ச அண்ணன்மாருங்க நூத்தியம்பது பில்லியன் டாலரு மக்களுக்குத் தராங்களாம். செலவு செய்யக் காசிருந்தா போதும், சொர்க்கம் தான்னு சொல்றாங்க. இவங்கள நம்புனா வேலைக்காவாது. எதுக்கும், நீங்க முட்டக் கட மொதலாளியாவே இருந்திருந்தாலும், எப்படி ஒடஞ்ச முட்டை சாப்பிட்டு வளந்தீங்கன்னு ஒரு கதையையாச்சும் உங்க கண்மணிங்களுக்குச் சொல்லிக் குடுங்க.

* * * *

எண்ண உருவகங்களும் அன்பே சிவமும்

‘டிரேடர் ஜோ’வில் இருந்து ரெண்டேகால் டாலருக்கு வாங்கிய ‘பஞ்சாபிச் சோலே’வும், வேறு கடையொன்றின் ‘நேச்சுர் வேளி’ ‘டொர்ட்டியா’வில் ரெண்டும் நுண்ணலை அடுப்பில் சூடுபடுத்திக் கொண்டு தொலைக்காட்சிப் பெட்டியின் முன்னமர்ந்து ‘நெட்பிலிக்சில்’ இருந்து வந்திருந்த ‘அன்பே சிவம்’ படத்தைப் போட்டுக் கொண்டு ஆற அமர்ந்திருந்தேன். மனைவி மக்கள் தூர தேசத்தில். தொடர்ந்த ஓட்டத்தின் இடையே இன்று சிறு ஓய்வு.

பாரடைம் (Paradigm) என்னும் சொல்லைச் சில ஆண்டுகள் முன்னர் ‘சிடீவன் கோவி’யின் பேச்சு ஒன்றின் மூலம் அறிந்து கொண்டேன். அது ஒரு சிந்திக்க வைத்த சொல்லும் பொருளுமாய் இருந்தது. தமிழில் அகரமுதலி ஒன்று அதனை ‘அடுக்குமுறை’ என்று சொன்னது பொருத்தமாகத் தெரியவில்லை. ஒரு பொருளை, நிகழ்வை, இயல்பை, இருத்தலைப் பார்க்கும் எண்ண முறை அல்லது எண்ணப் படிமம் என்று சொல்லலாம். எளிதாய் இதனை உருவகம் என்றே சொல்லலாமோ? இலக்கண உருவகத்தில் இருந்து வேறுபடுத்த எண்ண உருவகம் என்று இப்போதைக்குச் சொல்லிக் கொள்கிறேன். பலக்கிய ஒன்றைக் காட்டித் தர எளிதான ஒன்றைக் காட்டிச் சொல்வது வெகு இயல்பாய் மனிதனுக்கு அமைந்து போயிருக்கிறது. பிறர் காட்டுவது தவிர அவரவர் பார்வையுமே அப்படித் தெரிந்த ஒன்றின் மேல் ஏற்றித் தெரியாத ஒன்றைப் புரிந்து கொள்ள முயல்கிறது. வண்ணக் காகிதம் வழியே தோன்றும் காட்சி காகித நிறத்தைப் பொருத்து மாறுவது போலவே ஏற்கும் உருவகத்தைப் பொருத்துச் சிந்தனைகளும் சித்தாந்தங்களும் கூட மாறுபடுகின்றன.

உருவகத்தின் ஊடாக ஒன்றை நாம் பார்க்கும் பார்வை அந்த ஒன்றை வேறுபடுத்திக் காட்டும் என்றால், மெய்யானது என்பது தான் என்ன? உருவகத்திற்கு இந்த ஆற்றல் எங்கிருந்து வந்தது? ‘உருவகத்திற்கு இந்த ஆற்றல்’ என்று நாம் எண்ணும் போதே அந்த உருவகத்திற்கும் ஒரு உருவகத்தை ஏற்படுத்திக் கொள்கிறோம். உருவகம்

என்பது நம் மனதின் பார்வை என்று சொன்னாலும் அதுவும் உருவகம் தானே!

தொடர்ந்த ஓட்டத்திற்கிடையே ஓய்வு என்று நான் சொன்னதும் ஒரு உருவகம் தான். நின்று யோசிக்க வேண்டும் என்கிற தொடர்ச்சியான சிந்தனை அதனில் இருந்து எழுகிறது. அல்லது எதையும் யோசிக்காமல், ஓடாமல், சற்றே ஓய்வாய் இருக்கலாம் என்றும் எண்ண வைக்கிறது. வாழ்க்கை என்பது ஒரு போராட்டம் என்று தன் கோணத்தை முன்வைக்கிறது கீதை. அந்தக் கோணத்தில் பார்த்தால் வாழ்க்கையும் அதன் சிக்கல்களும் அதில் வெற்றி பெற வேண்டும் என்கிற இலக்கும், வெற்றியில் களிப்பும், தோல்வியில் வலியுமாக வாழ்க்கை நம் முன்னே விரியும். சில சமயங்களில் அவை நமக்கு உதவலாம். ஆனால் போராட்டமில்லாத வாழ்க்கையை நாம் பெற, வாழ்க்கை என்பது போராட்டம் என்னும் உருவகத்தில் இருந்து நாம் விடுபட வேண்டும். வாழ்க்கை என்பது ஒரு பயணம் போன்றது என்பதும் இன்னொரு உருவகம் தான். அதன் மேடு பள்ளங்களும், இடையில் சந்திக்கும் பயணிகளும் என்று இவ்வுருவகம் அடுத்தடுத்த அடுக்குகளுக்கு இட்டுச் செல்லும். போராட்டம் என்பதை விடப் பயணம் என்கிற பார்வை வேறு தளங்களைக் காட்டும்.

இரு வேறு உருவகங்களுள் ஒன்றை விட ஒன்று மேம்பட்டது என்பதில்லை. அது வேறு இது வேறு. அவ்வளவு தான். இவற்றின் வழியே பார்க்கும் பார்வையும் அடுத்தடுத்து அமைந்து விடும் படிமங்களும் வேறானவை. நம்மை வேறு வகையாய் யோசிக்க வைப்பவை. அதை நாம் அறிந்து கொள்ள வேண்டும். அவ்வளவே. ஒன்றைப் புரிந்து கொள்ள உருவகம் உதவுகிறது எனும்போது, அந்த ஒன்றின் உண்மைப் பொருளை எட்ட எல்லா உருவகங்களில் இருந்தும் விடுபட வேண்டுமோ என்பது ஒரு முரணாய்த் தெரிகிறது. ஓட்டமாக, போராட்டமாக, பயணமாக இல்லாத வாழ்க்கையை வாழ்க்கையாக மட்டும் எப்படிப் பார்ப்பது?

போராட்டமே வாழ்க்கை என்பதையும் அன்பே சிவம் தொள்ளாயிரத்துப் பத்து ரூவாய் கூலிக்கு வேலை செய்யும் தொழிலாளர்களை வைத்துக் காட்டிவிட்டுச் சிறிதாகக் கம்யூனிசத்தையும் காதலோடு ஒப்பிட்டுக் காட்டிச் செல்வது சுவாரசியமானது. "கம்யூனிசமும் காதலைப் போன்றது தான், ஒரு உணர்ச்சி".

* * * *

கணினியும், வலையும், இணையமும் ஒரு வகையில் சிறை என்னும் உருவகத்தைச் சில நாளாய் நான் யோசித்து வருகிறேன். வளரும்

நுட்பங்களும், வசதிகளும், மனிதனை வசதியாக வாழ வைக்கின்றனவா, இல்லை வேறுபட்ட கட்டுகளுக்குள் சிக்க வைக்கின்றனவா என்பது யோசிக்க வேண்டிய விசயம். மேம்பட்ட உலாவிகளின் பல பட்டி (multiple tabs) வசதிக்குள் ஒன்று மாற்றி ஒன்றாக எழுந்து செல்ல முடியாதபடி நம்மைக் கட்டிப் போட்டு வைப்பதைச் சிறை என்றல்லாமல் எப்படிச் சொல்வது? ஒருவேளை போதை என்று சிலர் சொல்லலாம். இல்லை 'ஹோல் புட்ஸ்'இல் ஒரு நாள் சந்தித்த வண்ணதாசனைப் படித்த நண்பர் சொன்னது போல் 'லாகிரி' என்று வேண்டுமானாலும் சொல்லலாம். ஆனால், அந்த லாகிரி நண்பரைச் சந்திக்க வைத்ததும் இதே கணி, வலை, இணையம் என்கிற போது இவற்றை மொத்தமாகச் சிறை என்று ஒதுக்கிவிடவும் முடியவில்லை. ஆக, இங்கும் முரணே மிஞ்சுகிறது.

சிறை அல்ல இவையென்று விளக்கவும், விளங்கிக் கொள்ளவுமே கூடக் கணினியைக் கொஞ்சம் விலகினேன் இன்று. அன்பே சிவம் படத்தால் கூடக் கட்டுண்டு கிடக்க வேண்டாம் என்று இடைவேளையில் நிறுத்தி விட்டு வெளியே களை பறிக்கப் போனேன். களையை வைத்து ஆயிரம் உருவகங்கள் சொல்லலாம் என்னும் சலனத்தைத் தவிர்த்துக் கொள்கிறேன். எந்த உருவகங்களும் இல்லாமல் இரண்டு மணி நேரம் உடலைப் பயின்றுவிட்டு வந்தது நன்றாக இருந்தது. உடல் உழைப்பின் காரணமாய் நன்றாக இருந்தது மனதுக்காயின், உடல் மனம் இணையும் புள்ளி எங்கே என்பதை எப்படி எந்த உருவகத்தைக் கொண்டு பார்ப்பது?

மலைப்பாறையில் விழுந்து நொறுங்கும் பேருந்தில் இருந்து இரவுணவின் போது தொடரச் சொன்ன அன்பே சிவம் தொடர்ந்தது.

முன்பொரு காலத்தில் நீயும் பொம்மை நானும் பொம்மை என்ற உருவகத்தை நமக்குத் தந்திருந்த தமிழ்ப்பட உலகில் இன்று நீயும் கடவுள் நானும் கடவுள் நினைத்துப் பார்த்தால் எல்லாரும் கடவுள் என்னும் உருவகத்தை மாற்றிச் சொல்லித் தந்திருக்கிறது அன்பே சிவம். இரண்டு வேறுபட்ட சிந்தனைகள். கட்டின்றிச் செலுத்தப்படும் இயல்பை பொம்மைக்கு ஒத்ததாகக் காட்டி நம் கையில் என்ன இருக்கிறது எல்லாம் ஊழ்வினை தான், கவலைப்படாதே என்னும் ஆறுதலை ஒன்று சொல்லுகிறது. அந்தக் கடவுளையே கூட ஒரு பொம்மை என்று சொல்வதன் மூலம் ஒரு புறம் மேலும் சிந்திக்க வைக்கிறது.

நடப்பவை எல்லாம் அதனதன் விதிப்படியே நடக்கின்றன என்னும் ஊழ்வினையை ஒட்டிய சிந்தனைகள் தமிழ் இலக்கிய வழியே நிறையக் கிடக்கிறது.

இரா. செல்வராசு ♦

“வகுத்தான் வகுத்த வகையல்லால் கோடி
தொகுத்தார்க்கும் துய்த்தல் அறிது”

என்பது பரவலாய் அறியப்பட்ட ஒரு குறளாய் இருக்கிறது. அன்பே சிவம் அதனை மாற்றி, கடவுள் என்பது வேறு ஒன்றல்ல; அது நீயும், நானும், உனக்குள்ளும் எனக்குள்ளும் இருக்கிற அன்பும், நல்ல உள்ளமும் தான் என்னும் வேறொரு உருவகத்தை, சிந்தனையைத் தந்து செல்வதும் நன்றாக இருக்கிறது. தானாய்ச் செலுத்தப்படும் பொம்மைகள் அல்ல, தாமாய்ச் செதுக்கத் தெரிந்த சிற்பிகள் நாம் என்பது இன்னும் கொஞ்சம் சுய சக்தியைத் தருவது போல் இருக்கிறது. எங்கள் வீட்டு நந்திதாவிடம் நீதான் கடவுள் என்று சின்ன வயதில் சொல்லியதைப் புரிந்தும் புரியாமலும் பல நாட்கள் நம்பியிருந்தாள். அல்லது அவளுக்கு என்ன புரிந்திருந்தது புரியாதிருந்தது என்பது எங்களுக்குப் புரியாதிருந்தது. குழந்தையும் தெய்வமும் ஒன்று என்பார்களே! ஒன்றைப் போன்றே தான் மற்றதையும் சரியாகப் புரிந்து கொள்ள முடிவதில்லை.

கடவுளைப் பற்றிய ஒரு தத்துவத்தையும், மனித நேயத்தையும் ஒரு நல்ல கதையினூடாக, காதலினூடாகச் சொல்லிவிட்டு அன்பே சிவம் ஆடியாடி நடந்தபடி ஒரு நாயுடன் சாலையில் போய்க் கொண்டிருந்தது. மனசு பொங்கிக் கண்களில் வழிந்தது. யாருமற்ற சுதந்திரத்தில் கண்களை மறைக்க வேண்டிய அவசியமின்றி இரண்டு சொட்டுக்களைக் கட்டின்றி வழியக் கூட விட்டு விட்டேன். கடைசி வரி எழுத்தும் வணக்கமும் திரையில் தோன்றும் வரை நிலையாய் இருக்க வைத்துப் ‘பொங்கும்’ மனசும் கூட ஒரு உருவகம் தான்.

யார் யார் சிவம்?
நீ நான் சிவம்!

* * * *

நல்லவனா கெட்டவனா?

அன்புள்ள அம்பரா,

திருப்போரூர்க் கந்தசாமிக் கோயிலின் உட்சுற்றுச் சுவரில் தள வரலாறு படித்து நின்றிருந்த போது, 'நீ நல்லவனா? கெட்டவனா?' என்றாற்போல என்னிடம் நீ திடுதிப்பென்று கேட்டாய் 'நீ ஆத்திகனா, நாத்திகனா?' என்று.

கேள்வி எளிதானதாக இருக்கலாம். ஆனால், என்னிடம் அதற்கான பதில் இல்லை, அம்பரா. அல்லது எளிதான பதில் இல்லை. எல்லாக் கேள்விகளுக்குமே பதில்கள் இருக்க வேண்டும் என்னும் எதிர்பார்ப்பை நான் எதிர்க்கிறேன். ஒன்றற்கொன்று தொடர்புடையனவாய், பலக்கியதாய் இருக்கும் வினை, எதிர்வினைச் செயலாக்கங்களுக்கெல்லாம் ஆதார ஆரம்பப்புள்ளியைத் தேடிச் செல்வது கொஞ்சம் நாட்களுக்குச் சுவாரசியமாய் இருக்கலாம். ஆனால், அது முடிவில்லாத சுழல்பயணமன்றி வேறென்னவாய் இருக்க முடியும்?

ஆராய்ச்சியும் வாழ்க்கையின் ஒரு அங்கமெனினும், வெறும் ஆராய்ச்சியில் வாழ்க்கையைத் தொலைப்பதை விட, வாழ்க்கையில் ஆராய்ச்சிக்கான வித்துக்களை விட்டுச் செல்வதை விரும்ப ஆரம்பித்திருக்கிறேன். அதனால், ஒரே சமயத்தில் நான் ஆத்திகனாகவும், நாத்திகனாகவும் இருக்கிறேன். சிலசமயம் நான் என்னவாய் இருக்கிறேன் என்பதை விட, என்னவாய் இல்லை என்பதைச் சொல்ல எளிதாக இருக்கும் என நினைக்கிறேன். அதன் அடிப்படையில் சொன்னால், ஒரே சமயத்தில் நான் ஆத்திகனாகவும் நாத்திகனாகவும் இல்லாதிருக்கிறேன். பொதுமையில், நான் இருக்கிறேன் என்று மட்டும் சொன்னாலே போதும் என்று நினைக்கிறேன். 'நான்' என்பது வெறும் சுயச்செறுக்கு தானே என்றால், அந்தச் சுயச்செறுக்கு ஒன்றே தான் எனக்கு உறுதியாகப்படுவதால், உண்மையாகத் தெரிவதால், அதனைப் பற்றிக் கொள்கிறேன்.

'இந்த உலகமே என்னைச் சுற்றித் தான் இருக்கிறது' என்பது மேலாகப் பார்க்கையில் செறுக்காகத் தோன்றலாம். ஆனால், அது ஒரு பலவீனமான நிலை. 'பூஃப்' என்று ஒரு நாள் நான் மறைந்து போகும்போது, என் உலகமும் அதே கணமே காணாமற்போகும் என்பதும் சர்வ நிச்சயமான ஒன்று. ஆனால், உன் உலகம் வேறு அம்பரா. செல்லும் இடமெல்லாம் உனக்கான பல்லாயிரம் கோடி அணுக்களை நீ இழுத்துச் சென்று உனக்கான உலகத்தைப் படைக்கிறாய். என் உலகத்தின் சேதாரத்தினால் உன் உலகத்தின் இருப்புக்கு எந்த வித இக்கும், அபாயமும், அச்சுறுத்தலும் இல்லை. ஆனால், என்னுலகில் உன்னுலகும் உண்டு. உன்னுலகில் என்னுலகும் உண்டு. என் உலகத்திற்கு நானும், உன் உலகத்திற்கு நீயும் தலைவரென்னும் சிந்தனை கொண்டால் அது நாத்திகமா? நம் உலகங்களுக்கும், அவற்றின் இருப்புக்கும், அவற்றின் இடையாடலுக்கும் எது காரணம் என்று நம்மை மீறியதொரு சக்தியைத் தேடினால் அது ஆத்திகமா? பார்.. மீண்டும் சுழல்பயண வாயிலிலேயே வந்து நிற்கிறோம். சரி, விடு. பயணமே வாழ்க்கை என்றும் கொள்ளலாம். அல்லது வாழ்க்கையே பயணம் என்றும் கொள்ளலாம்.

முன்னொரு காலத்திலே விண்ணிலே சமர் புரிந்த போரூர்க் கந்தசாமியிடம் எனக்கென்று கேட்க ஒன்றும் தோன்றவில்லை அன்று. விண்ணிலே வென்றவனுக்கு மண்ணிலே எதற்கு மணிமண்டபம் என்னும் கிளைக் கேள்வியை இன்னொரு நாளுக்கென்று வைத்துக் கொள்வோம்.

நான் கேட்டுக் கேட்டுத் தான் இந்தச் சாமியப்பன் எனக்குச் சவுகரியத்தைக் கொடுக்க வேண்டும் என்றால், என்ன பண்ணாட்டுக்கு இவன் என்னை முதலில் படைக்க வேண்டும்? வேறு வேலை இல்லையா இவனுக்கு? சரி, அப்படி முதலிலேயே, படைக்கும்போதே எல்லாவற்றையும் தந்து இவன் என்னை அனுப்பிவிட்டான் என்றால், அப்புறம் இப்போது போய் இவனிடம் என்னத்தையென்று கேட்பது? ஆக, எனக்குக் கேட்க ஒன்றுமில்லாத கந்தசாமியை வைத்துக் கொண்டு நான் என்ன செய்வது? 'நீயும் நல்லா இருப்பா' என்று வாழ்த்திவிட்டுச் செல்லத்தான் முடிகிறது, சிலசமயம்.

நான் கேட்பதை அவன் செய்யவேண்டும் என்று விரும்பினால் நான் ஆத்திகனாவேன் என்றால், ஒரு சில விசயங்களுக்காக நான் ஆத்திகனாக இருக்கலாம். அவனை உறுதியாக நம்பி உருகும் உன்னோடு அவன் சந்நிதிக்கு வர எனக்குப் பிடிக்கிறது. நீ கேட்பதை அவன் உனக்குத் தர வேண்டும் என்று உனக்காகச் சில சமயம் அவனைக் கேட்பதில் எனக்கு யாதொரு தயக்கமும் இல்லை.

பல்லாண்டுகளாகவும் நான் இதைச் செய்திருக்கிறேன். என் சிபாரிசுக்கு அவனிடத்தே என்ன மதிப்பு இருந்தது என்று எனக்குத் தெரிந்ததில்லை. நீ என்ன கேட்டாய், கேட்பாய், அது கிடைத்ததா என்றும் எனக்குத் தெரியாதே. ஒரு வேளை நீயும் உடன்வரும் எனக்குத் தேவையானவற்றைக் கொடு என்று கேட்டிருந்தாயானால் பாவம், அவனும் ஒரு சுழல்பாதையில் சென்றிருக்கக்கூடும்.

முன்பெல்லாம் 'எல்லாரும் நல்லா இருக்கணும்பா' என்றும் கூட இவனிடம் கேட்டிருக்கிறேன். பாவம், எல்லோரையும் பார்த்துக் கொள்கிற பாரம் எளிதானதா என்ன? 'போய்யா, போ.. இதென்ன அற்ப சூரன் வதைச் சமரா? இந்தக் கரணம் எல்லாம் நம்மால் ஆகாது ராசா', என்று மலையேறிப் போய்விட்டான் போலும். நன்றாக வைத்துக் கொள்ள நான் கேட்டுக்கொண்டவர்களில் சிலபேர் சுமாராகத் தான் இருக்கிறார்கள். அவன் கஷ்டம் எனக்குப் புரியத்தான் செய்கிறது.

அம்பரா, இதையே உன்னிடம் சொன்னால் அதை நீ எதிர்கொள்ளும் விதம் வேறாய் இருக்கலாம். ஒரு வேளை இன்னும் கொஞ்சம் நம்பிக்கையோடும், இறைஞ்சுதலும் வேண்டுதலுமாய் நான் கேட்டிருக்க வேண்டும் என்று நீ கூறலாம். அது பற்றியும் நான் மறுப்பேதும் சொல்லப் போவதில்லை. உன்னுலகில் அவ்வாறு தான் செயலாற்ற வேண்டும் என்று நீ எண்ணி அமைத்திருக்கலாம். அதைத் தான் நானும் சொல்கிறேன். உன்னுலகை நீயும் என்னுலகை நானும் தான் இயக்கிவர வேண்டும். அவன் உலகை அவனும்.

சதா அழிந்தும் ஆகியும் வருகின்ற உலகங்களுக்கு இடையே உன்னுலகும், என்னுலகும், அவன் உலகும் சந்திக்கின்ற ஒரு உன்னத கணப்பொழுதில் எழும் உணர்விற்கும் நிறைவிற்கும் காரணப்பெயர் ஆத்திகமாய் இருந்தால் என்ன? நாத்திகமாய் இருந்தால் என்ன?

சொல், அம்பரா.. இப்போது சொல். நான் நல்லவனா, கெட்டவனா?

ஆனால், எல்லாக் கேள்விகளுக்கும் பதில்கள் இருக்க வேண்டும் என்று நான் இப்போதெல்லாம் எதிர்பார்ப்பதில்லை.

* * * *

தீபாவளி 2008

"தீபாவளியா? அது எப்பவோ வந்துட்டுப் போயிருச்சே", என்று வீரப்பன் சத்திரத்துப் பேருந்து நிறுத்தத்தில் மூன்றாம் எண் நகரப் பேருந்து குறித்துப் பேசுவதுபோல, சலனமின்றிச் சென்றுவிட்ட புலம்பெயர் தீபாவளிகளும் பண்டிகைகளும் சில உண்டு. இந்திய, தமிழக மக்கள் நிறைய வசிக்கும் பெருநகர்க்குப் பெயர்ந்ததும், அதிகரித்த தொலைத்தொடர்பு, இணைய வசதிகளும் இப்போதெல்லாம் அப்படி முழுவதுமாய் மழுங்கடித்து விடுவதில்லை. ஏதோ ஒரு வழியில் 'இந்த வாரம் தீபாவளி' என்று முன்னதாகவே தகவல் வந்துவிடுகிறது. இருப்பினும் சக்கரத்துச் சுழற்சி போன்ற வாழ்வு முறையில் ஒரு உணர்வோடு முன்னதாகவே தீபாவளியைக் கொண்டாடுதல் பற்றி யோசனைகள் விடுபட்டுப் போய்விடுகின்றன.

எப்போதும் போல் அலுவம் செல்லும் முன் அவசரப் பார்வையிட்ட இணையத்தில் படித்த தீபாவளி நினைவுகள் பதிவு ஒன்று சற்றே நிறுத்தி யோசிக்க வைத்தது. இது போன்ற பண்டிகைகள் நமது கலாச்சாரம், பழக்க வழக்கம் முதலியனவற்றைக் குழந்தைகளுக்கு அறிமுகம் செய்து வைக்கும் என்பதால், அவர்களுக்காகவேனும் ஏதாவது செய்ய வேண்டும் என்று அவ்வப்போது எண்ணினாலும், அது குறித்த தீவிரமான சிந்தனை, திட்டங்கள் இன்றிப் போவதும், போனதை நினைத்துப் பேசுவதும், பேசுவதை விட்டுத் தள்ளுவதுமாய்ப் போகிறது காலம். கலாச்சாரம் என்பதும் கூடப் பெரிதாக ஒன்றுமில்லை; ஆனால் அதனூடான அடிப்படை இயல்பாக ஒரு இயந்திர வாழ்க்கையின் இடையில் உண்டாக்கிக் கொள்ளும் கொண்டாட்ட உணர்வும், ஆழ்மன உற்சாகப் புதுப்பித்தல் வாய்ப்பும் பற்றிய அனுபவத்தை ஏற்படுத்தித் தரவேண்டும்.

மாலையில் மனைவியிடம் கேட்டேன், "நாம ஏன் தீபாவளிக்கு ஒண்ணும் பண்ணல?"

♦ மெல்லச் சுழலுது காலம்

“ஆமா. நான் கூட நெனச்சுக்கிட்டுருந்தேன்” என்று ஆரம்பித்த அவர் பேச்சு, ஆயாசமாகத் தொடர்ந்தது, “இப்படித் தான் நாம எப்பவும் பேசுவோம். அப்புறம் அது பத்தி ஒண்ணும் பண்ணாம விட்டுருவோம்”. தீபாவளி பற்றிய கொண்டாட்டங்கள் குறித்து முன்வருடங்களில் அவர் தெரிவித்த யோசனைகளைப் பெரிதும் ஊக்குவிக்காமல் விட்டிருந்தேன்.

மழை பெய்த காரணத்தால் போன வருடம் வெடிக்காது வைத்த ஜூலை நான்கின் மிச்சப் பட்டாசுகளை இவ்வருடமும் வெடிக்க முடியாது மழையும் குளிரும் தாக்கியது. அப்படியே நல்ல வெதணமாய் இருந்திருந்தாலும் வீட்டுக் குப்பைகளுள் புதையுண்டு போனவற்றைக் கண்டுபிடிப்பதற்குள் அடுத்த வருடம் பிறந்திருக்கும்.

“போன வாரமே எடுத்துக் காயப் போட்டு வைக்கலாம்னு எப்பவோ நெனச்சேன்”, என்று எப்போதோ பேசிக் கொண்ட ஞாபகம் மட்டும் இருக்கிறது.

மிச்சமிருக்கிற தீபாவளியின் பொழுதில் பெரிதாக ஒன்றும் செய்ய முடியாது என்பதால், “சரி, எதாவது பண்ணுவோம். பட்டேல்ல போய் எதாச்சும் இனிப்பு வாங்கிட்டு வரட்டுமா” என்று கேட்டேன். மறு நிமிடம், “ஓ இன்னிக்குத் திங்கக்கிழமை. பட்டேல் லீவு உட்டுருப்பான்; வேணும்னா சரவணால போய் ராத்திரி சாப்புட்டு வரலாம்”, என்றேன்.

“ஆமாம் அப்பா, நான் கூட அப்படி எதாவது பண்ணனும்னு நினைச்சேன்“ என்றால் நிவேதிதா மலர்ச்சியுடன். (Yes appaa. I was thinking we should do something like that).

நோன்பு நாளில் கூட்டம் இருக்கும் என்று பார்த்த சரவணா பேலஸில் அப்படி ஒன்றும் இல்லை. வசதி தான் என்றாலும் இன்னொரு புறம் அது ஏமாற்றத்தைத் தந்தது. நாமும் கொண்டாடுகிறோம் என்று சிறிதாக எண்ணிக் கொண்டாலும், ஒரு குமுகாயக் கொண்டாட்ட உணர்வு இதனில் இல்லை. வரும் இரு வார இறுதிகளில் வட்டாரச் சங்கத்திலும், சங்கத்து வட்டாரத்திலும் தீபாவளிக் கொண்டாட்டங்களில் கலந்து கொள்வோம் என்று நினைத்துக் கொண்டேன். ஒட்டிய வார இறுதிகளுக்குக் கொண்டாட்டங்களைத் தள்ளி வைத்துக் கொள்வதும் ஒரு புதிய கலாச்சாரம் தானே.

ஈரோட்டில் கள்ளுக்கடை மேட்டில் லைன் வீடு என்னும் வரிசைக் குடியிருப்பில் இருந்த எனது சிறுவயது தீபாவளிகளின் கலாச்சாரம் வேறானது. காய்ச்சிய நல்லெண்ணையைப் பரபரவென்று தேய்த்து விடும் தாத்தாவின் முயற்சியால் வருடத்திற்கு ஒருமுறை எண்ணெய்க் குளியல். பக்கத்து வீடுகளின் அண்ணன் அக்காக்களுடனும் சேர்ந்து

கொண்டு காலையில் நேரமே குளித்துப் பின் வெடித்த பட்டாசுகள் நினைவில் இருக்கின்றன. வெடிக்காது வீணாய்ப் போன பட்டாசுகளின் மருந்தைப் பிரித்துச் சேர்த்துக் கடைசியில் பற்ற வைத்தால் புஸ்ஸென்று எழும் ஒளியைக் காணச் செய்த முயற்சியில் கைமுழுக்கப் பழுத்து மரப்பாலத்து நந்தகோபால் மருத்துவமனையில் மருந்து போட்டுக் கொண்டதும் கூட நினைவில் இருக்கிறது.

“பாதி பிரிச்சுக்கிட்டு இருக்கும் போதே குமாரு பத்த வச்சுட்டான்”, என்று அழுகையினூடாக அடுத்தவனைக் குற்றம் சாட்டிக் கொண்டிருந்தேன்.

நாய் குலைக்கும் வாழைத் தோட்டத்துக் குறுக்கு வழியாகச் சென்றடையும் அதே மரப்பாலத்தில் தான் பொட்டிக்கடை டெய்லர் ஒருவர் தீபாவளிக்கு முன் தினம் வரை, இதோ, அதோ, என்று இழுத்தடித்துத் தீபாவளித் துணியைத் தைத்துத் தருவார். இன்னும் காஜா மட்டும் கட்ட வேண்டிய துணிக்காகக் காத்திருந்த போது என் கால் முட்டி பட்டு அவருடைய கண்ணாடி அலமாரி உடைந்த போது என்னைத் திட்டிவிட்டாலும், அவர் குடும்பத்தின் நண்பர். அப்பா, மாமாவின் பழைய பற்றாத துணிகளைப் பிரித்துக் கொடுத்தால், அளவு குறைத்து எனக்காகும்படி தைத்துக் கொடுப்பவர். ஆனால், தீபாவளிச் சமயத்திலோ பழையதைத் தைக்க மறுத்துவிடுவார். கடைவீதித் துணிக்கடைகளில் பீஸில் கிழித்த துணியில் தைத்த புதுச் சட்டை துணிமணிகளின் வாசமே தனி. இப்போதைய பெரிய கடைகளில் ஏ.சி. குளிரில் தொங்கும் ரெடிமேடுத் துணிகள் எதனிலும் அவ்வாசனை என்றும் கிடைக்காது.

ஊரில் இருக்கிற அம்மா அப்பாவோடு தொலைபேசியில் பேசினேன். “நேத்துக் கூப்பிடக் காணோம்?”

“நேத்தே கூப்பிடலாம்னு தான் இருந்தேன். கருங்கல்பாளையத்துச் சம்பத்து வந்துருந்தான். நேரமாயிருச்சு. சரி இன்னிக்கு தீபாவளிக்குக் கூப்பிட்டுக்கலாம்னு விட்டுட்டேன்” என்றேன். “நல்லா இருக்கீங்களா?”

“கொஞ்சம் சளி, காச்சல். ஊருக்கெல்லாம் போயி அலஞ்சுட்டு வந்தது ஒத்துக்கலையாட்ட இருக்குது”, என்றார் அப்பா. “மாத்திர சாப்பிட்டேன். இப்போ பரவால்ல”.

“ஒரே மழையா சதசதன்னு கெடக்குது. இந்த ரெண்டு நாளா கொஞ்சம் பரவால்ல” என்றார் அம்மா. முன்பெல்லாம், தீபாவளிக்கு அம்மா வெள்ளை வடை சுடுவார்கள். வழக்கம்போல, நாங்கள் எல்லாம் அருகில் இல்லாத தீபாவளியைப் பற்றி சலித்துக் கொண்ட அம்மாவை நேற்று நண்பன் சென்று பார்த்து வந்ததில் கொஞ்சம்

நிறைவு பெற்றிருந்தார். அல்லது, அப்படியாக நான் நினைத்துக் கொண்டேன்.

"செந்திலு வந்திருந்தான். சொல்லச் சொல்லக் கேக்காம எங்களுக்குப் போயித் துணி வாங்கிக் குடுத்துட்டுப் போனான்", என்றார்கள்.

சட்டெனப் பட்டது. புலம்பெயர் வாழ்வில் தொலைத்தது எங்களின் *தீபாவளியை* மட்டுமல்ல.

அனைவருக்கும் இனிய தீபாவளி வாழ்த்துக்கள்!

* * * *

அயல் சூழலில் மொழியும் கலாச்சாரமும்

"எங்கங்க? நாம தமிழ்ல பேசினாலும் அவன் இங்கிலீசுல தாங்க பதில் சொல்றான்" என்று சொல்லி அவர்கள் இன்னொரு மொழி கற்க இருக்கும் சிறந்த வாய்ப்பை பாழாக்காதீர்கள். உங்கள் குழந்தைகளை தமிழ்(ழில்) பேச வைப்பது உங்கள் கடமை"

என்று ஒரு நண்பர் மடற்குழு ஒன்றில் எழுதியிருந்தார். இந்தத் தடுமாற்றமும் குற்றுணர்ச்சியும் எனக்கும் உண்டு. மூன்று வயது வரை அழகாகத் தமிழ் பேசிய குழந்தை வெளியுலகம் செல்லத் தொடங்கியபோது அயல் சூழலுக்கு அவளுடைய மொழி பலியாவதைப் பார்த்துக் கொண்டு ஆவண செய்ய இயலாது விட்டுவிட்டோமா என எப்போதாவது பதைக்கிறேன்.

இது தான் பிரச்சினை. இந்த 'எப்போதாவது' எப்போதுமே இருந்திருக்க வேண்டும். தொடர்ந்த வலியுறுத்தலும் ஊக்கமும் இருந்திருந்தால் இந்நிலை அமைந்திருக்காது என்பதற்குச் சில காட்டுக்களையும் மகளது நண்பர் வட்டாரத்திலேயேவும் கண்டிருக்கிறேன்.

ஒரு கட்டத்தில் அதிக வலியுறுத்தல் எதிர்மறையாகப் போய்விடுமோ என்று அஞ்சியும் சற்றுக் குறைத்துக் கொண்டோம், என்பது சரியான காரணமா, ஒரு சாக்குத் தானா என்றும் கூடக் குழப்பம் தான். அப்படி ஒரு நிலை இருந்தது உண்மை தான். ஆனால் அதனைக் கையாளும் விதம் பற்றி முழுமையாகச் செயல்பட்டுச் சிந்தித்தேனா என்றால் இல்லை என்பதே சரியான பதிலாய் இருக்கும். வேறு பல காரணங்களையும் சாக்குகளையும் ஒன்றாகக் கலந்து இந்தப் பாதையை நாங்களே அடைத்தும் இருக்கலாம்.

இன்னும் கூட நம்பிக்கை இழக்காமல் இந்த விசயத்தை அவ்வப்போது கையில் எடுத்து ஆவண செய்ய முனைகிறேன். அதனால் குறைந்த பட்சம் எழுத்துக் கூட்டியேனும் எழுதப் படிக்கத் தெரிந்து கொண்டிருக்கிறார்கள். தொடர்ச்சியாக இதனைச்

செய்யாமல் விடுவது தான் குறை என்பதை உணர்ந்து முயல வேண்டும்.

தமிழோசையாவது வீட்டில் தவழ்வது உதவும் என்று சில நண்பர்கள் சொன்னபடி, தமிழ்த் தொலைக்காட்சிகள் சிலவற்றைப் பார்க்க, காட்ட எண்ணினோம். அதிலும், சதா சர்வ காலமும் ஏதேனும் ஒரு திரை முன் சடநிலையில் அமைந்து கிடப்பது உடலுறுதிக்கு நல்லதில்லை என்று தொலைக்காட்சி, கணினி, 'வீ போன்றவற்றின் நேரத்தை மட்டுப்படுத்தி வைத்திருப்பதால் அதிகம் பார்க்கச் சொல்ல முடியவில்லை. அப்படியே பார்த்தாலும் ஏதேனும் சினிமாப்பாட்டு, நடன நிகழ்ச்சி, அல்லது அழுமூஞ்சித் தொடர்க்காட்சிகள் தான் தெரிகின்றன. அத்தொடர்களில் வருகிற அதீத பொய்யுலகைத் தான் நம்முடைய கலாச்சாரம், வாழ்வுமுறை என்று அறிமுகப்படுத்தி வைக்க வேண்டுமா என்றும் தயக்கம்.

'அடிக்கடி கோயிலுக்குக் கூட்டிப்போங்க' என்று பெற்றோரோ, 'நம்முடைய சாமி கதையெல்லாம் சொல்லிக் கொடுங்க' என்று முருகன் கதையோ, திருவிளையாடலோ பற்றிச் சொல்லச் சொல்லி வேறு சிலருமோ சொல்லியிருக்கின்றனர். கடவுளர் பற்றிய நம்பிக்கைகளில் நாமே வேறு பாதையில் பயணித்து நிற்கையில், எந்த முகத்தை வைத்துக் கொண்டு அவர்களுக்கு பயபக்தியை ஊட்டுவது? அவர்களது ஆன்மீகத் தேடலை அவர்களிடமே விட்டுவிடவேண்டியது தான்.

இன்று ஜெயா மேக்ஸில் தமிழ்ப்பாடல்கள் கேட்டுக் கொண்டிருந்த போது, நந்துவிற்குப் பிடித்த சுப்ரமணியபுரத்தின் 'கண்கள் இரண்டால்..' பாட்டு மெல்லத் தவழ்ந்து வந்தது. அதனை இரசித்தபடி இருந்தவள், சில நிமிடங்கள் கழித்து, "இந்த ஆளு மோசமானவன். எனக்கு இவனைப் பிடிக்கவில்லை" என்றாள். என்னவென்று திரும்பிப் பார்க்க, "இவன் சிகரெட் புகைப்பவன். சிகரெட் புகைப்பது கெடுதல்/ தவறு என்பது தெரியாதா என்ன? இப்படிக் கெட்டவனாய் இருந்தும் இவனை எப்படி இந்தப் பெண் விரும்புகிறாள்?" என்றாள்.

அவளுடைய அந்தப் பேச்சு என்னுள் பல நிலைகளைத் தொட்டது.

1. புகை பிடித்தல் கெடுதல் என்று இங்கு பள்ளிகளில் தெளிவாகச் சொல்லித் தருகிறார்கள். (போதை மருந்து போன்றவற்றைப் பற்றியும்).

2. சொல்லித் தரப்படுவதை நன்றாகக் கவனித்து அதனை எதிர்கொள்ளும்போது சரியாகத் தொடர்புபடுத்திக் கொள்கிறார்கள்.

3. புகை பிடித்தல் போன்ற ஒரு செய்கையையும் நல்லது எதிர் கெட்டது என்னும் இரு நிலையிலேயே இவர்கள் இன்னும்

பார்க்கிறார்கள். நல்லதும் கெட்டதும் இல்லாத ஒரு இயல் நிலை பற்றி இவர்களின் பார்வை செல்லாதது வெகுளியான குழந்தைத் தனத்தையோ, முதிர்ச்சியடையாத நிலையையோ காட்டுகிறது.

பேச்சு வளர்ந்த போது, எல்லாப் பாடல்களிலும் எப்போது பார்த்தாலும் ஏன் எல்லோரும் காதலித்துக் கொண்டே இருக்கிறார்கள் என்றாள்.

"ஒருத்தரை ஒருத்தருக்குப் பிடித்திருப்பதால் தான் அப்படி", என்றேன்.

"யாராவது ஒருத்தர் ஏமாற்றிவிட்டுச் சென்றுவிட்டால் என்ன செய்வார்கள்?"

"அப்படியும் நடக்கும்", என்று ஏழு வயதினளுக்கு இதற்கு மேல் சொல்லத் தேவையில்லை என்று பந்து விளையாடக் கிளப்பிக் கொண்டு சென்றுவிட்டேன்.

முன்பும் எப்போதோ ஒருமுறை பெரியவள் கேட்டாள் "அப்பா பெற்றோர் பார்த்து வைத்துத் திருமணம் செய்துகொள்வதிலே பெண்ணும் பையனும் ஒருவரை ஒருவர் பார்த்திருக்கவே மாட்டார்களா?"

"சேச்சே, அப்படி எல்லாம் இல்லை. அதாவது, முன்பு அப்படி இருந்திருக்கலாம். இப்போது அப்படி இல்லை. பொண்ணு மாப்பிள்ளை பார்த்துக் கொள்வார்கள். தனியே பேசிக் கொள்ளவும் செய்வார்கள். அவர்களுக்குப் பிடிக்கவில்லை என்றால் மறுத்துவிடும் உரிமையும் உண்டு"

"இருந்தாலும் அப்பா.. என்னால் நம்ப முடியவில்லை. ஒருவரை ஒருவர் விரும்பாமல், காதல் இல்லாமல், எப்படிக் கல்யாணம் செய்துகொள்வது?"

இதைக் கேட்ட போதும் அவளுக்கு எட்டு அல்லது ஒன்பது வயது தான் இருக்கும். டிஸ்னிப் பாத்திரங்கள் கூட இவற்றை இவளுக்குச் சொல்லித் தந்திருக்கலாம். இவற்றைக் கலாச்சாரம் என்பதா? சூழல் தாக்கம் என்பதா? காலமாற்றம் என்பதா?

இப்படி இருக்கையில் ஊருக்குச் சென்றிருந்த போது சிலர் சொன்னார்கள். "பேசாம இங்கயே திரும்பி வந்துவிடுங்கள். அங்கிருந்தா நம்ம கலாச்சாரமே போயிடும்"

"அதிலும் பொம்பளப் பிள்ளைகள வச்சிருக்கீங்க; அதனாலயே இத நீங்க முக்கியமா நினைச்சுக்கணும்"

இவர்கள் போய்விடும் என்று பயப்படுகிற கலாச்சாரம் எது? அது போய்விடக்கூடாது என்றா நான் எண்ணுகிறேன்? பெண் என்றால் தனிச் சட்டம் என்று வேறு விதமாகப் பார்க்கும் கலாச்சாரம் தான் போய்விடட்டுமே! இப்படியாகப் போய்விடும் என்று பயப்படுகிற கலாச்சாரங்கள் எல்லாம் ஊரிலும் தான் போகாமல் இருக்கின்றனவா?

பத்துப் பதினைந்து வருடமாய் நான் இருக்கிற நாட்டைப் பற்றி பத்துப் பதினைந்து பக்கம் மட்டுமே மொத்தமாகப் படித்துவிட்டு, 'அதெல்லாம் சுத்தப் படாதுப்பா' என்று இவர்கள் சொல்வதை நான் ஏற்றுக் கொள்ளவேண்டும் என்று எப்படி நினைக்கிறார்கள்?

சுய ஒழுக்கம் (ethics, values) என்னும் குண நலன்கள் எங்கிருந்தாலும், எப்போதிருந்தாலும், எந்தச் சூழலில் இருந்தாலும் ஒன்று தானே?

மற்றபடி இன்னும் வரும் காலத்தில் வளரும் குழந்தைகளின் கேள்விகளுக்கான விடையளிக்கும் தெளிவும், தெரிவுகளில் உதவும் நிலையும், நம்பிக்கைகளையும், பழைய பழக்கங்களையும் சவாலுக்கு உட்படுத்தும் சூழல்களில் அமைதியாகக் கையாளும் மனப்பக்கு வத்தையும் பெற வேண்டும் என்று எல்லாம் வல்ல இறைவனைக் கேட்கலாமா என்று யோசிக்க வேண்டும்.

"சாமி ஆண்டவா, இவனுக்கு ஒரு தெளிவக் கொடுத்தா, உன் கோயில்ல வந்து மொட்டையடிக்கச் சொல்றேன்" என்று யாரும் வேண்டிக் கொள்ளாமல் இருந்தால் சரி தான். இல்லையெனில் சாமியாண்டவன் ஏமாந்து தான் போகவேண்டும். அட, அடுத்தவன மொட்டை அடிச்சுக்க வேண்டிக்கிற அதுவும் கூட நம்ம கலாச்சாரம் தானுங்க.

* * * *

நூறு வயது

சிறு குழந்தைகள் எப்போதேனும் தும்மினால் எங்களூர்ப் பக்கத்துப் பெரியோர்கள் 'நூறு.. நூறு..' என்பார்கள். 'நூறு வயது வாய்க்கட்டும்' என்னும் வாழ்த்து அதனில் அடங்கி இருக்கும்.

"வாப்பா, உனக்கு நூறாயுசு! இப்பத்தான் உன்னப் பத்திப் பேசிக்கிட்டு இருந்தோம்; (அல்லது) இப்பத்தான் உன்னப் பத்தி நெனச்சேன்", என்பதிலும் நூறு வயதின் சிறப்பு வெளிப்படும்.

நூறு வயது வரை வாழ்தல் என்பதில் எனக்கும் சின்ன வயதில் இருந்தே ஒரு பிடிப்பு ஏற்பட்டுப் போய்விட்டது. ஒருவேளை குழந்தையாய் இருக்கையில் நான் நிறையத் தும்மி இருக்கலாம். அல்லது நிறையப் பேர் என்னைப் பற்றி நினைத்தவாறு இருந்திருக்கலாம்; பேசி இருந்திருக்கலாம்

"அம்பது அறுபதுன்னு ஆனாலே பொட்டுனு போயிடனும்", என்று சிலர் தமது ஆயுட்கால விருப்பத்தைக் குறுக்கிக் கேட்டிருந்தாலும், நான் மட்டும் யார் என்னை எப்போது கேட்கினும், "எனக்கு நூறு வயசைத் தாண்டியும் வாழனும்" என்னும் விருப்பத்தை வெளிப்படுத்தி இருக்கிறேன். இரண்டு, நான்கு, ஐந்து வருடங்கள் கழித்தும் மாறாத என் பதிலைக் கேட்டு, "இன்னுமா உங்களுக்கு அந்த ஆசை தீரலை?" என்று மலைத்துப் போகிறார்கள். 'இலக்கு மட்டுமல்ல; பயணமும் முக்கியமானது' என்னும் சிந்தனையின்பால் சார்ந்ததினாலான விளைவாகவும் கூட இருக்கலாம்.

ஐம்பதில், அல்லது அறுபதில் போய்விட வேண்டும் என்றும், நூறு வயது தாண்டியும் இருக்க வேண்டும் என்றும் இரு மாறுபட்ட நிலைகளை எடுக்கும் பலரைக் கண்ணுறுங்கால், முதல்வகையில் பெரும்பான்மையினர் பெண்களாக இருக்கிறார்கள் என்பது என்னுடைய தனிப்பட்ட அறிவியல்சாரா குறைதரவு அவதானம். அதற்கான காரணம் என்ன? உளவியல் சமூகவியல் சார்ந்த

நிலைப்பாடு என்ன? என்று சிலசமயம் நான் ஆராய முற்பட்டதுண்டு. ஆனால் அவை பற்றி நாம் இப்போது பார்க்கப் போவதில்லை.

நூறு வயது வாழ்க்கை வேண்டுமெனில் உள்ளத்து ஆசை மட்டும் போதுமா? உடலையும் பேண வேண்டுமே. உடல் நலுங்காது, பயிற்சி காணாது, எந்நேரமும் கணினி முன்னமர்ந்த வாழ்க்கை முறை காரணமாக இருக்கலாம். உடலின் கொலசுடிரால், கொழுப்பு அளவினைக் குறைத்துக் கொள்ள வேண்டும் என்று எனக்கும் சில ஆண்டுகள் முன்பு மருத்துவர் எச்சரிக்கை விடுத்துவிட்டார். சரிதான் என்று என் ஆயுசை நானே தொண்ணூறு எனக் குறைத்துக் கொண்டேன்.

“நான் சொல்றபடி கேட்டீங்கன்னா ஒடம்பு கொழுப்பு உடனே குறைஞ்சிடும்” என்பார் மனைவி! யோகாசனம், உடற்பயிற்சி பற்றிச் சொல்கிறாரா வேறு ஏதேனுமா என்று கேட்டால், “அதில் என்ன சந்தேகம்?” என்று ‘தெளிவாகப்’ பதில் வரும் என்பதால் நான் வாளாவிருந்து விடுவதுண்டு.

ஏதோ, அங்கொன்றும் இங்கொன்றுமாகச் செய்கிற சில பயிற்சியாலும், உணவுப் பழக்கங்களில் ஓரளவு கட்டுப்பாட்டுடன் இருப்பதாலும், இப்போது சுயமாக ஒரு முன்னேற்றத்தை உணர்ந்து ஆயுசில் ஒரு ஐந்தைக் கூட்டிக் கொள்கிறேன். ஆக, தொண்ணூற்றி ஐந்தை எட்டியாயிற்று.

* * * *

அலுவல் நிமித்தமாய் வெளியூரில் இருக்கிறேன். நேற்றிரவு மகள்களிடம் பேசியபோது அரைமணி நேரத்திற்கு உடற்பயிற்சி செய்ததைச் சிறப்புச் செய்தியாகச் சொன்னேன்.

“கிரேட் அப்பா! உங்களுக்கு அது நல்ல உணர்ச்சியைத் தந்திருக்குமே?”

தங்கும் விடுதி பயிற்சிக் கூடத்தில், செய்யலாமா, வேண்டாமா என்ற பெரு மன ஊசலாட்டத்தின் பின் உறுதியாகக் காலையில் சுமார் 40 நிமிடங்கள் நடந்து வந்ததில் நான் சற்றே மன நிறைவை அடைந்தே இருந்தேன். ஆனால், பரவாயில்லையே.. அது எப்படி இவர்களுக்குத் தெரிந்தது?

“ஆமாம் கண்ணா. நான் ரொம்ப நல்லாத் தான் உணர்ந்தேன். தொடர்ந்தும் உடற்பயிற்சி செய்ய எண்ணி இருக்கிறேன்”

“அப்பா, பரவாயில்லையே. உங்க புத்தாண்டுத் தீர்மானத்தைக் கடைப்பிடிக்கறீங்க போலிருக்கு!”

நம்மைப் பாராட்டிவிட்டார்களே என்று பூரித்துப் போய்த் தூங்கப் போன பிறகு இரவு இரண்டு மணிக்கு 'விழிப்பு' உண்டானது. பாவி மக்கள். என்னைக் கிண்டல் செய்திருக்கிறார்கள். அதற்கெல்லாம் அசந்தவரா நாம்? மீண்டும் அதனைப் பாராட்டாகவே எண்ணிக் கொண்டு சுய சாதனையில் மகிழ்ந்து போய் ஆயுட்காலத்தில் இன்னும் ஒரு ஆண்டைச் சேர்த்துக் கொள்கிறேன். புத்தாண்டு என்று ஒரு நாளை மட்டும் நாம் ஏன் எண்ண வேண்டும்? நமக்கு ஒவ்வொரு நாளும் புத்தாண்டே!

என்னைக் கிண்டல் அடிப்பதில் மக்கள் கைதேர்ந்து வருகிறார்கள். அன்றும் ஒரு நாள் காலையில் தரையில் சிதறிய ஏதோ ஒன்றைக் குனிந்து எடுக்கையில், அருகிருந்த மகள்,

"அப்பா, உங்க தலை சொட்டையாகத் தெரியுது", என்றாள்.

அவசரமாய் நிமிர்ந்து முடியை ஒதுக்கிக் கொண்டு அவளைப் பார்த்தேன்.

"அது சொட்டை இல்லம்மா.. அதுக்குப் பேரு சுழி. எனக்கு ரெட்டைச் சுழி இருக்கு தெரியுமா?"

"அதில்லை அப்பா.." என்றவளை மேலே பேச விடாமல் தடுத்தேன்.

"அது தாண்டா இது. ரெண்டு சுழிக்காரர்களுக்கு என்னாகும்னு சொல்வாங்க தெரியுமா?" என்று ஆரம்பித்து, சரி இந்த விளையாட்டு இவர்களுக்கு வேண்டாம் என்று விட்டுவிட்டேன்.

* * * *

சிறிது காலம் முன்பு அடர்த்தி குறையத் தொடங்கி 'ஒளிவட்டம்' காட்டுவதாய் எனக்கே ஐயப்பாடு எழுந்தாலும், அதையெல்லாம் நான் ஏற்றுக் கொள்வதாய் இல்லை. தினசரி கொஞ்சம் எண்ணெய் பூசி மெழுகிவிட்டேன்.

ஆனாலும் இந்த உடல், நம் உறுதியோடு சரியான போட்டி போடுகிறது. அதன் அடுத்த ஆயுதமாக வெள்ளிக் கம்பியென ஒற்றை நரை முடியை மீசையில் வீசியது. பத்து இருபது நிமிடங்கள் செலவிட்டுக் கவனமாக நானும் அதனைப் பிடுங்கி எறிந்தாலும், மீண்டும் ஒரே மாதத்தில் இன்னும் ஒன்று முளைக்கிறது. மாதம் ஒன்றாக நான்கு மாதங்களாக ஒவ்வொன்றாகப் பிடுங்கினால், இப்போது ஒரே மாதத்தில் நான்காக விசுவரூபம் எடுக்கிறது. இந்த நிலையும் போரும் தொடர்ந்தால், கூடிய விரைவில் மொட்டை மீசை தான் மிஞ்சும் போலிருக்கிறது.

முகம் சிரம் தாண்டி மூளையில் கூட நரை விழும் போலிருக்கிறது. இருபத்தைந்து ஆண்டுகளுக்கு முன்பு ஈரோட்டுத் தொலைபேசி எண்கள் ஐந்து இலக்கங்கள் மட்டுமே கொண்டிருந்த காலத்துச் சங்கர் சதீஷ் செங்கோட்டுவேலுவின் எண்கள் 72520, 73740, 77365 என்பது இன்னும் நினைவில் இருந்தாலும், சிலசமயம் தற்போதைய எனது அலுவல் எண் நீட்சி மறந்து போய்விடுகிறது. எண்கள் மட்டுமல்ல, சில சமயம் பெயர்களும், நிகழ்வுகளும் சாயம் போய் விடுகின்றன. அல்லது வேறு வண்ணம் பூசிக் கொள்கின்றன. (அதற்குத் தான் ஒரு ஐபோன் வாங்கிக் கொண்டால் எல்லாம் சரியாகிப் போகும் என்று வீட்டில் அடிபோட்டுக் கொண்டிருக்கிறேன்).

ஆயிரக்கணக்கில் உடன் பணிபுரிவோர் இருக்கையில் எல்லோரையும் அறிந்து வைத்திருக்க இயலாது. ஆனால், எப்படியாவது பெயர்கள் தெரியவந்தால், அவர்கள் எதிரே செல்லும்போது புன்னகைத்துவிட்டு, உள்ளுக்குள்ளே அவர்களது பெயர்களைச் சொல்லிக் கொள்வது எனக்கு ஒரு பழக்கமாக இருந்தது. ஆனால், சில நாட்கள் முன்பு எனது பிரிவிலேயே இருக்கும் பெண் ஒருவரின் பெயர் மறந்து போய்ப்படாத பாடு படுத்திவிட்டது. அதிக அறிமுகமோ, உரையாடலோ இல்லை என்றாலும் அப்போது தான் திருமணமாகிக் கடைசிப் பெயரை மாற்றி வைத்துக் கொண்டிருந்தார். முதல்ப் பெயர் தெரிந்தாலும், கடைசிப் பெயர் இரண்டுமே மூளை நரம்புகளில் புதையுண்டு போய் விட்டன. தொலைபேசிப் பட்டியலைப் பார்த்திருந்தால் நிமிடத்தில் தெரிந்திருக்கும் என்றாலும், எனது நினைவகத்தில் இருப்பதையே கிண்டி எடுக்க முயன்றேன். பல மணி நேரத்துக்குப் பிறகு, வீட்டுக்குத் திரும்புகையில் சட்டென நினைவுக்கு வந்தது. காரில் தனியே இருந்த காரணத்தால் கத்தி கத்தி அந்தப் பெயரைக் கூவினேன். ஒரு பாரமே இறங்கியது போன்ற நிம்மதி. காருக்கு ஒன்றும் ஆகவில்லை.

ஈரோட்டில் பிரப் ரோட்டில் உள்ள சி எஸ் ஐ தேவாலயத்தில் எனது எட்டாம்/ஒன்பதாம் வகுப்பு உயிரியல் ஆசிரியை திருமணம் செய்துகொண்டபோது எங்கள் வகுப்பே அங்கு தான் இருந்ததாக நினைவு. அவருடைய பெயர் கூட 'பி' என்னும் எழுத்தில் ஆரம்பிக்குமே என்பதைத் தவிர முற்றாக மறந்து விட்டது ஒரு நாள். திடீரென்று அவருடைய ஞாபகம் எப்படி வந்தது என்று நீங்கள் என்னைக் கேட்கக் கூடாது. பிலோமினா அல்ல. திலோத்தமாவா என்று எட்டிப் பார்த்த பெயரை முதல் எழுத்துப் பொருந்தாததால் நிராகரித்து விட்டேன். இப்படியே பலவாறாக யோசித்து, பலநாட்கள் கழித்து அது திடீரென மீண்டும் நினைவுக்கு வந்துவிட்டது. 'ஐந்தெழுத்துப் பெயரைக் கண்டுபிடி' என்று எனது பள்ளி நண்பர்கள்

இதனைப் படித்தால் ஒரு சவாலாக இருக்கட்டுமென விட்டு விடுகிறேன்.

சில சமயம் மனைவியையோ, மகளையோ விளிக்கையில் விளையாட்டாக, "ஆமாம்.. உன் பெயர் என்ன?" என்று நான் கேட்பதுண்டு. எங்கே அது வினையாகிப் போகுமோ என்று பயமாக இருக்கிறது. சும்மா இருக்க முடியாத சில ஆராய்ச்சியாளர்கள் வேறு இப்போது 'கொலசுடிரால்' அளவு அதிகம் இருப்பதற்கும், வயதாகும்போது வரும் ஆல்சைமர்சு மறதி நிலைக்கும் தொடர்பு இருப்பதாக முடிச்சுப் போட்டுக் கொண்டு உட்கார்ந் திருக்கிறார்களாம்.

என்ன இருந்தாலும் சரி. நூறு வயசு விருப்பத்தை நான் மாற்றிக் கொள்வதாக இல்லை. குழந்தைகளின் நலனுக்காக உயில் முதலியன எழுதி வைக்கலாம் என்று மனைவி நினைவுறுத்தும் போதெல்லாம், "தீர்க்க சுமங்கலி பவ", என்று வாழ்த்துவது போல், "எனக்குச் சாவு இப்போதைக்கு வராது, நான் தான் நூறு வயது வரை வாழ்வேனே" என்று சொல்லி வந்தாலும், விரைவில் அந்த ஏற்பாடுகளைச் செய்து வைக்க வேண்டும்; இவை ஒரு தற்காப்பு நிலை தானே என்ற எண்ணம் யதார்த்தமாய் உண்டாவது வயது ஏறுவதால் அல்ல; அனுபவ அறிவாலும், முதிர்ச்சி நிலையாலும் தான் என்று, ஹலோ, உங்களிடம் தான் சொல்கிறேன்.

"எதற்காகப் புன்முறுவல் பூக்கிறீர்கள்?"

எதற்கும் ஐபோன் வாங்கினால் சொல்கிறேன். மிச்சம் இருக்கிற நாலு வயதையும் கூட்டி நூறு வயது எனப் பூர்த்தி செய்து கொள்ளுங்கள்.

நன்றி. நீங்களும் பல்லாண்டு வாழ்க!

* * * *

வசந்தம்

வருந்துவதற்கும் புலம்புவதற்கும் காரணங்கள் ஆயிரம் இருக்கின்றன வாழ்வில். செய்யாத காரியங்கள், செல்லாத பயணங்கள், கிட்டாத வெற்றிகள், பிடிக்காத மனிதர்கள், ஒவ்வாத கருத்துக்கள் என்று துவளவும் உண்டு வழிகள் பல.

அவையெல்லாம் ஒரு பொருட்டா என்று நீலத்தில் தெளிந்து நிற்கிறது வானம். திட்டுப்படலமாய் மேகங்கள். அவற்றிற்கு வெளிச்சச் சாந்து பூசி வீசும் கதிரொளி. நறுமணம் வீசும் தென்றல். அதன் சிறுகுளிர்ச் சிலிர்ப்பைப் போக்கும் இளஞ்சூட்டுக் கதிர்.

புதிய இலைகளும் பூக்களுமாய்க் குலுங்கி நிற்கும் மரங்கள். இவை எல்லாமுமாய், எல்லாச் சலிப்புக்களையும் கலைத்தெறிந்து வாழ்க்கையைக் கொண்டாடப் பல்லாயிரம் காரணங்களைச் சொல்லி அமைகிறது வசந்தம்.

கடுங்குளிரில் வீட்டினுள் சிறு தொட்டியினுள் வாடியிருந்த சின்னஞ்சிறு செடி ஒன்றும் கூட அழகானதொரு பூவினைப் பூத்துக் கொண்டாடுகிறது. ஓக் மரங்களின் மகரந்தப் பெருவெடிப்பில் ஒவ்வாமை வந்து சேரும் ஒரு நாள் என்றாலும், இன்று இக்கணம் தன்னைக் கொண்டாடும் வசந்தத்தைக் கொண்டாடுகிறேன்.

இக்கணம் ஒவ்வொன்றும் மந்திரத் தன்மை வாய்ந்தது. இந்தக் கணத்தின் சிறு துளியில் உயிருடன் இருப்பதற்கு மகிழ்கிறேன். நன்றியுடையவனாக இருக்கிறேன். நிறைவடைகிறேன்.

* * * *

குறிப்புகளுக்காக...